51 ചെറിയ "വലിയ" കഥകൾ

അഭിനന്ദ് റ്റി

Made with ♥ on the Notion Press Platform
www.notionpress.com

"ലോകത്തുള്ള പ്രഗത്ഭരായ എഴുത്തുകാരുടെ പുസ്തകങ്ങൾ വായിച്ച്, സ്വയം ആർജിച്ചെടുത്ത നിന്റെ സാഹിത്യ കഴിവുകൾ ഉപയോഗിച്ച് നിർമ്മിക്കുന്ന രചനകൾ, സാധാരണ മനുഷ്യർക്ക് ഉൾക്കൊള്ളാൻ കഴിയുന്നുണ്ടോ എന്ന് നീ ചിന്തിച്ചിട്ടുണ്ടോ? വ്യത്യസ്തമായ സാഹിത്യ ശൈലികളെ പറ്റി യാതൊരു അറിവുമില്ലാത്ത, വളരെ കുറച്ച് പുസ്തകങ്ങൾ മാത്രം വായിച്ചിട്ടുള്ള സാധാരണ മനുഷ്യർക്ക് വേണ്ടി ഒരു കൃതി രചിക്കണമെന്ന് നിനക്ക് തോന്നിയിട്ടില്ലേ? സ്ഥിരവായനക്കാരെ ആസ്വദിപ്പിക്കുന്നതിനെക്കാൾ പ്രധാനമാണ് പുതിയ വായനക്കാരെ സൃഷ്ടിക്കുന്നത്" — കണ്ണുകൾ അടച്ചിരുന്ന് ഏകാന്തമായി ചിന്തിച്ചിരുന്ന എന്റെ മനസ്സിൽ ഏതൊ ശക്തി വന്ന് പറഞ്ഞതാണിവ.

കൂടുതൽ ചിന്തിച്ചപ്പോൾ, ആ ശക്തി പറഞ്ഞത് ശരിയാണെന്ന് എനിക്കും തോന്നി. എല്ലാവർക്കും ഒരുപോലെ ആസ്വദിക്കാൻ പറ്റുന്നതായി എന്തുണ്ട് എന്ന ചിന്തയിൽ ഞാൻ പ്രവേശിച്ചു. അടുത്ത നിമിഷം തന്നെ ഉത്തരം ലഭിച്ചു, ചെറുകഥകൾ. വീണ്ടും ചിന്തിച്ചു.

അമ്പത്തൊന്ന് വ്യത്യസ്തമായ കഥകൾ, അമ്പത്തൊന്ന് വ്യത്യസ്തമായ കഥാപശ്ചാത്തലങ്ങൾ, നൂറിലേറെ കഥാപാത്രങ്ങൾ. ഇതിലേറെ ലഹരി മറ്റെന്തുണ്ട്! അടുത്ത ദിവസം തന്നെ എഴുത്ത് ആരംഭിച്ചു..

ഉള്ളടക്കം

ഉള്ളടക്കം

ഉള്ളടക്കം

ആമുഖം

ഒരു നല്ല എഴുത്തുകാരൻ ഒരു നല്ല വായനക്കാരനും ആയിരിക്കണം. എട്ടു വർഷങ്ങൾക്കു മുമ്പ് മലയാള സാഹിത്യത്തിൽ കാലെടുത്തുവെച്ച്, പിന്നീട് ഇംഗ്ലീഷ് സാഹിത്യത്തിന്റെ പടവുകൾ ചവിട്ടി ചവിട്ടി, സാഹിത്യം സമ്മാനിക്കുന്ന ലഹരിയിൽ മതിമറന്ന് ജീവിക്കുന്ന ഒരു യുവാവാണ് ഞാൻ. വായനയിലൂടെ ഒരാൾക്ക് എത്രമാത്രം വളരാമെന്ന്, സ്വന്തം ജീവിതത്തിലൂടെ മനസ്സിലാക്കിയ ഒരാളാണ് ഞാൻ.

"ഒരു നല്ല മനുഷ്യനെന്നാൽ അതൊരു ചേതനയറ്റ മനുഷ്യനാണ്" എന്ന ജോർജ്ജ് ഓർവെല്ലിന്റെ, എഴുപത്തിയഞ്ച് വർഷങ്ങൾ മുൻപുള്ള പരാമർശം, ഇന്നത്തെ ലോകത്ത് വളരെ അർത്ഥവത്താണ്.

ശിക്ഷകൾ കൊണ്ട് മനുഷ്യരെ നന്നാക്കാൻ കഴിയില്ല, അറിവ് മാത്രമാണ് അതിന് പരിഹാരം. അറിവ് സൗജന്യമല്ല, അതിന് നമ്മൾ ഓരോരുത്തരുടേയും ശ്രദ്ധ ആവശ്യമാണ്. അറിവ് നേടാൻ അനവധി മാർഗ്ഗങ്ങൾ ഇന്നത്തെ ലോകത്തുണ്ട്. പുസ്തകങ്ങൾ, വിക്കീപീഡിയ, സിനിമകൾ, മറ്റ് ഇന്റർനെറ്റ് സേവനങ്ങൾ. എന്നാൽ നമ്മുടെ ശ്രദ്ധയാണ് കൂടുതൽ വേണ്ടത്, അത് തന്നെയാണ് ഏറ്റവും കഠിനം.

മനുഷ്യരാശിക്ക് എന്നെക്കൊണ്ട് കഴിയുന്ന തരത്തിൽ അറിവ് പകർത്തി നൽകുക എന്നതാണ് എന്റെ ദൗത്യം. അതിനായി നിരവധി മാർഗങ്ങളിലൂടെ ഞാൻ സഞ്ചരിക്കുന്നു, മാറ്റം വരുത്തുകയും ചെയ്യുന്നു. വിജയപരാജയം ഒരു പ്രശനമല്ല. പരിശ്രമം, അതാണ് സന്തോഷം. അത്രമാത്രം.

ആധുനിക സാങ്കേതികവിദ്യയുടെ കൈപ്പിടിയിൽ അകപ്പെട്ട്, ജോലി സമ്മർദ്ദത്തിൽ ഞെരുങ്ങി, എന്തിനും എളുപ്പവഴി തിരയുന്ന ഇന്നത്തെ ലോകത്ത്, മുന്നൂറ് പേജ്

വരുന്ന നോവലുകളും, വായിക്കാൻ പ്രയാസമേറിയ കവിതകളും, അവർക്ക് അമിതമായ ഭാരം മാത്രം.

ഏകദേശം മൂന്ന് മുതൽ അഞ്ച് പേജുകൾ വരെ നീളം വരുന്ന ചെറുകഥകൾ, വ്യത്യസ്തമായ അമ്പത്തൊന്ന് ചെറുകഥകൾ, ഓരൊ കഥകളിലും നിറഞ്ഞിരിക്കുന്ന സർഗ്ഗാത്മക ലഹരിയും, ഒളിഞ്ഞിരിക്കുന്ന തത്വചിന്തകളും, ഇന്നത്തെ എളുപ്പവഴി മനുഷ്യർക്ക് മികച്ചൊരു വായന അനുഭവം നൽകുമെന്ന് ഞാൻ വിശ്വസിക്കുന്നു.

അഭിനന്ദ് റ്റി

അഭിനന്ദ് റ്റി (ജനനം: നവംബർ 7, 1999. കേരളം, ഇന്ത്യ) പുതുതായി ഉദിച്ചുയർന്ന ഒരു ഇന്ത്യൻ നോവലിസ്റ്റ് ആണ്. 2024-ൽ പുറത്തിറങ്ങിയ "പിൽസ്കേപ്പ് ട്രിലൊജി" എന്ന ഇംഗ്ലീഷ് നോവൽ പരമ്പരയിൽ "ദി ആക്സിഡെന്റൽ വെഞ്ചേർസ് ഓഫ് കിരൺ" "ദി ഡാമേജ്ഡ് പിക്കപ്പ് ട്രക്കറാർ" "ദി ഫ്ലാമ്പോപ്പീയൻ എസ്കപാടെ" എന്നീ മൂന്ന് നോവലുകൾ ഉൾപ്പെടുന്നു. കൂടാതെ 2025-ൽ, ഇംഗ്ലീഷിലും മലയാളത്തിലും പുറത്തിറങ്ങിയ "മറന്നുപോയ പരിശുദ്ധ സത്ത: മനുഷ്യ കുലത്തിനൊരു സമർപ്പണം" എന്ന മാനുഷീക മൂല്ല്യങ്ങളെ പറ്റി ചർച്ച ചെയ്യുന്ന ഫിലോസഫി പുസ്തകവും, "ശവപ്പറമ്പായ വെളുത്തുള്ളി തോട്ടം അല്ല കാരണം!" എന്ന തിരക്കഥ പുസ്തകവും പ്രകാശനം ചെയ്തു.

തുളസി. സി, സുധ. പി എന്നിവരുടെ രണ്ടാം പുത്രൻ, ജേഷ്ഠൻ അരവിന്ദ് റ്റി. മലയാള സാഹിത്യത്തിൽ ബിരുദം, ഇംഗ്ലീഷ് സാഹിത്യത്തിൽ ബിരുദാനന്തര ബിരുദം, അസിസ്റ്റന്റ് പ്രൊഫസർ യോഗ്യതാ പരീക്ഷയായ യൂ.ജീ.സി നെറ്റിൽ വിജയം എന്നീ വിദ്യാഭ്യാസ യോഗ്യതകൾ നേടി.

സാഹിത്യത്തിനോടും സർഗ്ഗാത്മകയോടുമുള്ള താൽപ്പര്യം അദ്ദേഹത്തെ ഒരു എഴുത്തുകാരൻ ആക്കുവാൻ പ്രേരിപ്പിച്ചു. ആധുനിക ലോകത്ത് പടർന്നു പന്തലിച്ചു കിടക്കുന്ന സ്വാർത്ഥത, ഒറ്റപ്പെടൽ, അക്രമങ്ങൾ തുടങ്ങിയവെ തീർത്തും എതിർക്കുന്ന നിലപാടുകൾ അദ്ദേഹത്തിന്റെ എഴുത്തുകളിൽ ശ്രദ്ധേയ ഘടകമാണ്.

1

ഇവനീ പറമ്പിന്റെ ഐശ്വര്യം

അൻപത് ഏക്കറോളം പടർന്ന് കിടക്കുന്നൊരു കൃഷിഭൂമി, കണ്ണിന് കുളിർമ നൽകുന്ന വിവിധ നിറത്തിലുള്ള പച്ചക്കറികൾ, പഴങ്ങൾ എന്നിവ പൂത്തുലഞ്ഞു കിടക്കുന്നു. കൃഷിഭൂമിയിൽ എല്ലാമായി അഞ്ഞൂറോളം കർഷക പോരാളികൾ പോരാട്ടം നടത്തുന്നു. ആയിരക്കണക്കിന് ശത്രുക്കളെ വിവിധതരം ജൈവ-കീടനാശിനി ആയുധങ്ങൾ ഉപയോഗിച്ച് ഇല്ലാതാക്കിയും, കൃഷിഭൂമി സ്നേഹത്തോടെ നൽകുന്ന സമ്മാനങ്ങൾ സ്വീകരിച്ച് കുട്ടകളിൽ നിറച്ച്, കൃഷിഭൂമിയുടെ നടുക്ക് സ്ഥിതിചെയ്യുന്ന ചെറിയ കെട്ടിടത്തിൽ എത്തിക്കും, അവിടെയാണ് കൃഷിഭൂമിയുടെ ഉടയോൻ താമസിക്കുന്നത്.

എല്ലാദിവസവും വൈകിട്ട്, മറ്റെല്ലാ കർഷകരും അവിടെ നിന്നും പോയിട്ട്, ഉടയോൻ തന്റെ അമ്പത് ഏക്കർ നിധിശേഖരം കൺകുളിർക്കെ കാണാനായി ഇറങ്ങും. അമ്പത് ഏക്കറിന് ചുറ്റും കറങ്ങി തീരുമ്പോൾ അർദ്ധരാത്രി ആയിട്ടുണ്ടാകും, പിന്നെ താൻ എവിടെയാണൊ നിൽക്കുന്നത് അവിടെ കിടന്നുറങ്ങും. രാവിലെ സൂര്യനുദിക്കുമ്പോൾ എണീറ്റ് കെട്ടിടത്തിലേക്ക് ചെല്ലും, ഇതാണ് പതിവ്. എന്നാൽ

അപ്രതീക്ഷിതമായി ഒരു ദിവസം കർഷക പോരാളികൾ, കൃഷിഭൂമിയിൽ എന്തൊ അസ്വാഭാവികത കാണുന്നു. ഉടൻ തന്നെ ഉടയോനെ വിളിക്കാനായി പോകുന്നു. കർഷക പോരാളികൾക്കൊപ്പം നെഞ്ചുംവിരിച്ച് നടന്നുവന്ന ഉടയോനെ അവർ അത് കാണിക്കുന്നു.

കൃഷിയുടെ ചരിത്രത്തിൽ ആരും കണ്ടിട്ടില്ലാത്ത തരത്തിലൊരു ചെടി. ആകാശനീല നിറം തന്നെയാണ് ആദ്യത്തെ പ്രത്യേകത, വളരെ മൂർച്ചയുള്ള മുള്ളുകൾ നീല കമ്പുകളിൽ അങ്ങിങ്ങായി നിൽക്കുന്നു, ചെടിയുടെ ഇലകളാണ് അടുത്ത അത്ഭുതം, കൃത്യമായ ചതുരാകൃതിയിലുള്ള, മഞ്ഞ ഇലകൾ. ചെടി എന്ത് വിശിഷ്ട പഴമാണ് നൽകാൻ പോകുന്നതെന്ന് അറിയില്ല, എന്നാലും വെറും ഒറ്റ രാത്രി കൊണ്ട് ഒരാൾപൊക്കം വലുപ്പത്തിൽ ഒരു ചെടി വളർന്നത്, എല്ലാവരെയും ആകാംക്ഷയുടെ ആകാശത്തെത്തിച്ചു. അവരെല്ലാവരും ചെടിയുടെ മുമ്പിൽ നിന്നുകൊണ്ട്, അവരവരുടെ സർഗ്ഗാത്മക കഴിവുകളെ തട്ടിയുണർത്തി.

കർഷകൻ: 'എനിക്ക് തോന്നുന്നത്... ഇത് പണം കായ്ക്കുന്ന മരമാണെന്നാ, എന്റെ ഒരു പത്തുരൂപ നോട്ട്, രണ്ട് ദിവസം മുമ്പ് കാണാതായി, അത് മണ്ണിൽ കിടന്ന് കായ്ച്ചതാകാനാ സാധ്യത'

കർഷകൻ: 'ഏയ്, എനിക്ക് തോന്നുന്നു ഇത് സ്വർഗ്ഗത്തിൽ നിന്നും തെന്നിവീണ ഏതൊ പവിത്രമായ ചെടിയുടെ വിത്ത് മുളച്ചതാണ് എന്നാണ്. ഇതിന്റെ പഴം ഭക്ഷിച്ചാൽ ദൈവത്തെ നേരിട്ട് കാണാൻ പറ്റുമായിരിക്കും'

കർഷകൻ: 'ഹാ! അതീന്ന് പഴം ഭക്ഷിച്ചിട്ടല്ലെ, ദൈവം മറ്റെ ലവരെ പിടിച്ചു പുറത്താക്കിയത്, തനിക്കിനി ഭൂമിയ്ക്ക് പുറത്തുപോണൊ!'

കർഷകൻ: 'നിങ്ങളൊക്കെ എന്തൊക്കെയാ ഈ പറയുന്നത്! ഒറ്റ രാത്രി കൊണ്ട് ഇത്രേം വളരണമെങ്കിൽ, ഇതേതൊ ഗവേഷണ കേന്ദ്രത്തിൽ ഉണ്ടാക്കിയ വിത്തായിരിക്കണം. ഇപ്പോഴുള്ള എല്ലാ വിത്തുകളും ഇങ്ങനൊക്കെയാ, ഒരാഴ്ച കൊണ്ട് പൂത്ത്, മാങ്ങ തരുന്ന മാവില്ലെ ഇപ്പോൾ, അതുപോലെ. ഇന്നലെ ഈ സ്ഥലത്തിന് മീതെ ഒരു യുദ്ധവിമാനം പോയിരുന്നു, അതീന്ന് വീണതായിരിക്കും'

കർഷകൻ: 'അയ്യോ! അങ്ങനാണേൽ വല്ല ബോംബും പഴമായി തരുന്ന ചെടി ആയിരിക്കും'

ഉടയോൻ ഒഴിച്ച് മറ്റെല്ലാവരും ഒരടി പിന്നോട്ട് പോകുന്നു. ഉടയോൻ പതുക്കെ നടന്നുവന്ന് ചെടിയെ അടിമുടി നോക്കുന്നു.

ഉടയോൻ: 'കണ്ടിട്ടേതൊ വിശിഷ്ടമായ ചെടിയാണെന്ന് തോന്നുന്നു, ഭൂമിദേവി നമ്മുടെ മണ്ണുമായുള്ള സ്നേഹത്തിന് സമ്മാനിച്ചതാ. ഈ ചെടിക്ക് ഇനിമുതൽ നല്ല പരിചരണം കൊടുക്കണം, പണി നടക്കട്ടെ'

എല്ലാവരും പിരിഞ്ഞ് പല ദിക്കിലേക്ക് പോകുന്നു. കൃഷിഭൂമിയിൽ, ഒരു സാധാരണ ദിവസം പോലെ അവർ പണിയെടുക്കുന്നു, എന്നാലും ഓരോ മണിക്കൂർ ഇടവിട്ട്, വരദാന ചെടിയിൽ എന്തേലും മറ്റം വന്നൊ എന്നറിയാൻ, കർഷകരും ഉടയോനും എത്തിയിരുന്നു. അടുത്ത ദിവസം രാവിലെ അവരെല്ലാം വീണ്ടും ഒന്നിച്ചുകൂടി.

കർഷകൻ: 'ദേ നോക്ക്, ഒരു മൊട്ട്!'

കർഷകൻ: 'ഉടയോനെ, ഈ ചെടി വന്നതിന് ശേഷം ഇവിടെയുള്ള മറ്റൊന്നിനും വെള്ളം കിട്ടുന്നില്ല. മിക്കതും ഉണങ്ങാൻ തുടങ്ങീട്ടുണ്ട്. ഈ ചെടി മുറിച്ച് കളഞ്ഞാലൊ?'

കർഷകൻ: 'ശരിയാ ഉടയോനെ, നല്ല വേരുള്ള ഏതൊ തരം ചെടിയാണിത്, നിറയെ വെള്ളം എടുക്കുന്നുണ്ട്. ഒന്നാമത്

വേനൽക്കാലവും!'

ഉടയോൻ: 'ഇതൊക്കെ വെറും പരീക്ഷണങ്ങൾ, ഇത് വളരണം, അതിന്റെ മൊട്ട് വിരിയണം. ആരും ഇതിനെ ഒന്നും ചെയ്യരുത്, എല്ലാവരും ഈ അത്ഭുത ചെടിയെ പരിപാലിക്കുക'

അഞ്ച് ദിവസങ്ങൾ കടന്നുപോയി, കൃഷിഭൂമി വറ്റിവരണ്ട് ഒരു പരുവമായി. ഭൂരിഭാഗം പച്ചപ്പും ഉണങ്ങിക്കരിഞ്ഞു. നീല ചെടി മാത്രം പ്രൗഢിയോടെ നിൽക്കുന്നു. രാവിലെ എല്ലാവരും ചെടിയുടെ അടുത്ത് തടിച്ചു കൂടുന്നു. ആദ്യം കണ്ട മൊട്ട് കിളിർത്ത്, ഒരു വാഴക്കൂമ്പ് രൂപത്തിൽ ആയിട്ടുണ്ട്, പക്ഷെ നീല നിറമാണ്. ഉടയോൻ വന്ന് നീല കൂമ്പ് മുറിച്ചുമാറ്റുന്നു, എല്ലാവരുടേയും മുൻപിൽവെച്ച് അത് തുറക്കുന്നു. കൂമ്പിനുള്ളിൽ നിന്നും ഒരു പച്ച വെണ്ടയ്ക്ക പുറത്തെടുക്കുന്നു. അത് കടിച്ച് തിന്നുന്നു.

(നിശബ്ദത)

ഉടയോൻ: 'വെട്ടിക്കൊ!'

2

സഞ്ചിയും വെളിച്ചവും

നിലാവിന്റെ തിളക്കത്തിൽ മുങ്ങിക്കിടക്കുന്ന ഒരു പറമ്പ്, കൃഷിയൊന്നും ചെയ്യാത്തതിനാൽ പുല്ലും ചെടികളും തഴച്ചുവളർന്ന് കിടക്കുന്ന ആ പറമ്പിന്റെ അരുവിലൂടെ, രണ്ട് മനുഷ്യർക്ക് ഒരേസമയം നടക്കാൻ വീതിയുള്ള ഒരു മണൽപ്പാത. വഴിയുടെ ഇപ്പുറത്തൂടെ ഒരു അരുവി ഒഴുകുന്നുണ്ട്, അരുവിക്കപ്പുറം, പൊക്കത്തിൽ ഒരു കാവ് നിൽക്കുന്നു. നിലാവ് വെളിച്ചം ഇല്ലായിരുന്നെങ്കിൽ എങ്ങും കൂരിരുട്ട് പരന്നിരുന്നേനെ. ഗ്രാമ പ്രദേശമായതിനാൽ വൈദ്യുതി ലൈറ്റുകൾ കുറവായിരുന്നു, പ്രത്യേകിച്ച് ഈ പ്രദേശത്ത്.

ചീവിടുകളുടെ കൂട്ടക്കരച്ചിൽ കേൾക്കാം, ഒപ്പം മൂങ്ങയുടെ ഇടയ്ക്കിടെയുള്ള മൂളലും. നിലാവ് വെളിച്ചത്തിന്റെ മറവിൽ ഒരു ഇരുട്ടിയരൂപം, നടവഴിയിലൂടെ പോകുന്നു. മനുഷ്യ സാദൃശ്യമുള്ള ഈ രൂപത്തിന്റെ കയ്യിൽ, മങ്ങിയ വെളിച്ചത്തിൽ കത്തുന്നൊരു ടോർച്ച് പിടിച്ചിട്ടുണ്ട്, അതിൽ നിന്നും വരുന്ന വെട്ടത്തിന് തനിക്ക് ഒരടി മുമ്പിലായി വല്ല ഇഴജന്തുക്കളും വിശ്രമിക്കുന്നൊ എന്ന് നോക്കാൻ മാത്രമെ കഴിയു. അയാളുടെ ഇടത് കയ്യിൽ ഒരു സഞ്ചി പിടിച്ചിട്ടുണ്ട്, ആ സഞ്ചിയിൽ അത്യാവശ്യം കനവുമുണ്ട്.

പതിയെ രാത്രിയുടെ ഏകാന്തത ആസ്വദിച്ചു നടന്നുവരുന്ന അയാൾ, എന്തൊ കണ്ട് നിൽക്കുന്നു. വഴിയുടെ അപ്പുറത്ത് സ്ഥിതി ചെയ്യുന്ന കാവിലേക്ക് അയാൾ സൂക്ഷിച്ചു നോക്കുന്നു. വെപ്രാളത്തിൽ തന്റെ ടോർച്ച് ലൈറ്റ് അണയ്ക്കുന്നു, ശരീരം ചെറുതായി വിറച്ച് തുടങ്ങി. കാവിന്റെ മുമ്പിലായി, വെള്ളയിൽ നീല കലർത്തിയ വെളിച്ചത്തിൽ പൊതിഞ്ഞൊരു രൂപം നിൽക്കുന്നു, പതിയെ നടക്കുന്നുമുണ്ട്.

അയാൾ ഒരു പ്രതിമ പോലെ നിൽക്കുന്നു, ഒരടി മുന്നോട്ടൊ പിന്നോട്ടൊ വയ്യ്ക്കാൻ തയ്യാറല്ല. ഭാരമേറിയ സഞ്ചി ഒന്ന് നിലത്ത് വയ്ക്കുക പോലും ചെയ്യാതെ, ഒരു മണിക്കൂറോളം അതേ പോലെ നിൽക്കുന്നു. രൂപം ഇപ്പോഴും കാവിനെ ചുറ്റിപ്പറ്റി നിൽപ്പുണ്ട്. കൈകൾ, കാലുകൾ എന്നീ ഘടകങ്ങൾ ഒഴിച്ചാൽ, രൂപത്തിന് മനുഷ്യ സാദൃശ്യമുണ്ട്. തറയിലൂടെ ഒഴുകി നടക്കുന്നത് പോലെ. അയാളുടെ കരുത്തിന്റെ അവസാന കണികയും ഇല്ലാതായി, തന്റെ ജീവൻ കൊടുത്ത് പിടിച്ചിരുന്ന സഞ്ചിയുടെ പിടിഭാഗം പൊട്ടി, സഞ്ചിയും സാധനങ്ങളും താഴെ വീഴുന്നു.

എന്നാൽ, സാധനങ്ങൾ മണ്ണിൽ തൊടും മുമ്പേ അയാൾ തന്റെ അവസാന ശ്വാസവും മുറുകെ പിടിച്ച് ഓട്ടം തുടങ്ങി. മുന്നോട്ട് മാത്രം നോക്കി, മറ്റൊന്നും ചിന്തിക്കാതെ, ചെളിയും അഴുകിയ ചക്കപ്പഴങ്ങളും കൈതച്ചക്കയും ചാണാകവും ഒന്നും വകവയ്ക്കാതെ ഓടിയ അയാൾ, തന്റെ ദൗത്യം പൂർത്തിയാക്കി ഭവനത്തിൽ എത്തിച്ചേരുന്നു. വളരെ പഴക്കമുള്ള ആ ഒരു നില വീട്ടിലേയ്ക്ക്, ചെരുപ്പും ധരിച്ചുകൊണ്ടാണ് അയാൾ ചാടിക്കയറിയത്. വീട്ടിനകത്ത് കാല് കുത്തിയ നിമിഷം തന്നെ തറയിൽ വീണ്, കടലിൽ നിന്നും കരയിലേക്ക് വലിച്ചിട്ട മീനിനെ പോലെ, വായ തുറന്നുപിടിച്ച് ശ്വസിക്കാൻ ശ്രമിക്കുന്നു.

വീടിനുള്ളിൽ സ്വസ്ഥമായി ടീവി കണ്ടിരുന്ന അയാളുടെ ഭാര്യയും മുത്തശ്ശിയും, വീട്ടിൽ തീവ്രവാദി ചാടിക്കയറിയെന്ന മട്ടിൽ, അടുക്കളയിലേക്ക് ഓടിപ്പോകുന്നു. തിരിച്ച് വെട്ടുകത്തിയും കൊടുവാളുമായി വരുന്നു. അയാൾ പതിയെ എണീക്കുന്നു. ഭാര്യ വന്ന് അയാളെ പിടിച്ചു കസേരയിൽ ഇരുത്തുന്നു. മുത്തശ്ശിയും ഭാര്യയും മൂക്ക് പൊത്തി നിൽക്കുന്നു.

ഭാര്യ: 'നിങ്ങൾ ഇത്രേം നേരം എവിടെ പോയി കിടന്നതാ! ഈ ചെളിയും തീട്ടവുമൊക്കെ ചവിട്ടിക്കൊണ്ട് ഇങ്ങോട്ട് വരാൻ നിങ്ങടെ തള്ള വൃത്തിയാക്കുമൊ! പറ മനുഷ്യാ!'

മുത്തശ്ശി: 'നീ വെറ്റിലയും ചുണ്ണാമ്പും മേടിച്ചില്ലെ! ഹൊ നശൂലം പടിച്ചവൻ, ഒന്ന് ചവയ്ക്കാനും സമ്മതിക്കില്ല!'

ഭാര്യ: 'എനിക്ക് ഓറഞ്ച് മേടിക്കണേന്ന് പറഞ്ഞിട്ട്, എന്തിയേടൊ സാധനം. ജോലിക്ക് പോയി ഒണ്ടാക്കി കണ്ണിൽക്കണ്ട പെണ്ണുങ്ങൾക്ക് കൊണ്ട് കൊടുക്കുവാണോടൊ താൻ!'

മുത്തശ്ശി: 'എടീ പോത്തെ, ഇവനെ എടുത്തോണ്ട് എങ്ങോട്ടേലും കൊണ്ട് പോടീ! ഹൊ നാറ്റം കൊണ്ടിരിക്കാൻ വയ്യ! അസത്ത്!'

കസേരയിൽ ഇരുന്ന് പകുതിയോളം ശ്വാസം തിരികെ കിട്ടിയ അയാൾ, വീട്ടിൽ നിന്നും ഇറങ്ങിയോടുന്നു. ഓട്ടത്തിന്റെ വേഗത കുറച്ച്, ചെരുപ്പുകൾ ഉപേക്ഷിച്ച്, പതിയെ നടന്ന് കാവിന്റെ അടുത്തെത്തുന്നു. അവിടെ രൂപത്തെ കാണാനില്ല. അയാൾ കാവിന്റെ മുമ്പിലുള്ള തിട്ടയിൽ കിടക്കുന്നു.

3

ഇരുമ്പ് പിറന്നാൾ

ഒരു സായാഹ്നം. നഗരത്തിന്റെ ഒരു ഭാഗം, ഇന്നത്തെ പ്രവൃത്തിദിനം പൂർത്തിയാക്കി വിശ്രമത്തിലേക്ക് കടക്കുന്നതിന്റെ തിരക്ക്. ആ തിരക്കിലൂടെ സ്കൂട്ടറിൽ ഒരു യുവതി ഒറ്റയ്ക്ക് പോകുന്നു. പാന്റും ഷർട്ടുമാണ് വേഷം. ബാഗൊ കവറൊ ഒന്നും തന്നെ സ്കൂട്ടറിൽ കാണുന്നില്ല. തിരക്കിന്റെ ഇടയിലൂടെ നുഴഞ്ഞുപുളഞ്ഞ് കയറിപ്പോകുന്ന യുവതി, ഒരു ബഹുനില കെട്ടിടത്തിന്റെ മുമ്പിൽ വണ്ടി നിർത്തിയിറങ്ങി, സീറ്റ് പൊക്കി ഹെൽമെറ്റ് അകത്തുവയ്ക്കുന്നു. ശേഷം കെട്ടിടത്തിന്റെ അകത്തേയ്ക്ക് കയറുന്നു, വളഞ്ഞുതിരിഞ്ഞ് കിടക്കുന്ന കോണിപ്പടികൾ ചവിട്ടിക്കയറി, ഒരു വാതിലിന് മുമ്പിൽ എത്തുന്നു, കതകിൽ മുട്ടുന്നു. അൽപ്പസമയം കഴിഞ്ഞപ്പോൾ, ഒരു യുവാവ് വാതിൽ തുറന്ന് യുവതിയെ അകത്തേയ്ക്ക് ക്ഷണിക്കുന്നു. അവർ അകത്തേയ്ക്ക് ചെല്ലുന്നു.

കെട്ടിടത്തിന് ഒരുപാട് നാളത്തെ പഴക്കമുണ്ടെങ്കിലും, യുവാവിന്റെ താമസസ്ഥലം വളരെ വൃത്തിയായി, പുതുതായി ചായം തേച്ച പോലെ നിൽക്കുന്നു. യുവതി സോഫയിൽ വന്നിരുന്നു, യുവാവ് അവൾക്കൊരു കപ്പ് ചായ കൊണ്ടുകൊടുക്കുന്നു. ശേഷം അകത്തുപോയി ഒരു കപ്പ്

ചായ തനിക്കും എടുത്തോണ്ട് വരുന്നു. യുവാവ് അകത്തേക്കുപോയ തക്കത്തിന് യുവതി തന്റെ പോക്കറ്റിൽ നിന്നും എന്തൊ ചെറിയ ഉപകരണമെടുത്ത് ചായയിൽ മുക്കുന്നു, അതിൽ 'തേയില, പഞ്ചസാര, വെള്ളം' എന്ന് എഴുതി കാണിക്കുന്നു. ഉപകരണം തിരികെ പോക്കറ്റിൽ വയ്ക്കുന്നു. രണ്ട് പേരും ശാന്തമായിരുന്നു ചായ കുടിക്കുന്നു, യുവാവ് യുവതിയെ തന്നെ നോക്കി ഇരിപ്പാണ്. ഇത് ശ്രദ്ധയിൽ പെടുന്ന യുവതി, മൗനവൃതം അവസാനിപ്പിക്കുന്നു.

യുവതി: 'എന്തെ? എന്തെങ്കിലും തോന്നുന്നുണ്ടോ?'

യുവാവ്: 'ഹാ! ഇയാളെന്താ എപ്പോഴും ഇങ്ങനെ, ഞാൻ ചുമ്മാ തന്റെ സൗന്ദര്യം ഒന്ന് ആസ്വദിക്കാൻ ശ്രമിച്ചതല്ലെ'

യുവതി: 'എന്റെ ഫോട്ടൊ ആപ്പിൽ കണ്ടതല്ലെ, അതും നോക്കിയിരുന്ന് ആസ്വദിച്ചാൽ പോരെ?'

യുവാവ് ഒന്നും മിണ്ടാതെ, തന്റെ നോട്ടം നിർത്തുന്നു. അൽപ്പസമയം മൗനമായി ഇരുന്നവർ ചായ കുടിക്കുന്നു. പെട്ടെന്ന് യുവാവിന്റെ മനസ്സിലെന്തൊ ഓർമ്മവരുന്നു. അയാൾ പെട്ടെന്ന് തന്റെ കസേരയുടെ അടുത്ത് ചാരി വച്ചിരിക്കുന്ന, തുറന്നിരിക്കുന്ന ബാഗിൽ നിന്നും എന്തൊ കയ്യിട്ട് തപ്പുന്നു. ഇത് കാണുന്ന യുവതി തന്റെ പാന്റിന്റെ പിൻവശത്തെ പോക്കറ്റിൽ നിന്നും ഒരു സ്പ്രേ കുപ്പി പതിയെ എടുത്ത് വലത് കയ്യിൽ സൂക്ഷിക്കുന്നു.

യുവാവ് തന്റെ ബാഗിൽ നിന്നും ഒരു ചെറിയ പെട്ടിയെടുത്തു തുറന്ന്, അതിനകത്ത് നിന്നും ഒരു സ്വർണ്ണമോതിരം എടുക്കുന്നു. യുവതിയെ കാണിക്കുന്നു.

യുവാവ്: 'എങ്ങനെയുണ്ട്? ഇഷ്ടായൊ?'

യുവതി, യാതൊരു ഭാവവ്യത്യാസവും കാണിക്കാതെ നിർവികാരയായി ഇരിക്കുന്നു.

യുവതി: 'സ്വർണ്ണമാണൊ?'

യുവാവ്: 'രണ്ട് പവനാ. ശരണ്യയുടെ പിറന്നാൾ ഇന്നാണെന്ന് ഞാൻ അറിഞ്ഞായിരുന്നു. എന്റെ ഒരു സന്തോഷത്തിന് വാങ്ങിയതാ'

യുവാവ്, മോതിരം യുവതിക്ക് നേരെ നീട്ടുന്നു. എന്നാൽ യുവതി അനങ്ങുന്നില്ല.

യുവതി: 'തന്റെ സന്തോഷത്തിന് തനിക്കല്ലെ മോതിരം മേടിക്കേണ്ടത്, അതിന് രണ്ട് തവണ കണ്ടിട്ടുള്ള എന്നെ സന്തോഷിപ്പിക്കണൊ?'

യുവാവ്: 'ഇയാളുടെ സന്തോഷമാണ് എന്റെ ഇന്നത്തെ സന്തോഷം, പോരെ, ഇത് വിരലിലിട്ട് നോക്കു, നല്ല ഭംഗിയായിരിക്കും'

യുവതി: 'പറ്റില്ല! മറ്റുള്ളവർ വാങ്ങിത്തരുന്ന ആഭരണങ്ങളും സാധനങ്ങളും ശരീരത്തിൽ അണിയുന്നത്, പശു സ്വന്തമായി കടിഞ്ഞാൺ കെട്ടുന്നത് പോലെയാണ്'

യുവതി മോതിരം വാങ്ങി തന്റെ പാന്റിന്റെ പോക്കറ്റിൽ വയ്ക്കുന്നു. യുവാവ് പുച്ഛരത്തോടെ ചിരിക്കുന്നു, യുവതി ഗൗനിച്ചില്ല. കാപ്പി കുടിച്ച ശേഷം, യുവതിയും യുവാവും നേരത്തെ പറഞ്ഞുറപ്പിച്ച എന്തൊ കാര്യത്തിന് പോകാനായി, പുറത്തേയ്ക്ക് പോകുന്നു. യുവാവിന്റെ കാറിൽ കയറാതെ, തന്റെ സ്കൂട്ടറിൽ അയാളെ പിന്തുടർന്ന് യുവതി പോകുന്നു. അവർ ഒരു ഫൈവ് സ്റ്റാർ റെസ്റ്റോറന്റിൽ എത്തുന്നു, വിശാലമായൊരു ചതുരപ്പെട്ടിയിൽ സീറ്റ് കിട്ടുന്നു. മുൻകൂട്ടി പറഞ്ഞിരുന്ന മീൻ, മാംസ വിഭവങ്ങൾ മേശപ്പുറത്ത് നിറയുന്നു.

യുവതി വെയ്റ്ററോട് ഭക്ഷണത്തിന്റെ വില വിവരങ്ങൾ ചോദിച്ചറിയുന്നു. യുവാവ് കൗതുകത്തോടെ അവളെ നോക്കുന്നു. യുവതി കസേരയിൽ നിന്നെണീക്കുന്നു.

യുവതി: 'ഞാൻ പോകുന്നു, ഈ ഭക്ഷണത്തിന് പകുതി കൊടുക്കാൻ എന്റെ കയ്യിൽ പണമില്ല'

യുവാവ്: 'ഇതെങ്കിലും ഒരു സൗജന്യ പിറന്നാൾ സമ്മാനമായി കണ്ടൂടെ?'

യുവതി: 'പറ്റില്ല. ഞാൻ പോകുന്നു'

യുവാവ്: 'ഇയാള് പിണങ്ങാതെ, പ്ലീസ്, വീട്ടിലേയ്ക്ക് വരു, ഒരു സമ്മാനം കൂടി കാണിക്കാനുണ്ട്'

യുവതി ഒന്നും മിണ്ടാതെ നിൽക്കുന്നു. യുവാവ്, ഒന്നും കഴിക്കാതെ, ഭക്ഷണം പൊതിഞ്ഞ് മേടിച്ച് വീട്ടിലേയ്ക്ക് പോകുന്നു. യുവതിയും പിന്നാലെ വരുന്നു. യുവതി സോഫയിൽ ജാഗ്രതയോടെ ഇരിക്കുന്നു, യുവാവ് തന്റെ മുറിയിൽ, അവസാന സമ്മാനം എടുക്കുന്നതിന്റെ തിരക്കിലാണ്. എന്തൊക്കെയൊ തട്ടലും മുട്ടലും കേൾക്കുന്നുണ്ട്. യുവതി പരിഭ്രാന്തിപ്പെടുന്നു, അവൾ തന്റെ പോക്കറ്റിൽ നിന്നും ഒരു ചെറിയ കത്തി പുറത്തെടുത്ത്, തുടയുടെ മറവിൽ വയ്ക്കുന്നു. മുറിയിൽ നിന്നും ഇരുമ്പ് സാധനങ്ങൾ വീഴുന്ന ശബ്ദം കേട്ട യുവതി, പതിയെ കത്തിയുമായി നടന്ന് യുവാവുള്ള മുറിയുടെ അടുത്തേക്ക് ചെല്ലുന്നു. യുവാവ് പെട്ടെന്ന്, കൂറ്റൻ ഇരുമ്പ് ദണ്ഡുമായി യുവതിക്ക് മുന്നിൽ ചാടുന്നു. അടുത്ത നിമിഷം തന്നെ യുവതി അയാളെ കുത്തിവീഴ്ത്തുന്നു. തറയിൽ വീണ് ചോരയൊലിക്കുന്ന അയാളുടെ ശരീരത്തിൽ വീണ്ടും വീണ്ടും കുത്തുന്നു, ശേഷം അവിടെ നിന്നും ഓടിപ്പോകുന്നു.

മണിക്കൂറുകൾ കഴിഞ്ഞപ്പോൾ പോലിസ് ഉദ്യോഗസ്ഥർ അവിടെയെത്തി പരിശോധന നടത്തുന്നു. തറയിൽ ചിന്നഭിന്നമായി കിടക്കുന്നൊരു ഭീമൻ വാനില കേക്കിനടുത്ത് ചോരയിൽ കുളിച്ചുക്കിടക്കുന്ന യുവാവിന്റെ കണ്ണുകൾ അടയുന്നു.

4

അക്ഷയകുട്ട

തിരക്കുള്ള റോഡിലൂടെ അതിവേഗത്തിൽ പായുന്ന ഒരു സാധാരണ കാർ, കാറിനകത്ത് ഡ്രൈവർ മാത്രം, കോട്ടും ടൈയ്യും ധരിച്ച്, മുഖമൊക്കെ മേക്കപ്പിട്ട് വെടുപ്പാക്കിയ ഒരു വൃദ്ധൻ. ചീറിപ്പാഞ്ഞ വൃദ്ധന്റെ കാർ നിർത്തിയത് കടപ്പുറം ഭാഗത്തെ ഒരു ഹോട്ടലിന്റെ മുമ്പിലാണ്. ഹോട്ടൽ സെക്യൂരിറ്റിയോട് ഭക്ഷണം വാങ്ങി വരാൻ നിർദ്ദേശം നൽകി ഒരു രാജാവിനെപ്പോലെ വൃദ്ധൻ കാറിലിരുന്നു. പണ്ടത്തെ സിനിമാ പാട്ടുകൾ ഉച്ചത്തിൽവെച്ച്, സീറ്റിൽ ശാന്തമായിരുന്ന് ഉറങ്ങുന്നു. അഞ്ച് മിനിറ്റ് കഴിഞ്ഞപ്പോൾ സെക്യൂരിറ്റി ഭക്ഷണവുമായി വന്ന് വണ്ടിയുടെ ഗ്ലാസ്സിൽ തട്ടുന്നു. വൃദ്ധൻ മയക്കത്തിൽ നിന്നെണീറ്റ്, ഗ്ലാസ് തുറന്ന് ഭക്ഷണം വാങ്ങി, പോക്കറ്റിൽ നിന്നും അഞ്ഞൂറ് രൂപയെടുത്ത് പുറത്തേക്കെറിയുന്നു, ശേഷം വാഹനം ഇരപ്പിച്ചെടുത്തോണ്ട് പോകുന്നു.

കടൽ കാണത്തക്കവിധം, ആളൊഴിഞ്ഞ ഒരു സ്ഥലത്ത് കാറിടുന്നു, എന്നാൽ വാഹനം ഓഫാക്കുന്നില്ല, എ.സി കൂട്ടിയിടുന്നു, ശേഷം ഭക്ഷണപ്പൊതി തുറന്ന് ചിക്കൻ നൂഡിൽസും സോഡയും ഒരു ട്രേയിൽ വയ്ക്കുന്നു, ഫോർക്ക് ഉപയോഗിച്ച് കഴിക്കുന്നു. കടലിന്റെ തിരമാലകളെ വീക്ഷിച്ച്

പതിയെ പതിയെ ന്യൂഡിൽസ് അകത്താക്കിയ വൃദ്ധന്റെ ശ്രദ്ധ പെട്ടെന്ന് മാറുന്നു. അയാൾ കടപ്പുറത്തേക്ക് സൂക്ഷിച്ചു നോക്കുന്നു, ഒരു പുരുഷൻ, ഒരു കുട്ടയും പിടിച്ച് കടപ്പുറത്തെ മണ്ണിലൂടെ നടക്കുന്നു. കുറച്ചുദൂരം നടന്നപ്പോൾ ഒന്ന് നടു നിവർത്താനായി കുട്ട താഴെവെച്ച പുരുഷൻ, കുട്ട അവിടെ തന്നെ വെച്ചിട്ട് പതിയെ നടന്ന് പോകുന്നു.

കാറിന്റെ അകത്തിരുന്ന് ആവേശത്തോടെ കുട്ടയിൽ കണ്ണുംനട്ടിരിക്കുന്ന വൃദ്ധൻ; കുട്ടയവിടെ ഉപേക്ഷിച്ച് പതിയെ നടന്നിപ്പോൾ അപ്രത്യക്ഷമായ പുരുഷൻ. വളരെ പതിയെ ഭക്ഷണം കഴിക്കുന്ന വൃദ്ധൻ, ഒരു സിനിമ കാണുന്ന രീതിയിൽ കടപ്പുറം വീക്ഷിക്കുന്നു. ഉപേക്ഷിച്ച നിലയിലിരിക്കുന്ന കുട്ടയുടെ അടുത്തേക്ക് ഒരു സ്ത്രീ നടന്നുവരുന്നു. കുറച്ച് നേരമായി ആ സ്ത്രീ അൽപ്പം മാറിയിരുന്ന് കുട്ടയെ വീക്ഷിക്കുന്നുണ്ടായിരുന്നു. കുട്ടയുടെ തൊട്ടുമുൻപിൽ വന്ന് കുട്ടയുടെ മുകളിൽ വിരിച്ചിരിക്കുന്ന സ്വർണ്ണ നിറമുള്ള തുണി ചെറുതായി പൊക്കിനോക്കുന്നു. കുട്ടയ്ക്കുള്ളിൽ അൽപ്പനേരം തിരഞ്ഞശേഷം, ചുരുട്ടി വച്ചിരുന്ന അഞ്ഞൂറ് രൂപ നോട്ടുകൾ പൊക്കിയെടുത്ത് പേഴ്സിൽ കുത്തിക്കയറ്റി ആരും ഒന്നും കണ്ടില്ലാന്ന മട്ടിൽ അവർ നടന്നു പോകുന്നു. വൃദ്ധൻ ചിരിക്കുന്നു.

വൃദ്ധൻ തന്റെ പതുക്കെയുള്ള ഭക്ഷണം കഴിപ്പ് പൂർത്തിയാക്കുന്നു, കാറിന്റെ ഒരു വാതിൽ തുറന്ന് കുപ്പിവെള്ളം ഉപയോഗിച്ച് കൈയ്യും വായും കഴുകുന്നു, ശേഷം വീണ്ടും തന്റെ കടപ്പുറവീക്ഷണം ആരംഭിക്കുന്നു. കുറച്ചുസമയം കഴിഞ്ഞപ്പോൾ ഒരു പുരുഷനും സ്ത്രീയും, കണ്ടാൽ ഭാര്യയും ഭർത്താവും പോലെ, കുട്ടയുടെ അടുത്തേക്ക് വരുന്നു. അവർ കുട്ട ലക്ഷ്യം വച്ച് വന്നതല്ല, അതുവഴി പോയപ്പോൾ ഒരു കൗതുകം തോന്നി നോക്കാൻ ചെന്നതാണ്. പുരുഷൻ, കുട്ടയുടെ മൂടി പൊക്കി നോക്കുന്നു.

അയാൾ കുട്ടയിൽ കയ്യിട്ട് മാങ്ങയും ആപ്പിളും പൊക്കിയെടുത്ത് കഴിക്കാൻ തുടങ്ങുന്നു.

അടുത്തതായി അയാൾക്കൊപ്പം വന്ന സ്ത്രീ കുട്ടയിൽ കയ്യിട്ട് സോപ്പ്, ചീപ്പ്, പൗഡർ പോലത്തെ സാധനങ്ങൾ പൊക്കിയെടുത്ത് അവരുടെ ഭർത്താവിനെ ഏൽപ്പിച്ചശേഷം, മുട്ടുകുത്തിയിരുന്ന് കുട്ടയ്ക്കുള്ളിൽ തലയിട്ട് പരതുന്നു. അങ്ങനെ കുറച്ചുനേരം പരതി കുട്ടയിൽ നിന്നും പൊങ്ങിയ സ്ത്രീയുടെ കയ്യിൽ ഒരു ചെറിയ കടലാസ്. ഭാര്യയും ഭർത്താവും ഒരുമിച്ച് നിന്ന് കടലാസ് വായിക്കുന്നു, ശേഷം വലിയ കടലാസിൽ ഒട്ടിച്ചുവച്ചിരിക്കുന്ന ഒരു ചെറിയ കടലാസ് പറിച്ചെടുത്ത ശേഷം, വലിയ കടലാസ് കുട്ടയിലേക്ക് തിരുകിവയ്ക്കുന്നു. ശേഷം അവിടെ നിന്നും പോകുന്നു.

വൃദ്ധൻ വളരെ ആകാംക്ഷ നിറഞ്ഞിരിക്കുന്നു. കാർ ഓഫാക്കി പുറത്തേക്കിറങ്ങുന്നു, പതിയെ നടക്കുന്നു, ഏകദേശം അരകിലോമീറ്റർ ദൂരെ വച്ചിരിക്കുന്ന കുട്ടയാണ് അയാളുടെ ലക്ഷ്യം. പെട്ടെന്ന്, രണ്ട് കുട്ടികൾ കുട്ടയെ സമീപിക്കുന്നു, വൃദ്ധൻ നടത്തം നിർത്തി അവരെ വീക്ഷിക്കുന്നു. ചുട്ടുപൊള്ളുന്ന കടപ്പുറം മണ്ണിൽ ചവിട്ടിനിന്ന്, വളരെ സമാധാനത്തോടെ അയാൾ കുട്ടികളെ നിരീക്ഷിക്കുന്നു. കുട്ടികൾ കുട്ടയുടെ അകത്ത് നിന്നും രണ്ട് പായ്ക്കറ്റ് ബിസ്കറ്റ് എടുത്ത് ഓടിപ്പോകുന്നു.

വൃദ്ധൻ തന്റെ നടത്തം പുനരാരംഭിച്ചു. അയാൾ നന്നായി വിയർത്തിട്ടുണ്ട്, നന്നായി കിതയ്ക്കുന്നു, ഒരു നീണ്ട കാലയളവിൽ വൃദ്ധൻ ആദ്യമായാണ് ഇത്രയും നടക്കുന്നതെന്ന് തോന്നിപ്പോകും. വൃദ്ധൻ കുട്ടയുടെ അടുത്തെത്തി, സ്വർണ്ണ നിറമുള്ള തുണി ചെറുതായി പൊക്കിനോക്കുന്നു, ശേഷം ആ തുണി പറിച്ചു മാറ്റുന്നു. വൃദ്ധന്റെ മുഖം മങ്ങുന്നു. അയാൾ കുട്ടയിലേക്ക്

കണ്ണുചിമ്മാതെ നോക്കി നിൽക്കുന്നു. കുട്ടയുടെ അകത്തൊരു മനുഷ്യക്കുഞ്ഞ്, കാലുകളും കൈകളും ചെറുതായി അനക്കി കിടക്കുന്നു. ചുരുട്ടിക്കൂട്ടിയ ഒരു കടലാസ് കഷ്ണം കുഞ്ഞിന്റെ വായിൽ ആരൊ തിരുകി വച്ചിട്ടുണ്ട്. കുഞ്ഞിനെ നാല് തലയണകളുടെ മുകളിൽ ഭദ്രമായി വച്ചിരിക്കുന്നു.

വൃദ്ധൻ കുഞ്ഞിനെ നോക്കി ചിരിക്കുന്നു, ശേഷം കുട്ടയിൽ കയ്യിട്ട് ഒരു തലയാണി കയ്യിലെടുത്ത്, സ്വർണ്ണ തുണികൊണ്ട് കുട്ട മൂടുന്നു, തലയണയും കൊണ്ട് കാറിലേക്ക് ചെല്ലുന്നു. തലയണ സീറ്റിൽ വെച്ച് അതിൽ ചാരിയിരുന്നുറങ്ങുന്നു.

5

ബെഞ്ചും ഡെസ്കും പിന്നെയൊരു ബോർഡും

ഒരു കോളേജ് ക്ലാസ്സ്മുറി. ക്ലാസ്സിൽ അധ്യാപികയും പകുതി വിദ്യാർത്ഥികളേയും കാണാനില്ല. ആകെ ഏഴ് കുട്ടികൾ അവിടെയുണ്ട്. ഒരു വിദ്യാർത്ഥി മേശയിൽ തലവെച്ചുറങ്ങുന്നു. രണ്ട് പ്രണയജോഡികൾ സല്ലപിച്ചിരിക്കുന്നു. ഒരു വിദ്യാർത്ഥി ഏതൊ പുസ്തകം വായിച്ചിരിക്കുന്നു. ഏഴാമത്തെ വിദ്യാർത്ഥി ജനാലയുടെ അരികിൽ നിന്ന് പുറത്തേയ്ക്ക് നോക്കിനിൽക്കുന്നു. പ്രണയജോഡികളുടെ ഇടയ്ക്കിടെയുള്ള ചിരി ഒഴിച്ചാൽ, ക്ലാസ്സ്മുറിയിൽ നിശബ്ദത മാത്രം. അരമണിക്കൂർ കഴിഞ്ഞപ്പോൾ മൂന്ന് വിദ്യാർത്ഥികൾ ക്ലാസ്സിലേക്ക് വരുന്നു. അവരിലൊരാൾ ക്ലാസ്സ്മുറിയുടെ ഒരു മൂലയിൽ, തറയിൽക്കിടന്ന് ഉറക്കം തുടങ്ങുന്നു. മറ്റൊരാൾ താഴേക്ക് നോക്കി ഒറ്റയിരിപ്പ്. മൂന്നാമത്തെയാൾ തന്റെ ബാഗിൽ നിന്നും ഭക്ഷണപാത്രം എടുത്ത് കഴിക്കാൻ തുടങ്ങുന്നു.

അരമണിക്കൂർ കൂടി കഴിഞ്ഞു, ഭക്ഷണം കഴിക്കുന്ന വിദ്യാർത്ഥി കഴിച്ച് തീർന്നില്ല, ജനാലയ്ക്കരികിൽ നിൽക്കുന്ന വിദ്യാർത്ഥി, കാൽ കഴച്ചു തുടങ്ങിയതിനാൽ ജനാല തിട്ടയിൽ കയറിയിരുന്നു. പ്രണയജോഡികൾ പരസ്പരം ഉമ്മവെച്ച്

കളിക്കുന്നു. രണ്ട് പുതിയ വിദ്യാർത്ഥികൾ ക്ലാസ്സ്മുറിയിലേക്ക് വരുന്നു, അതിലൊരാൾ മറ്റൊരു ജനാലയ്ക്കരികിൽ ചെന്ന് നിൽക്കുന്നു, പുറത്തേക്ക് നോക്കി നിർത്താതെ ചിരിക്കുന്നു ശബ്ദം വരാത്ത രീതിയിൽ. മറ്റൊരാൾ ക്ലാസ്സിന്റെ മതിലിൽ ചേർന്നുനിന്ന് മതിലിലേക്ക് തുറിച്ചു നോക്കി നിൽക്കുന്നു, മതിൽ അയാളോട് എന്തൊ തെറ്റുചെയ്യ്ത പോലെ.

വീണ്ടും ഒരുമണിക്കൂർ കടന്നുപോയി. കോളേജ് മണി പലപ്പോഴായി അടിക്കുന്നുണ്ട് എങ്കിലും, ഒന്നും സംഭവിക്കുന്നില്ല. അങ്ങനെ ഒരുപാട് നേരത്തെ കാത്തിരിപ്പിനു വിരാമമായി, സാരി ധരിച്ച ഒരു അധ്യാപിക ക്ലാസ്സ്മുറിയിലേക്ക് വരുന്നു. ലാപ്ടോപും കൊണ്ടാണ് വരവ്. അധ്യാപിക ക്ലാസ്സിൽ വന്നിട്ടും ആരും അനങ്ങുന്നില്ല. അവർക്ക് യാതൊരു ബഹുമാനവും കൊടുക്കുന്നില്ല എന്ന് മാത്രമല്ല, പ്രണയജോഡികൾ മേശപ്പുറത്ത് ലൈംഗിക ബന്ധത്തിൽ ഏർപ്പെടുകയും ചെയ്യുന്നു. അധ്യാപിക, ക്ലാസ്സിൽ നടക്കുന്ന കോപ്രായങ്ങൾ കണ്ടിട്ടും ഒന്നും പറയാതെ പഠിപ്പിക്കാൻ തുടങ്ങുന്നു.

ലാപ്ടോപ്പിൽ നിന്നും എന്തൊക്കെയൊ വായിച്ച് വിവരിക്കുന്നു. ഇതിനിടയിൽ ജനാലയുടെ അരികിൽ നിന്ന് പുറത്തേക്ക് വായും നോക്കി നിൽക്കുന്ന വിദ്യാർത്ഥിയോട് തിരിച്ച് ബെഞ്ചിൽ വരാൻ നിർദ്ദേശം കൊടുക്കുന്ന അധ്യാപികയെ നോക്കുന്ന ആ വിദ്യാർത്ഥി, പിന്നീട് തന്റെ ശ്രദ്ധ മാറ്റി അധ്യാപികയെ അടിമുടി വായിനോക്കാൻ തുടങ്ങുന്നു. അധ്യാപിക താൻ ചെയ്ത തെറ്റ് തിരിച്ചറിഞ്ഞ്, ആരെയും നോക്കാതെ എന്തൊക്കെയൊ പറഞ്ഞിട്ട് അവിടെ നിന്നും ഓടി രക്ഷപെടുന്നു. വായിനോക്കി ജനാലയ്ക്ക് പുറത്തേയ്ക്ക് ശ്രദ്ധ തിരിക്കുന്നു.

വീണ്ടും ഒരു മണിക്കൂർ കടന്നുപോയി, പുതിയ രണ്ട് വിദ്യാർത്ഥികൾ അവിടെയെത്തുന്നു. അതിലൊരു വിദ്യാർത്ഥി

ചാടിത്തുള്ളി ജനാലയുടെ അരികിൽ ചെന്ന്, വായിനോക്കിയെ ജനാലയ്ക്ക് പുറത്തേയ്ക്ക് തള്ളിയിടുന്നു. ശേഷം അവൻ പ്രണയജോഡികളുടെ മേലെ ചാടിവീഴുന്നു, അവർ ഒരുമിക്കുന്നു. മറ്റെ വിദ്യാർത്ഥി ഓടിച്ചെന്ന് രണ്ട് മേശകൾ സംഘടിപ്പിച്ച്, ഒന്നിന്റെ മുകളിൽ മറ്റേതെടുത്ത് വെച്ച് മുകളിൽ ചാടിക്കയറി, പതിയെ കറങ്ങുന്ന ഫാനിനെ കൈവെച്ച് നിർത്തി, അതിന്റെ നടുക്കായി കാലുകൾ ഇരുവശത്തൂടെയും നീട്ടിയിട്ട് തലകീഴായി തൂങ്ങിക്കിടക്കുന്നു, കൈകൾ കൊണ്ട് മേശകൾ തട്ടി താഴെയിടുന്നു.

അൽപ്പസമയം കഴിഞ്ഞപ്പോൾ, രണ്ട് പോലീസ് ഉദ്യോഗസ്ഥർ ആ ക്ലാസ്സ്മുറിയിലേക്ക് വരുന്നു. അവർ ഒന്നും സംസാരിക്കാതെ, ജനാലയുടെ അരികിൽ വന്ന് നിൽക്കുന്നു, താഴേക്ക് നോക്കി എന്തൊക്കെയോ എഴുതുന്നു. ഉദ്യോഗസ്ഥർ തിരിച്ചു പോകാനായി നടക്കുന്നു, പക്ഷെ അതിലൊരാൾ തിരികെ വരുന്നു, ഫാനിൽ തലകീഴായി കിടന്ന് കറങ്ങുന്ന വിദ്യാർത്ഥിയെ നോക്കുന്നു, ശേഷം അരയിൽ നിന്നും തോക്കെടുത്ത് അവന്റെ നെറ്റിയിൽവെച്ച് പൊട്ടിക്കുന്നു. ആർക്കും ഒരു കുലുക്കവുമില്ല. ഉദ്യോഗസ്ഥൻ പോകുന്നു.

അരമണിക്കൂർ കൂടി കഴിഞ്ഞപ്പോൾ, ഒരു അധ്യാപകൻ ക്ലാസ്സ്മുറിയിലേക്ക് വരുന്നു. അയാൾ, നീന്താൻ പോകുന്നവർ ധരിക്കുന്ന കണ്ണടകൾ വെച്ചിട്ടുണ്ട്. ഫാനിൽ തലകീഴായി കറങ്ങിക്കൊണ്ടിരുന്ന ശവശരീരം താഴേക്കൊഴുകി വീഴുന്നു. അധ്യാപകൻ തന്റെ ബാഗ് തുറന്ന്, അകത്തുനിന്നും ഒരു വലിയ കവർ മുളകുപൊടി പൊക്കിയെടുത്ത് അവിടെയെല്ലാം വിതറുന്നു, എന്നിട്ട് ബാഗുമെടുത്ത് ക്ലാസ്സ്മുറിയിൽ നിന്നും പുറത്തേക്കോടുന്നു.

6

ഐതീഹ്യം സാക്ഷി

വിശാലമായൊരു പാർക്ക്. എല്ലാ പ്രായത്തിലുള്ള മനുഷ്യരും അവിടെയുണ്ട്. ചിലർ ഓടിമറിയാൻ വന്നവർ, ചിലർ വ്യായാമം ചെയ്യാൻ വന്നവർ, ചിലർ ഭക്ഷണം കഴിക്കാൻ വന്നവർ, എന്നിങ്ങനെ നിരവധി തരത്തിലുള്ള മനുഷ്യർ അവിടെയുണ്ട്. എന്നാലും കൂടുതലായി കണ്ടുവരുന്നത് പ്രണയജോഡികളെ തന്നെ. പാർക്കിലെ മൂന്നിൽ രണ്ട് ശതമാനം ബെഞ്ചുകളിലും പ്രണയ പൂമ്പാറ്റകളിരിക്കുന്നു, കഥകൾ പറഞ്ഞ് കണ്ണും കണ്ണും നോക്കിയിരിക്കുന്നു.

പാർക്കിന്റെ നടുക്കായി സ്ഥിതിചെയ്യുന്ന ചെറിയ തടാകത്തിന്റെ മുമ്പിലായി പണിതിരിക്കുന്ന ബെഞ്ചിനെ, അവിടെയുള്ള ഏറ്റവും വിശിഷ്ടമായ ഇരിപ്പിടം എന്ന് മറ്റുള്ളവർ പറയാറുണ്ട്. ആ ബെഞ്ച് ഒരിക്കലും ഒഴിഞ്ഞുകിടക്കാറില്ല, എല്ലാവർക്കും അവിടെ ഇരിക്കാനാണ് താൽപര്യം എങ്കിലും, ഭാഗ്യമുള്ളവർക്ക് മാത്രമെ അതിനു സാധിക്കുകയുള്ളു. മറ്റൊരു ഐതീഹ്യം എന്തെന്നാൽ, ഈ വിശിഷ്ട ബെഞ്ചിൽ ഒരു തവണയെങ്കിലും ഇരുന്നിട്ടുള്ള പ്രണയജോഡികൾ, എപ്പോഴും ഒന്നായിരിക്കും എന്നതാണ്. ആയതിനാൽ മിക്കപ്പോഴും, പട്ടിയെ നടത്തിക്കാൻ വരുന്നവരും, കുട്ടികളെ കളിപ്പിക്കാൻ കൊണ്ടുവരുന്നവരും

അവിടെത്തന്നെ ഇടംപിടിച്ചിരുന്നു.

അങ്ങനെയുള്ള ബെഞ്ചിൽ, ഇന്നത്തെ ദിവസം, ഭാഗ്യം ചെയ്യ്തൊരു പ്രണയജോഡി കൈക്കലാക്കുന്നു. അവർ നല്ല സന്തോഷത്തിലാണ്.

കാമുകൻ: 'ഇന്ന് ഞാൻ വീട്ടിൽ കൊണ്ടുവിടാം'

കാമുകി: 'എനിക്കൊരച്ഛനും അമ്മയുമുള്ള കാര്യം നീ മറന്നൊ?'

കാമുകൻ: 'എടി, ഈ ബെഞ്ചിന്റെ ഐതീഹ്യം നിനക്കറിയില്ലെ? ഇത് മറ്റെ പ്രണയത്തിന്റെ ദേവത കുടിയിരിക്കുന്ന ബെഞ്ചാണെന്നാ പറയുന്നത്. മിക്കവാറും നിന്റെ അച്ഛൻ ഇന്നെന്നെ പൂവിട്ട് പൂജിക്കും'

കാമുകി: 'മ്മ്, അതിന് സാധ്യതയുണ്ട്, പെട്ടിയിൽ കിടത്തി ആയിരിക്കും പൂജ, നല്ല പ്രവചനം' (ചിരിക്കുന്നു)

കാമുകൻ: 'നിനക്ക് എന്തെങ്കിലും പ്രത്യേകത തോന്നുന്നുണ്ടോ? ഇന്നത്തെ ദിവസം, നമ്മൾ ഈ ബെഞ്ചിൽ വന്നിരുന്നതിന് ശേഷം?'

കാമുകി: 'മനസ്സിനൊരു ഉന്മേഷം തോന്നുന്നു'

കാമുകൻ: 'നമ്മുടെ പ്രണയം സംബന്ധിച്ച് എന്തെങ്കിലും മാറ്റം? കൂടുതൽ സ്നേഹം?'

കാമുകി: 'അങ്ങനെ ചോദിച്ചാൽ, പതിവിലും നല്ല സന്തോഷം തോന്നുന്നുണ്ട്'

അൽപ്പനേരം മൗനമായി അവർ ഇരിക്കുന്നു. പെട്ടെന്ന് അവർക്ക് മുന്നിലേക്ക് ഒരാൾ ചെല്ലുന്നു.

അയാൾ: 'ഹലോ സാർ, ഞാൻ 'പുണ്യധനം' എന്ന മംഗല്ല്യ സ്ഥാപനത്തിലെ ജീവനക്കാരനാണ്. നിങ്ങളുടെ കല്ല്യാണം എപ്പോൾ നടത്താൻ നിശ്ചയിക്കുന്നൊ, അത്രയും നാൾ വരെ മാസാമാസം ഒരു തുക ഞങ്ങളുടെ സ്ഥാപനത്തിൽ നിക്ഷേപിച്ചാൽ, കല്ല്യാണത്തിന്റെ സമയത്ത് ഓഡിറ്റോറിയം, ഭക്ഷണം, വാഹനങ്ങൾ, ബ്യൂട്ടീഷൻ തുടങ്ങിയ എല്ലാ

സേവനങ്ങളും നിങ്ങൾക്ക് വളരെ മിതമായ നിരക്കിൽ ലഭിക്കും'

കാമുകൻ: 'ഞങ്ങൾ അങ്ങനെ കല്ല്യാണത്തെ പറ്റി ചിന്തിച്ച് തുടങ്ങിട്ടില്ല'

അയാൾ: 'ഇവിടെ ഇരിക്കാൻ പറ്റിയല്ലോ, അത് തന്നെയാണുറപ്പ്. ഇപ്പോഴെ പ്ലാൻ ചെയ്തു തുടങ്ങാൻ നോക്ക്, ദേ ഇതാണ് എന്റെ കാർഡ്, ആലോചിച്ചിട്ട് വിളിച്ചാൽ മതി'

അയാൾ പോകുന്നു. പ്രണയജോഡി എന്തൊക്കെയൊ പറഞ്ഞ് ചിരിക്കുന്നു. ചിരി നിർത്തും മുമ്പേതന്നെ അടുത്ത വ്യക്തി അവർക്ക് മുന്നിൽ പ്രത്യക്ഷപ്പെട്ടു, ഒരു സ്ത്രീ.

സ്ത്രീ: 'സാർ, ഞങ്ങളുടെ തുണിക്കടയിൽ തുണികൾ കൈകൊണ്ട് നെയ്തുണ്ടാക്കുന്ന സംവിധാനമാണ്. ഇപ്പോഴെ മാസാമാസം നിക്ഷേപം തന്നാൽ, വിവാഹസമയം ആകുമ്പോൾ നയാപൈസ കൊടുക്കാതെ എത്ര തുണികൾ വേണമെങ്കിലും മേടിക്കാം'

സ്ത്രീക്ക് പുറമെ, സ്വർണ്ണക്കട ജീവനക്കാർ, ഹണിമൂൺയാത്ര സ്ഥാപത്തിലെ ജീവനക്കാർ, സ്കൂൾ ജീവനക്കാർ, ഇൻഷുറൻസ് ജീവനക്കാർ എന്നിങ്ങനെ നിരവധി ആൾക്കാർ അവരെ സമീപിക്കുന്നു. എല്ലാവരും പ്രണയജോഡിയെ, അവരുടെ പ്രണയത്തെ അധികം വർണ്ണിച്ചും, ബെഞ്ചിന്റെ ഐതീഹ്യത്തെ പൊലിപ്പിച്ചു പറഞ്ഞും വരുതിയിലാക്കി. പലർക്കും കാമുകൻ പൈസ കൊടുക്കുകയും ചെയ്തു.

സായാഹ്ന സമയമാകുന്നു. സംസാരിച്ച് ക്ഷീണിച്ച കാമുകൻ, പതിയെ എഴുന്നേറ്റ് തടാകത്തിന്റെ അറ്റത്തുചെന്ന്, വെള്ളം കൈക്കുമ്പിളിലെടുത്ത് മുഖം കഴുകുന്നു. പെട്ടെന്ന് അപ്രതീക്ഷിതമായി തടാകത്തിൽ നിന്നും പൊങ്ങിവന്ന മുതല, യുവാവിന്റെ കഴുത്തിൽ കടിച്ച് തടാകത്തിലേക്ക് വലിച്ചിടുന്നു. തടാകം നിശ്ചലമാകുന്നു.

7

മാംസപ്രയാണം

ഒരു ചെറിയ പരീക്ഷണശാല. സാധാരണയായി പരീക്ഷണശാല എന്ന് കേൾക്കുമ്പോൾ തന്നെ മനസ്സിൽ വരുന്ന എല്ലാ ഉപകരണങ്ങളും ഇവിടേം ഉണ്ട്: ഗ്ലാസ് കൊണ്ട് നിർമ്മിച്ച പാത്രങ്ങൾ, കുപ്പികൾ, ട്യൂബുകൾ, പിന്നെ നിരവധി മൈക്രോസ്കോപ്പുകൾ, അതേപോലെ കംപ്യൂട്ടറുകൾ. വിവിധ തരം ഗ്ലാസ് പാത്രങ്ങളിൽ പച്ച നിറത്തിലുള്ള എന്തൊക്കെയൊ വളരുന്നുണ്ട്. ഒപ്പം വളരെ രൂക്ഷമായ മണ്ണിന്റെ ഗന്ധം അവിടെയെങ്ങും വ്യാപിച്ചിരുന്നു. സാധാരണ മനുഷ്യർക്കൊന്നും അവിടെ ഒരു മിനിറ്റ് തികച്ച് നിൽക്കാൻ പറ്റില്ല എന്നത് വളരെ ഉറപ്പ്.

പരീക്ഷണശാലയിൽ ആകെ ഒരു മനുഷ്യൻ മാത്രമാണിപ്പോൾ ഉള്ളത്, കണ്ടാൽ അറുപത് വയസ്സിന് മുകളിൽ പ്രായം തോന്നിക്കുന്ന ഒരു പുരുഷൻ. അയാൾ ഗ്ലാസ് കുപ്പികളിൽ എന്തൊക്കെയൊ ദ്രാവകങ്ങൾ കൂട്ടിച്ചേർക്കുന്നു, അത് ചൂടാക്കുന്നു, മൈക്രോസ്കോപ്പിൽ വച്ച് നിരീക്ഷിക്കുന്നു, അങ്ങനെ വിവിധ തരം പ്രവർത്തികൾ ചെയ്യുന്നു. മണിക്കൂറുകൾ നീണ്ട പരീക്ഷണങ്ങൾക്ക് ശേഷം അയാൾ, തറയിൽ കുത്തി നിർത്തിയിരുന്ന പ്ലാസ്റ്റിക് പെട്ടിയെടുത്ത് മേശപ്പുറത്ത് വയ്യ്ക്കുന്നു, ശേഷം അത്

തുറന്ന് ചെറിയൊരു പ്ലാസ്റ്റിക് പെട്ടി പുറത്തെടുക്കുന്നു, അതും തുറന്ന് അതിനകത്ത് ഉണ്ടായിരുന്ന ചോറും വലിയ കഷ്ണം നുറുക്കാത്ത പോത്തിറച്ചി പൊരിച്ചതും കഴിക്കാൻ തുടങ്ങുന്നു.

പെട്ടെന്ന്, മേശയിലിരിക്കുന്ന ഗ്ലാസ് പാത്രത്തിൽ തിളച്ചുകൊണ്ടിരുന്ന ദ്രാവകം, പുറത്തേക്ക് ചെറുതായി തെറിക്കാൻ തുടങ്ങുന്നു. അയാൾ ഓടിച്ചെന്ന് എന്തൊ ചെയ്യ്ത്, തിളപ്പ് കുറയ്ക്കുന്നു. എന്നാൽ തിരികെ വന്ന് ഭക്ഷണ പാത്രത്തിൽ നോക്കുമ്പോൾ, ചോറിനൊപ്പം ഉണ്ടായിരുന്ന പൊരിച്ച പോത്തിറച്ചി എഴുന്നേറ്റു നിൽക്കുന്നു, ഇതൊന്നും പോരാഞ്ഞ്, അത് സംസാരിക്കാൻ തുടങ്ങുന്നു.

ഇറച്ചി: 'എന്നെ തിന്നല്ലെ! എനിക്കൊരു കുടുംബമുണ്ടെ! എന്നെ തിന്നല്ലെ!'

പരീക്ഷകൻ ആകെ അന്ധാളിച്ചു നിൽപ്പാണ്, അയാൾ ഇറച്ചിയുടെ അടുത്തുചെന്ന് നിൽക്കുന്നു, അതിനെ തൊടാൻ ശ്രമിക്കുന്നു.

ഇറച്ചി: 'എന്നെ തൊടരുത്! ഈ ചോറ് മുഴുവൻ കഴിച്ചോളു, എന്നെ വെറുതെ വിടു, ഒരു നേരം ഇറച്ചി കഴിച്ചില്ലെന്ന് വച്ച് ആരും മരിച്ചിട്ടില്ല'

അയാൾ: 'നീ ആരാണ്? മനുഷ്യനാണൊ?'

ഇറച്ചി: 'എന്നെ കൊന്ന് കഷ്ണങ്ങളാക്കി വറുത്തിട്ട്, ഞാൻ ആരാണെന്നൊ!'

അയാൾ: 'മര്യാദയ്ക്ക് നീ ആരാണെന്ന് പറ, ഇല്ലെങ്കിൽ തീയിലിട്ട് കരിച്ച് കളയും, ഒരു നേരം ഇറച്ചി ഇല്ലെങ്കിലും എനിക്ക് ഒന്നുമില്ല'

ഇറച്ചി: 'എന്റെ പേര് മൂമു, ഞാൻ പറമ്പിൽ ആസ്വദിച്ചു പുല്ല് തിന്ന് നിന്നതാ, പെട്ടെന്ന് ഒരു കൂട്ടം ആളുകൾ വന്ന് എന്നെ കയറുകൊണ്ട് ബന്ദിയാക്കി, ശേഷം എന്റെ കണ്ണുകളിൽ എരിവുള്ള മുളക് ചതച്ചത് തേച്ചു, പിന്നീട് എന്താ

സംഭവിച്ചത് എന്ന് ഓർമ്മയില്ല'

അയാൾ: 'അത് ശരി, അപ്പോൾ ശരിക്കും പോത്ത് തന്നെ. അല്ല, ഇപ്പോൾ എന്ത് തോന്നുന്നു? വേദന ഉണ്ടോ?'

ഇറച്ചി: 'രൂക്ഷമായ വേദനയുണ്ട്! ശരീരമാസകലം കീറി മുറിച്ച് വച്ചിരിക്കുന്നത് പോലെ, ദയവായി എന്നെ രക്ഷിക്കണം'

അയാൾ: 'നിന്നെയിനി എങ്ങനെ രക്ഷിക്കാനാ! നിന്റെ ബാക്കിയുള്ള ഭാഗങ്ങളൊക്കെ ഇപ്പോൾ വല്ല സെപ്റ്റിടാങ്കിലും ചെന്നിട്ടുണ്ടാകും, എനിക്കിവിടെ കട്ടിപ്പണിയായതോണ്ട് രക്ഷപ്പെട്ടതാ നീ'

ഇറച്ചി: 'അങ്ങനെയെങ്കിൽ, എന്റെ കുടുംബത്തിനെ അവസാനമായി കാണാൻ അനുവദിക്കാമൊ? സഹായിക്കാമൊ?'

അയാൾ: 'അപ്പോൾ, അതിനുശേഷം എനിക്ക് നിന്നെ തിന്നാമൊ?'

ഇറച്ചി: 'എന്താണ് ചേട്ടാ നിങ്ങൾ ഇങ്ങനെ, എന്നെ ജീവിക്കാൻ അനുവദിക്കൂ, നിങ്ങളെന്നെ കരിച്ചു കളയാൻ തുടങ്ങിയതല്ലെ'

അയാൾ: 'അത് പിന്നെ, അപ്പോഴത്തെ ഒരു ആവേശത്തിൽ, എന്തൊ വല്ലാത്തൊരു കൊതി, നല്ല വിശപ്പുണ്ട്'

ഇറച്ചി: 'ഞാൻ എവിടുന്നേലും കുറച്ച് പൈസ മോഷ്ടിച്ചു തരാം, അതുപയോഗിച്ച് ചേട്ടൻ ഒരു വണ്ടിക്കുള്ള ഇറച്ചി മേടിച്ച് കഴിച്ചോ, പോരെ, എന്നെ സഹായിക്കൂ'

ഇറച്ചിയെ സഹായിക്കാൻ അയാൾ സമ്മതം മൂളുന്നു. ഇറച്ചിയെ എടുത്ത് തന്റെ ബാഗിലിട്ട്, കെട്ടിടത്തിൽ നിന്ന് പുറത്തേക്ക് പോകുന്നു. അയാൾ തന്റെ കാറെടുത്ത് ആദ്യം പോയത് താൻ രാവിലെ ഇറച്ചി മേടിച്ച കടയിലാണ്.

കടക്കാരൻ: 'ഹാ, എന്താ സാറെ, പുതിയ മട്ടൻ വന്നിട്ടുണ്ട്, രണ്ട് കിലോ എടുക്കട്ടെ?'

അയാൾ: 'എടാ, ഞാൻ രാവിലെ മേടിച്ച ഇറച്ചി, അതേത് ഫാമിൽ നിന്നാ കിട്ടിയത്?'

കടക്കാരൻ: 'അത് നമ്മടെ തെക്കേലെ ഷാജീടെ ഫാമീന്നാ, പുള്ളി ഫാമെല്ലാം പൊളിച്ച് അവിടെ സ്വിമ്മ്ങ് പൂള് പണിയാൻ പോകുന്നെന്നാ കേട്ടത്'

അയാൾ: 'അപ്പോൾ, അയാളുടെ ഫാമിൽ ഉണ്ടായിരുന്ന എല്ലാ പോത്തിനേയും ഇവിടെയാണൊ വിറ്റത്?'

കടക്കാരൻ: 'അതെന്ത് ചോദ്യമാ സാറെ, ഒരെണ്ണത്തിനെയല്ലെ നമ്മളെടുക്കു, ഇല്ലേൽ നഷ്ടം വരും, സാറ് പുള്ളിക്കാരനോട് നേരിട്ട് ചോദിക്ക്, ഇവിടുന്ന് ഏതാണ്ട് രണ്ട് കിലോമീറ്ററെ പോകേണ്ടതുള്ളു'

അയാൾ കടക്കാരനിൽ നിന്നും കൃത്യമായി വഴി മനസ്സിലാക്കുന്നു, ശേഷം കാറെടുത്ത് പോകുന്നു. "ഷാജീസ് ഫാം" എന്ന ബോർഡ് ദൂരെ നിന്ന് കാണാം, പരീക്ഷകൻ വണ്ടി നിർത്തി അകത്തേക്ക് ചെല്ലുന്നു, ബാഗും തോളത്തിട്ടിട്ടുണ്ട്, ഷാജി പുറത്ത് നിൽപ്പുണ്ട്, ഫാം വൃത്തിയാക്കുന്നതിന്റെ തിരക്കിലാണ്.

ഷാജി: 'എന്താ ചേട്ടാ?'

അയാൾ: 'നിങ്ങൾ രാവിലെ വിറ്റ പോത്തുകൾ, അവരെ എങ്ങോട്ടാ കൊണ്ടുപോയത്? ആരാ വാങ്ങിയത്?'

ഷാജി: 'രണ്ടെണ്ണത്തിനെ ഇറച്ചിക്കടയിൽ വിറ്റു, ബാക്കി എട്ടെണ്ണത്തിനെ എന്റെ അളിയൻ കൊണ്ടുപോയി, പുള്ളിക്കാരനൊരു ഫാമുണ്ട്, ഇവിടുന്ന് അഞ്ച് കിലോമീറ്റർ'

ഷാജിയുടെ വീട്ടിൽ നിന്നും ഇറച്ചിക്കറിയുടെ മണം പുറത്തേക്ക് വരുന്നു.

ഷാജി: 'ഹൊ! എന്താ ഒരു മണം. ഇനിയിപ്പോൾ കഴിച്ചിട്ടാകാം ബാക്കി. സാറും വന്നൊ, ഒരു പിടി പിടിച്ചിട്ട് പോകാം, വാ'

ഷാജി അകത്തേക്ക് പോകുന്നു, പരീക്ഷകൻ അൽപ്പനേരം അവിടെ നിന്ന് പരുങ്ങിയ ശേഷം തന്റെ ബാഗ് തുറന്ന്, സംസാരിക്കുന്ന ഇറച്ചിയെ പുറത്തെടുക്കുന്നു, ശേഷം അതിനെ അവിടെയുണ്ടായിരുന്ന പട്ടിക്കൂട്ടിലേക്ക് എറിയുന്നു, എന്നിട്ട് ഒന്നും സംഭവിച്ചിട്ടില്ല എന്ന മട്ടിൽ വീട്ടിലേക്ക് കയറിപ്പോകുന്നു.

8

മൂന്നാംലോക മഹാഡ്യൂട്ടി

മേരി: 'വിമലെ ഞാൻ നോക്കട്ടെ! ഇപ്പോൾ ഒന്നും പറയാൻ പറ്റൂല, നീ കുറച്ചൂടെ ക്ഷമിക്ക്'

വിമൽ: 'ഇനിയും ക്ഷമിച്ചാൽ മുറിയൊന്നും കിട്ടൂല, ഇപ്പോഴെ എല്ലാം നിറഞ്ഞു. ആൾക്കാരിപ്പോൾ രണ്ടുമാസം മുന്നേ ബുക്കിംഗാ!'

മേരി: 'എടാ സ്റ്റേഷനിലിപ്പോൾ ആളില്ല, ഇത്രയും ദിവസം ലീവൊക്കെ കിട്ടാൻ വളരെ പ്രയാസമാ, നീയൊന്ന് മനസ്സിലാക്ക്'

വിമൽ: 'എടി എത്രയെന്ന് വെച്ചാ ഇങ്ങനെ, കഴിഞ്ഞ ഒരു വർഷമായി നമ്മളീ ജില്ലവിട്ട് എങ്ങോട്ടും പോയിട്ടില്ല. മോന്റെ വെക്കേഷൻ തീരാനിനി കഷ്ടിച്ച് ഒരു മാസമെയുള്ളു. അവനെ കുറച്ചുനാളെങ്കിലും ആ ഫോണിൽ നിന്നൊന്ന് മോചിപ്പിക്കേണ്ടേ? ഇനിയും ഇരുപത് ദിവസമുണ്ടല്ലോ, ഇപ്പോഴെ ചോദിച്ചാൽ അവധി കിട്ടാതിരിക്കില്ല'

മേരി: 'ഞാൻ ചോദിക്കാം... നീ മുറി ബുക്ക് ചെയ്യ്തൊ, എല്ലാം ശരിയാക്കാം'

വിമൽ: 'ഇത് ആദ്യമെയങ്ങ് പറഞ്ഞാൽ പോരെ, ചുമ്മാ മനുഷ്യന്റെ ഉറക്കവും കളഞ്ഞ്'

വിമൽ ലൈറ്റണയ്ക്കുന്നു, രണ്ട് പേരും ഉറങ്ങാൻ കിടക്കുന്നു. അതിരാവിലെ അഞ്ച് മണിക്ക് എഴുന്നേറ്റ മേരി, അടുക്കളയിൽ ചെന്ന് പാചകം ആരംഭിക്കുന്നു, ചോറ് ഇൻഡക്ഷൻ കുക്കറിൽ വെച്ചശേഷം തലേദിവസം അരിഞ്ഞ് വച്ചിരിക്കുന്ന പച്ചക്കറികൾ ഫ്രിഡ്ജിൽ നിന്നെടുത്തോണ്ടുവന്ന് അവിയലും സാമ്പാറും ഉണ്ടാക്കുന്നു. മീൻകറി തലേദിവസം തന്നെ ഉണ്ടാക്കി വെച്ചിട്ടുണ്ട്. പ്രഭാതഭക്ഷണത്തിനായി ഇഡ്ഡലി കുട്ടുകത്തിൽ ഇഡ്ഡലിമാവൊഴിച്ച് അടുപ്പത്ത് വയ്യ്ക്കുന്നു. ചായയിട്ട് ഫ്ലാസ്ക്കിൽ വയ്ക്കുന്നു. അതിനുശേഷം കുളിച്ചൊരുങ്ങി തന്റെ സ്കൂട്ടറിൽ ഓഫീസിലേയ്ക്ക് പോകുന്നു.

ഓഫീസിൽ എത്തിയപ്പോൾ തന്നെ നഗരമധ്യത്തിൽ എന്തൊ സംഘർഷം നടക്കുന്നതിനാൽ, മേരിയുൽപ്പെടെ നിരവധി പോലീസ് ഉദ്യോഗസ്ഥരെ അവിടേയ്ക്ക് പറഞ്ഞുവിടുന്നു. കടുത്ത ചൂടിൽ ആറ് മണിക്കൂറോളം നിൽക്കുന്ന മേരിയും കൂട്ടരും, വളരെ ക്ഷീണിച്ചാണ് തിരിച്ച് സ്റ്റേഷനിലെത്തുന്നത്. അവിടെ എസ്.ഐ സാർ ഇരിപ്പുണ്ട്. മേരി പുള്ളിക്കാരന്റെ അടുത്തേക്ക് ചെല്ലുന്നു.

മേരി: 'സാർ, ഈ മാസം ഇരുപത് മുതൽ ഒരാഴ്ച എനിക്ക് ലീവ് തരണം, അത്യാവശ്യമാണ്'

സാർ: 'എന്ത് അത്യാവശ്യം? ഇവിടെ ആകെ നുള്ളിപ്പെറുക്കിയാൽ പത്ത് പേര് തികച്ചില്ല! ഇങ്ങനെ ലീവെടുത്ത് രസിക്കാനാണേൽ മറ്റേതെങ്കിലും ജോലിക്ക് പൊ!'

മേരി: 'ഞാനിവിടെ ആറുമാസമായി ഒരു ലീവെടുത്തിട്ട്, നൈറ്റ് പട്രോളിങ്ങിന് പോയാൽ ഒരു വിശ്രമദിനം പോലും തരില്ല! ഞങ്ങളൊക്കെ മനുഷ്യരല്ലെ സാറെ!'

സാർ: 'താനല്ലെ കഴിഞ്ഞ മാസം അഞ്ച് ദിവസം ലീവെടുത്തത്, അത് മറന്നൊ?'

മേരി: 'അത് പനിയായിട്ടെടുത്തതാ'

സാർ: 'പനി വന്നാൽ മെഡിക്കലാക്കണം, അല്ലാതെ വെറുതെ ലീവെടുത്ത് ഞങ്ങളെ ബുദ്ധിമുട്ടിക്കരുത്'

മേരി: 'സാറെ, ഞാൻ വേണമെങ്കിൽ ഈ മാസം ഇരുപത് വരെ, രാത്രിയും പകലും ഡ്യൂട്ടി ചെയ്യാം, മതിയൊ!'

സാർ: 'അതായത് പതിനഞ്ച് ദിവസം താൻ ഡേ ആൻഡ് നൈറ്റ് ഡ്യൂട്ടി ചെയ്യുമെന്നൊ! (ചിരിക്കുന്നു) ശരി, അങ്ങനെയെങ്കിൽ പത്ത് ദിവസത്തെ അവധി തന്നേക്കാം, അപ്പോൾ ശരി'

മേരി ദേഷ്യത്തോടെ സ്റ്റേഷനുള്ളിൽ പോകുന്നു. വൈകിട്ട് ആറുമണിക്ക് സ്കൂട്ടറുമെടുത്ത് വീട്ടിലേയ്ക്ക് പോകുന്നു. കാര്യങ്ങൾ വിമലിനെ പറഞ്ഞ് ബോധിപ്പിക്കുന്നു. അടുത്ത പതിനഞ്ചു ദിവസം പുറത്തുനിന്ന് ഭക്ഷണം വാങ്ങാമെന്ന് അവൻ പറയുന്നു. മേരി കുളിച്ചൊരുങ്ങി എട്ട് മണിക്ക് സ്റ്റേഷനിൽ ചെന്ന് നൈറ്റ് പട്രോളിങ് ഡ്യൂട്ടി ചെയ്യ്ത്, തിരികെ സ്റ്റേഷനിൽ വന്ന് അഞ്ച് മണിമുതൽ എട്ട് വരെ ബെഞ്ചിൽ ഉറങ്ങുന്നു, വീണ്ടും രാവിലത്തെ ഡ്യൂട്ടിക്ക് കയറുന്നു. ആറ് മണിക്ക് വീട്ടിലേയ്ക്ക് പോകുന്നു, എട്ട് മണിക്ക് തിരിച്ചുവരുന്നു.

അടുത്ത പതിനഞ്ചു ദിവസവും, വളരെ കഷ്ടപ്പെട്ട്, എസ്.ഐ സാറിനെ തോൽപ്പിക്കാനുള്ള ഉശിരിന്റെ പുറത്ത്, അവളിത് പിന്തുടർന്നു. പതിനഞ്ചാം ദിവസം അഥവാ ഈ മാസം പത്തൊമ്പതാം ദിനം ആറ് മണിക്ക്, എസ്.ഐ നേരിട്ട് മേരിക്ക് തന്റെ ലീവ് ഒപ്പിട്ട കടലാസ് കൊടുക്കുന്നു. എല്ലാവരും കയ്യടിക്കുന്നു. മേരിയെ വീട്ടിലേയ്ക്ക് സ്നേഹപൂർവ്വം അയയ്ക്കുന്നു. മേരി വീട്ടിലെത്തി, അടുത്ത ദിവസം യാത്ര പോകാനായി പെട്ടിയും മറ്റുമെടുത്ത് വയ്ക്കുന്നു. അതിനുശേഷം കുളിക്കുന്നു, പത്ത് മണിക്ക് ഉറങ്ങാൻ കിടക്കുന്നു.

രാവിലെ കൃത്യം ആറുമണിക്ക് തന്നെ വിമലിന്റെ ഫോണിലെ അലറാം അലറാൻ തുടങ്ങുന്നു. മേരി സുഖമായി ഉറങ്ങുന്നു. വിമൽ എത്ര വിളിച്ചിട്ടും മേരി പിന്നീട് കണ്ണുകൾ തുറന്നിട്ടില്ല.

9

ഈ കണ്ണുകൾ കടിക്കുമൊ?

യുവത്വം പാറിപ്പറക്കുന്ന ഒരു ഡിഗ്രി കോളേജ് കെട്ടിടം, അവിടെ നിന്ന് അര കിലോമീറ്റർ മാറിയാണ് കോളേജിന്റെ ഹൃദയമായ ക്യാന്റീൻ സ്ഥിതി ചെയ്യുന്നത്. മറ്റുള്ള കോളേജുകളെ അപേക്ഷിച്ച് ഇവിടുത്തെ ക്യാന്റീൻ, ഒരു കല്ല്യാണ ഓഡിറ്റോറിയത്തിന്റെ അത്രയും വലുപ്പമുള്ളതാണ്. കോളേജിലെ പഠന അന്തരീക്ഷത്തിൽ നിന്നും അൽപ്പം ആശ്വാസം തരുന്ന ഭീമൻ ക്യാന്റീനിൽ എന്നും എപ്പോഴും വിദ്യാർത്ഥികൾ നിറഞ്ഞുകവിഞ്ഞ് നിന്നിരുന്നു. ക്യാന്റീനിൽ നിന്നും കോളേജിലേക്ക് ടാർ ചെയ്യ്ത റോഡ് ഒരുക്കിയിട്ടുണ്ട്. ആ റോഡിന്റെ നടുവിലൂടെ വെള്ളവരകളും വരച്ചിട്ടുണ്ട്.

നഗരനിരത്തുകളിൽ ഉള്ളതിനെക്കാൾ ഭീകരമായ ഗതാഗതക്കുരുക്ക്, ആ റോഡിൽ പതിവായിരുന്നു. വല്ലപ്പോഴും അധ്യാപകരുടെ വാഹനങ്ങൾ അതുവഴി പോകുമെങ്കിലും കൂടുതൽ സമയവും വിദ്യാർത്ഥികളായ വാഹനങ്ങളുടെ ഒഴുക്കാണ്. ഗതാഗത സംവിധാനത്തിൽ തട്ടലും മുട്ടലും ഒഴിവാക്കാൻ പറ്റാത്ത ഒന്നാണെന്ന് പറയേണ്ടതില്ലല്ലൊ. ആൺപെൺ വ്യത്യാസമില്ലാതെ, മിക്കപ്പോഴും വാക്പോരുകളും, നാടൻതല്ലുകളും അരങ്ങേറിയ ആ

റോഡിൽ, ഇന്നും ഒരു സംഭവമുണ്ടായി.

ക്യാന്റീനിൽ നിന്നും കോളേജിലേക്ക്, മനസ്സില്ലാ മനസ്സോടെ നടന്നുവന്ന ഒരു അവസാനവർഷ ആൺപട, കോളേജിൽ നിന്നും ക്യാന്റീനിലേക്ക് ആദ്യമായി പോകുന്നതുപോലെ നടന്ന ഒരു ആദ്യവർഷ ആൺ-വിദ്യാർത്ഥിയെ മുട്ടുന്നു, ഇടിയുടെ ആഘാതത്തിൽ അവൻ താഴെ വീഴുന്നു. ആൺപട അവനെ നോക്കി ചിരിക്കുന്നു. “എവിടെ നോക്കിയാടാ നടക്കുന്നത്!” അവരിലൊരാൾ പറഞ്ഞു.

ആൺകുട്ടി പതിയെ എണീറ്റു, ഒന്നും മിണ്ടാതെ നടക്കുന്നു. ആൺപട അവിടെ നിന്നും പോകുന്നു. എന്നാൽ ആൺകുട്ടിയുടെ മുഖത്ത് എന്തൊ പരിഭ്രാന്തി രൂപപ്പെടുന്നു. അവൻ ആരേയും മുഖം നോക്കാതെ, താഴേക്ക് മാത്രം നോക്കി ക്യാന്റീനിലേക്ക് പോകുന്നു. ഒരുപാട് കഷ്ടപ്പെട്ട് ക്യാന്റീനിലെത്തി, തല ഉയർത്തുന്നു. ഒരു സമൂസയും ചായയ്ക്കും ഓർഡർ കൊടുക്കുന്നു. പൈസ കൊടുക്കാൻ നേരം ക്യാന്റീൻ ജീവനക്കാരൻ തന്നെ നോക്കി കളിയാക്കി ചിരിക്കുന്നതുപോലെ അവന് തോന്നുന്നു. അവൻ വീണ്ടും തല കുനിച്ചു, ശേഷം ബാക്കി പൈസ വാങ്ങിക്കുന്നു.

തല കുനിച്ചുനിന്ന് സമൂസയും ചായയുമായി അവിടെ ഒരു മേശപ്പുറത്തിരിക്കുന്നു. അവൻ വീണ്ടും തല ഉയർത്തുന്നു, ചായയും സമൂസയും ആസ്വദിച്ചു കഴിക്കുന്നു. എന്നാൽ പെട്ടെന്ന് തന്നെ മറ്റുള്ളവർ അവനെ നോക്കി ചിരിക്കുന്നത് അവന്റെ ശ്രദ്ധയിൽപ്പെട്ടു. മുഖമാകെ വിയർക്കാൻ തുടങ്ങിയ അവൻ, പെട്ടെന്ന് സമൂസയും ചായയും വായിൽ കുത്തിക്കയറ്റി അവിടെ നിന്നും ഇറങ്ങിപ്പോയി, തല കുനിച്ചു കൊണ്ട്. അവൻ നേരെ പോയത് തന്റെ ക്ലാസ്സ്മുറിയിലേക്കാണ്, അവിടെയെത്തിയ നിമിഷം തന്നെ, ക്ലാസ്സിന് പുറത്ത് നിൽക്കുന്ന സ്വന്തം വിദ്യാർത്ഥികൾ തന്നെ

ശ്രദ്ധിക്കുന്നത് അവൻ കാണുന്നു. കുനിഞ്ഞിരുന്ന തല വീണ്ടും കുനിയുന്നു.

കോളേജ് മണി മുഴങ്ങുന്നു. എല്ലാ വിദ്യാർത്ഥികളും തിരിച്ചു വരുന്നു. തല കുനിച്ച് ഏറ്റവും പിറകിലെ ബെഞ്ചിലിരിക്കുന്ന അവൻ, അധ്യാപകനെ നോക്കാതെ ക്ലാസ്സിലിരിക്കുന്നു, ഇത് അധ്യാപകൻ ശ്രദ്ധിക്കുന്നു.

അധ്യാപകൻ: 'ഹലൊ, അവിടെ ഏറ്റവും പിറകിൽ ഇരിക്കുന്നയാൾ, അയാളെ ഒന്ന് വിളിച്ചെ'

അവൻ തല ഉയർത്തുന്നു. അധ്യാപകനെ നോക്കുന്നു.

അധ്യാപകൻ: 'അവിടെ കുനിഞ്ഞിരുന്ന് എന്തുവാ പരിപാടി? ആരും കാണാൻ പാടില്ലാത്ത എന്തെങ്കിലുമാണൊ?'

(കുട്ടികൾ എല്ലാവരും ചിരിക്കുന്നു)

അധ്യാപകൻ: 'ഇങ്ങെഴുന്നേറ്റ് ബാ, ഇവിടെ ഫസ്റ്റ് ബെഞ്ചിൽ സ്ഥലമുണ്ട്'

അവൻ പതിയെ എഴുന്നേറ്റ് അധ്യാപകൻ പറയുന്നത് അനുസരിക്കുന്നു.

അധ്യാപകൻ: 'ഇനി ഇവിടെ കുനിഞ്ഞിരുന്ന് ഒന്നും ഒപ്പിക്കല്ലെ, അടുത്തത് ലഞ്ച് ബ്രേക്കാ'

(കുട്ടികൾ എല്ലാവരും ചിരിക്കുന്നു)

അവനാകെ വിയർത്തു വയ്യാതെയാകുന്നു. കണ്ണുകൾ ചുവന്നു, കൈപ്പത്തി വിയർക്കുന്നു, കണ്ണിൽ കണ്ണുനീർ കെട്ടുന്നു. പെട്ടെന്ന് അവിടെ നിന്നും എഴുന്നേറ്റ് ആരോടും പറയാതെ ക്ലാസ്സിന് പുറത്തേയ്ക്ക് പോകുന്നു. നേരെ ചെന്നത് വിശാലമായ ആ റോഡിലേക്കാണ്. ക്ലാസ്സ് നടക്കുന്നതിനാൽ അവിടെ തിരക്ക് കുറവാണ്. അവനവിടെ കാത്തിരിക്കുന്നു. അരമണിക്കൂർ കഴിഞ്ഞപ്പോൾ ബെൽ മുഴങ്ങുന്നു. ഉച്ചഭക്ഷണം കഴിക്കുന്ന സമയമായി, വഴി നിറയുന്നു.

അവിടെ ഒരുവശത്തുനിന്ന് എല്ലാവരെയും നിരീക്ഷിച്ച അവൻ, തന്റെ ശത്രുക്കളെ കണ്ടെത്തുന്നു. അവർ

ക്യാന്റീനിലേക്ക് പോകുവാണ്. അവൻ ഓടിച്ചെന്ന് ആൺപടയുടെ നേതാവിന്റെ തലയ്ക്കടിക്കുന്നു. നേതാവ് അൽപ്പം മുന്നിലേയ്ക്ക് തെറിച്ചു പോകുന്നു. എന്നാൽ അടുത്ത നിമിഷം നേതാവ് അവനെ ഇടിച്ച് പഞ്ഞിക്കിടുന്നു. എഴുന്നേൽക്കുക പോയിട്ട് അനങ്ങാൻപോലും പറ്റാതെ അവൻ റോഡിന്റെ നടുക്ക് ചോരയും പൊടിഞ്ഞ് കിടക്കുന്നു. ആൺപട പോകുന്നു. മറ്റെല്ലാവരും അവനെ ചുറ്റി പോകുന്നു.

പത്ത് മിനിറ്റ് കഴിഞ്ഞപ്പോൾ ആൺപട തിരികെ വരുന്നു, ബോധം നഷ്ടപ്പെട്ട് കിടക്കുന്ന അവനെ എടുത്ത് വണ്ടിയിൽ കയറ്റി ആശുപത്രിയിൽ എത്തിക്കുന്നു.

10

ലക്ഷം ലക്ഷം എവിടെയെല്ലാം!

തിരക്കുപിടിച്ച ഒരു തെരുവ്, വിവിധ ആവശ്യങ്ങൾക്കായി ചാടിച്ചാടി പോകുന്ന മനുഷ്യർ, അവരെ കുപ്പിയിലാക്കി കടകളിലേക്ക് കയറ്റാനായി കച്ചവടക്കാരുടെ സർക്കസും. എന്നാൽ ഒരു കടയിൽ മാത്രം കടക്കാരൻ, അകത്ത് സുഖമായിരുന്ന് പത്രം വായിക്കുന്നു. കടയിലേക്ക് ആരും വരണമെന്നുപോലും ആഗ്രഹമില്ല എന്ന മട്ടിലിരിക്കുന്ന അയാളുടെ അടുത്തേക്ക് ആളുകൾ ഓടിയെത്തുന്നു. മറ്റ് കച്ചവടക്കാർ പഠിച്ചപണി മുഴുവൻ പരീക്ഷിച്ചിട്ടും പറ്റാത്ത കാര്യമാണ് ഈ അത്ഭുത കടക്കാരൻ ചെയ്യുന്നത്.

പെട്ടെന്ന് ആ കടയിലേക്ക് വളരെ മോശം രീതിയിൽ വസ്ത്രം ധരിച്ച ഒരാൾ വരുന്നു. ഉടുപ്പിന്റെ ബട്ടൻസ് ഒന്നും തന്നെയിട്ടിട്ടില്ല, നല്ല കുടവയറാണ്. അടിവസ്ത്രം ധരിക്കാതെ, കീറിയ മുണ്ട് മൂന്ന് മടക്കായി ചുരുട്ടി ഉടുത്തിരിക്കുന്നു, എന്നിട്ടും മുണ്ടിന്റെ ദ്വരങ്ങളിലൂടെ കാണാൻ പാടില്ലാത്തവനെ, അങ്ങോട്ട് നോക്കുന്നവർക്ക് കാണാൻ സാധിക്കുന്നുണ്ട്. ഉടുപ്പിന്റെ പോക്കറ്റിൽ നിന്നും അഞ്ചൂറ് രൂപയുടെ ഒറ്റനോട്ട് എടുത്ത് അയാൾക്ക് കൊടുത്തിട്ട് പത്ത് ലോട്ടറി ടിക്കറ്റ് എടുക്കുന്നു, എല്ലാം തിരുകി പോക്കറ്റിൽ

കയറ്റിയ ശേഷം വഴിയെ പോകുന്നവരെ വായിനോക്കി അയാൾ നടന്നുപോകുന്നു. തെരുവിന്റെ അറ്റത്ത്, ഒരു മതിലിൽ ചാരി വെച്ചിരുന്ന, വൈക്കം സത്യാഗ്രഹ സമയത്ത് നിർമ്മിച്ചത് പോലത്തെ ഒരു സൈക്കിളും ചവിട്ടി അയാൾ പോകുന്നു.

കുറച്ച് ദൂരം ചവിട്ടി അയാൾ വീട്ടിലെത്തി, ഒരു നിലയുള്ള സാധാരണ വീട്. സൈക്കിൾ അവിടെ ചാരിവെച്ചതിന് ശേഷം അകത്തേയ്ക്ക് കയറുന്നു. എന്നാൽ വരാന്തയിൽ ഒരു പുരുഷൻ തനിക്കായി കാത്തിരിക്കുന്നത് അപ്പോഴാണ് അയാൾ കാണുന്നത്. അയാളുടെ ഒരു കയ്യിൽ ഒരു സഞ്ചിയുണ്ട്, അയാൾ എഴുന്നേൽക്കുന്നു.

പുരുഷൻ: 'എന്തിയേടാ എന്റെ പൈസ! നീ നാല് മാസമായി പറ്റിക്കുവാ എന്നെ, നീ എന്റെ കൂടെ എപ്പോഴൊ പഠിച്ചിരുന്നു എന്ന ഒറ്റ കാര്യം പരിഗണിച്ചാ നിനക്ക് ഇത്രയും അവധി തന്നത്. ഇനിയില്ല, നാളെ വൈകുന്നേരം വരെ നിനക്ക് സമയമുള്ളു! ഒന്നും പറയണ്ട! ഇവിടുത്തെ പോലീസ് കമ്മീഷണർ എന്റെ സുഹൃത്താ, നാളെ രാത്രി നീയിവിടെയുണ്ടെന്ന് ഞാനറിഞ്ഞാൽ, പിന്നെ പോലീസാ ഇവിടെ വരാൻ പോന്നത്! അല്ല പിന്നെ'

ഇത്രയും പറഞ്ഞ് ആ പുരുഷൻ അവിടുന്ന് പോകുന്നു, പൈസ അയാളുടെ കയ്യിലില്ല എന്ന് നല്ല ഉറപ്പായിരുന്നു. സഞ്ചിയെടുക്കാൻ ഉടയോൻ മറന്നുപോയി. ആകെ വിഷമിച്ച, ലോട്ടറി എടുത്തുവന്ന അയാൾ, ഉടയോന്റെ സഞ്ചിയുമെടുത്ത് വീട്ടിലേക്ക് കയറുന്നു, വീടിനകം മുഴുവൻ ലോട്ടറി ടിക്കറ്റുകൾ കൊണ്ട് മെഴുകിയിട്ടിരിക്കുന്നു. ചെന്നപാടെ കിടക്കുന്നു. നാല് മണിക്കൂറോളം കിടന്നിട്ടെണീക്കുന്നു. എന്നിട്ട് ഹാളിൽ വന്ന് ടീവി ഓണാക്കി ലോട്ടറി ഫലങ്ങൾ നോക്കുന്നു. ഒരു ബീഡി കത്തിച്ചു പുകയ്ക്കുന്നു. ഒട്ടും പ്രതീക്ഷയില്ലാതെ ഇരിക്കുന്ന അയാൾ പെട്ടെന്ന് ഞെട്ടിയെണീക്കുന്നു.

തന്റെ ലോട്ടറി ടിക്കറ്റ് ടീവിയുടെ അടുത്ത് കൊണ്ടുവയ്യ്ക്കുന്നു. ഒന്നാം സമ്മാനം തനിക്കാണ് കിട്ടിയത് എന്ന് മനസ്സിലാക്കുന്നു. അയാൾ തുള്ളിച്ചാടുന്നു. അയാൾ സ്വയം സംസാരിക്കാൻ തുടങ്ങുന്നു.

"നീ കോടീശ്വരൻ ആയെടാ! ദൈവം നിന്നെ കോടീശ്വരനാക്കി. ഇത്രയും നാൾ നീ അനുഭവിച്ച എല്ലാ വേദനകളും ഇന്ന് തീർന്നെടാ. ഒരു ബംഗ്ലാവ് നീ വാങ്ങും, അതിൽ അമ്പത് വേലക്കാരും, ലോകത്തുള്ള എല്ലാ ഉപകരണങ്ങളും. ഒരു ബാർ തന്നെ നീ സ്വന്തമാക്കണം. ഇത് നിന്റെ ദിവസമാടാ, നീ ആഘോഷിക്കണം"

ഇത്രയും പറഞ്ഞ് കഴിഞ്ഞപ്പോൾ അയാളുടെ മുഖം മങ്ങുന്നു.

"ഈ പൈസ എങ്ങനെയാണ് മേടിക്കുന്നത്? ഇത്രേം പൈസ എന്റേൽ ഉണ്ടെന്നറിഞ്ഞാൽ ആരേലും... ഓഹ്, അതിനല്ലെ പോലീസും കോടതിയും മറ്റും".

വീടിന്റെ ഉടയോൻ മറന്നുവെച്ചിട്ട് പോയ സഞ്ചി മേശപ്പുറത്ത് നിന്നും താഴെ വീഴുന്നു, അതിൽ നിന്നും പാലും പായസം മിക്സും താഴെ വീഴുന്നു. ഇത് കാണുന്ന അയാൾക്ക് സന്തോഷം ഇരട്ടിക്കുന്നു. പാലും മിക്സുമെടുത്ത് അടുക്കളയിൽച്ചെന്ന് പാചകം ചെയ്യാൻ തുടങ്ങുന്നു, പെട്ടെന്ന് ആരൊ വീടിന്റെ കോളിംങ് ബെല്ലടിക്കുന്നു. അയാൾ പേടിക്കുന്നു. പതുക്കെ വരാന്തയിലേക്ക് ചെല്ലുന്നു.

"ചേട്ടാ, നമ്മുടെ ലൈബ്രറീടെ നവീകരണത്തിന് എന്തെങ്കിലും" ഒരു കൂട്ടം ചെറുപ്പക്കാർ പറഞ്ഞു. നാളെ വരാൻ പറഞ്ഞ് അവരെ മടക്കി അയക്കുന്നു. വീണ്ടും സ്വയം സംസാരിക്കാൻ തുടങ്ങുന്നു.

"അവർക്ക് മനസ്സിലായെയൊ എനിക്കാ ലോട്ടറി അടിച്ചതെന്ന്? അവരെന്നെ തുറിച്ചു നോക്കിയല്ലൊ! രാത്രി വന്ന് ടിക്കറ്റ് അപഹരിച്ച്... ഇനി ഉടയോൻ അറിഞ്ഞതാണൊ!

കമ്മീഷണറിന്റെ സഹായത്തോടെ എന്നെ! ഞാനെവിടെ പോയി ഒളിക്കും? ഈ പൈസ എവിടുന്നാ കിട്ടുന്നെ! ഒരു തോക്കിനെത്രാ വില, എങ്ങനെ ഒപ്പിക്കും? പട്ടാളക്കാരിടുന്ന വസ്ത്രം കിട്ടിയിരുന്നേൽ ആരെയും പേടിക്കേണ്ടി വരില്ലായിരുന്നു"

അടുക്കളയിൽ ചെല്ലുന്നു, വീണ്ടും പാചകം ചെയ്യാൻ തുടങ്ങുന്നു, പക്ഷെ പെട്ടെന്ന് പിറകിലെ കതക് തുറന്ന് കിടക്കുന്നത് അയാൾ കാണുന്നു. ഓടിച്ചെന്ന് അതടയ്ക്കുന്നു, മുമ്പിലത്തെ കതകും ജനാലകളും അടയ്ക്കുന്നു. തലയിൽ കയ്യും വെച്ച് അന്ധാളിച്ചു നിൽക്കുന്നു.

"ആരൊ ഈ വീട്ടിൽ കയറീട്ടുണ്ട്. ആരാടാ! ചുണയുണ്ടേൽ ഇറങ്ങി വാടാ. വന്ന് പൊരുതി എടുക്കെടാ!"

അൽപ്പസമയം അവിടെതന്നെ നിൽക്കുന്നു, ആരും വീടിനുള്ളിൽ നിന്നും തന്റെ മുമ്പിലേക്ക് വരുന്നില്ല. അയാൾ ഒരു ബീഡി കത്തിക്കുന്നു. അടുത്ത നിമിഷം ആ വീട് പൊട്ടിത്തെറിക്കുന്നു.

11

സന്മനസ്സുള്ളവർക്ക് മത്തങ്ങ

(ഒരു പച്ചക്കറികട)

മധു: 'എടൊ, ഇതൊക്കെ ഇന്ന് വന്ന സാധനങ്ങൾ തന്നെയല്ലേ! ദേ ഇതൊക്കെ ചീഞ്ഞിരിക്കുന്നല്ലോ, ഞങ്ങളെല്ലാം പൊട്ടന്മാരാണെന്ന് കരുതിയോടാ!

കടക്കാരൻ: 'എന്റെ പൊന്ന് സാറെ, രാവിലെ എണീറ്റുപോയി പറിച്ചോണ്ടിവിടെ കൊണ്ടുവയ്യ്ക്കാൻ എന്റെയടുത്ത് പറമ്പൊന്നുമില്ല. ലോറിയിൽ സാധനം വരും, ഞാൻ മേടിച്ചു വയ്ക്കും. എന്തായാലും ലോറി വന്നത് ഇന്ന് രാവിലെയാ, ഇപ്പോൾ സമാധാനമായൊ?'

മധു: 'ആ ലോറിക്കാരൻ വെള്ളമടിച്ച് കക്കൂസേലും പോയി ഒരു മാസമായി കൂടെക്കൊണ്ട് നടന്നതുതന്നെ ഇതെല്ലാം. എനിക്കെങ്ങും വേണ്ട ഈ പുല്ലൊന്നും! ആളുകളെ കൊല്ലാൻ കടയും തുറന്നിരുന്നോളും. ദേ നോക്ക്, തക്കാളിയിൽ പുഴു! ചതഞ്ഞ കിഴങ്ങ്, വാടിയ സവാള. ഇവിടെ എന്തേലും നല്ല സാധനം ഉണ്ടോടാ!'

കടക്കാരൻ: 'സാറെ ചുമ്മാ അലമ്പാക്കാതെ പോയെ, വേറെ എവിടുന്നേലും പോയി മേടിക്ക്, എന്നും വന്ന് എനിക്കിട്ട് തന്നാലെ സാറിന് ഉറക്കം വരത്തോളൊ! എനിക്ക്

മറ്റുള്ളവർക്ക് സാധനം കൊടുക്കണം, ചെല്ല്"

മധു ഒന്നും മിണ്ടാതെ തിരിഞ്ഞ് നടക്കുന്നു. ചന്തയിൽ നിന്നിറങ്ങി, തൊട്ടടുത്തുള്ള തന്റെ വീട്ടിലെത്തുന്നു. കതക് തുറന്ന് അകത്തുകയറിയ നിമിഷം തന്നെ, മടക്കിക്കുത്തി വച്ചിരിക്കുന്ന തന്റെ ഒട്ടിപ്പൊ മുണ്ടഴിക്കുന്നു. മുണ്ടിനോടൊപ്പം, കോവയ്ക്ക, തക്കാളി, സവാള, കിഴങ്ങ്, മുളക്, അമരപയർ എന്നിവ തനിക്ക് ചുറ്റുമായി വീഴുന്നു. പച്ചക്കറികൾ കൊണ്ട് തീർത്തൊരു വട്ടത്തിന്റെ അകത്ത് നിൽക്കുന്ന മധു, ഓടി അടുക്കളയിൽച്ചെന്ന് ഒരു പാത്രവുമായി വന്ന് പച്ചക്കറി പറക്കുന്നു.

പച്ചക്കറി ഫ്രിഡ്ജിൽ കയറ്റിയ ശേഷം, അതിൽ നിന്നും കുറച്ചെടുത്ത് മുറത്തിൽ വയ്ക്കുന്നു, ശേഷം ഫ്രിഡ്ജിന് പുറത്തിരിക്കുന്ന ഒരു മുഴുവൻ മത്തങ്ങ മുറിക്കാനായി എടുക്കുന്നു. മത്തങ്ങ മേശപ്പുറത്തുവെച്ച് മൂർച്ചയേറിയ കത്തിയുമായി അതിനെ സമീപിച്ച അയാൾ പെട്ടെന്ന് എന്തൊ കണ്ട് പതറുന്നു. കത്തി താഴെ വച്ചശേഷം, മത്തങ്ങയിലേക്ക് സൂക്ഷ്മമായി നോക്കുന്നു.

മത്തങ്ങയുടെ ഒരുവശത്തായി ഒരു ദ്വാരം അയാൾ കാണുന്നു, പോരാത്തതിന് അതുവഴി ഉറുമ്പുകൾ ഇറങ്ങിവരുന്നതും കാണുന്നു. അയാൾ മത്തങ്ങ പൊക്കിയെടുത്ത് ദ്വാരത്തിലേക്ക് നോക്കുന്നു, ഞെട്ടുന്നു. മത്തങ്ങയുടെ അകത്ത് ഒരു സാമ്രാജ്യം തന്നെ തീർത്തിരിക്കുന്നു ഉറുമ്പുകൾ. എന്നാൽ ഉറുമ്പുകളെല്ലാം അവരവരുടെ ഭവനങ്ങളിൽ ഒളിച്ചിരിക്കുന്നു. അയാൾ മത്തങ്ങ താഴെ വയ്ക്കുന്നു, അവിടുന്നും ഇവിടുന്നും ഉറുമ്പുകൾ വന്ന് മത്തങ്ങയിൽ കയറുന്നത് അയാൾ ശ്രദ്ധിക്കുന്നു. ഒരു പുഞ്ചിരി അയാളുടെ മുഖത്ത് വിരിയുന്നു.

അയാൾ ചെന്ന് തന്റെ മൊബൈൽ ഫോൺ എടുക്കുന്നു, അതിന്റെ ക്യാമറ തുറന്ന ശേഷം, മത്തങ്ങയുടെ

ദ്വാരത്തിനരികിൽ കൊണ്ടുവയ്യ്ക്കുന്നു, എന്നിട്ട് പോയി സമാധാനത്തോടെ ഉറങ്ങുന്നു. ഒരു മണിക്കൂർ നീണ്ട നിദ്ര അവസാനിപ്പിച്ച് അയാൾ ചെന്ന് ഫോൺ തിരിച്ചെടുത്ത്, ക്യാമറ പകർത്തിയ അത്ഭുത കാഴ്ചകൾ നോക്കുന്നു. തന്റെ ഭാഗ്യദിനമായതിനാൽ ആയിരിക്കാം, ഒരു ഉറുമ്പിൻ കല്ല്യാണമാണ് ആദ്യം കാണുന്നത്, അതിനുശേഷം ഉറുമ്പുകൾ തുള്ളിക്കളിക്കുന്നു, മത്തങ്ങ മതിലുകൾ ഭക്ഷിക്കുന്നു. നിലവിലുള്ളവർക്ക് ഏകദേശം ഇരുപത് വർഷം ജീവിക്കാനുള്ള മത്തങ്ങ മാംസം അതിനകത്തുണ്ട്. അയാൾ ചിരിക്കുന്നു.

പിന്നീട് അങ്ങോട്ട് എല്ലാ ദിവസവും അയാളിത് ആവർത്തിച്ചു. അങ്ങനെയങ്ങനെ, ഉറുമ്പുകൾ കൈകോർത്ത് പ്രണയിച്ച് നടക്കുന്നത് മുതൽ തലകുത്തി വ്യായാമം ചെയ്യുന്നത് വരെ കാണുന്നു. ഇതൊന്നും കൂടാതെ, മല്ലയുദ്ധങ്ങൾ, നൃത്തം, സംഗീതം, നാടകം എന്നിങ്ങനെ വിനോദപരമായ പരിപാടികളും നടത്തുന്നു. അയാളിതൊക്കെ കണ്ട് പൊട്ടിച്ചിരിച്ചു. രണ്ടാഴ്ചയോളം അയാൾ ഇതൊക്കെ കണ്ടാസ്വദിച്ച് വീട്ടിൽ തന്നെ കിടന്നു.

ഉറുമ്പുകളുടെ സന്തോഷകരമായ ജീവിതം അയാളിൽ സന്തോഷമുണർത്തി. ഉറുമ്പിൻ മത്തങ്ങയുമായി അയാൾ കൂടുതൽ അടുത്തു. അങ്ങനെ ഒരുദിവസം, മത്തങ്ങ സ്കൂട്ടറിന് മുമ്പിൽവെച്ച് അയാൾ എങ്ങോട്ടൊ പോകുന്നു, സമയം രാത്രിയാണ്. അരമണിക്കൂറോളം നിർത്താതെ വണ്ടിയോടിച്ച്, പുല്ലും ചെടികളും നിറഞ്ഞ് കിടക്കുന്നൊരു മൈതാനത്തിന് മുമ്പിൽ വണ്ടി നിർത്തുന്നു. ശേഷം മത്തങ്ങ പൊക്കിയെടുത്ത് അവിടേയ്ക്ക് എറിയുന്നു. പുല്ലും ചെടികളും കൊണ്ട് മറഞ്ഞ് കിടന്ന കുളത്തിനെ ഇടിച്ചു താഴ്ത്തി മത്തങ്ങ മുങ്ങിപോകുന്നു. അയാൾ തിരിച്ചു വീട്ടിൽച്ചെന്ന് സമാധാനത്തോടെ ഉറങ്ങുന്നു.

12

കൺവഴി കലിപ്പിലാണ്

വിജനമായൊരു മലയോര പ്രദേശം. ചരക്കുലോറികൾ നിറ സാന്നിധ്യമായ അവിടെ, റോഡുകൾ നല്ല രീതിയിൽ ശരിയാക്കി ഇട്ടിട്ടുണ്ട്. സുരക്ഷാ ബോർഡുകളും ലൈറ്റുകളും സ്ഥാപിച്ചിട്ടുണ്ട്. ഇതൊക്കെ ഉണ്ടായിട്ടും, പലയിടത്തും വണ്ടികൾ തട്ടിയ പാടുകൾ, മലമണ്ണിൽ പതിഞ്ഞ് കിടപ്പുണ്ട്. ആ മുറിവുകൾക്ക് ഉത്തരവാദിയായ വാഹനം, മുപ്പത് വർഷമായി ലോറിയോടിക്കുന്ന നന്ദൻ ചേട്ടന്റേതാണ്. ആ നന്ദൻ ചേട്ടന്റെ ലോറി മലയോര റോഡിലൂടെ കടന്നുപോകുന്നു. വിവരിച്ചത് പോലെ ലോറിയുടെ എല്ലാ വശങ്ങളും ഗുരുതരമായ പരിക്ക് പറ്റിയ രീതിയിലാണ്.

വണ്ടിക്കുള്ളിൽ നന്ദൻ അതീവ ജാഗ്രതയോടെയിരിക്കുന്ന ദൃശ്യങ്ങൾ കണ്ടാൽ ആരും ചോദിച്ചുപോകും "പിന്നെങ്ങനെ" എന്ന്. ജാഗ്രതയ്ക്കൊപ്പം വളരെ പതുക്കെയാണ് വണ്ടി പോകുന്നത് എന്നതും എന്തൊ അസ്വാഭാവികത ഉളവാക്കുന്നു.

(ഠപ്പ്!)

ലോറി ചെറുതായി മണ്ണുമലയുടെ മണ്ണുമതിലിൽ തട്ടുന്നു. പെട്ടെന്ന് തന്നെ നിയന്ത്രണം വീണ്ടെടുത്ത നന്ദൻ വിയർക്കാൻ തുടങ്ങുന്നു. ജാഗ്രതയുടെ തീവ്രത മൂന്നിരട്ടി

വർദ്ധിപ്പിക്കുന്നു. എന്നാൽ വീണ്ടും വണ്ടി ചെറുതായി തട്ടുന്നു. എന്താണ് സംഭവമെന്നാൽ, വിജനമായ ആ വഴികളിൽ പെട്ടെന്ന് എന്തൊ കണ്ട് വെട്ടിക്കുമ്പോൾ വണ്ടി തട്ടുന്നു. ഒരുവിധത്തിൽ ഓടിച്ചാണ് നന്ദൻ ചേട്ടൻ ലോറിയുമായി ലക്ഷ്യസ്ഥാനത്ത് എത്തുന്നത്. അതുപോലെ ഓരൊ തവണയും ചരക്കിറക്കി കഴിഞ്ഞ് വണ്ടി വർക്ക്ഷോപ്പിലുമാവും.

തൊഴിലാളി: 'എന്താ ചേട്ടാ, ഇതുവരെ ഈ അസുഖം മാറീലെ?'

ഡ്രൈവർ: 'ഇല്ലടൊ, അത് മാറുമെന്ന് തോന്നുന്നില്ല. എത്ര കണ്ണാടികൾ വെച്ച് നോക്കി, ഒരു കാര്യവുമില്ല'

തൊഴിലാളി: 'എനിക്ക് നല്ല പണി കിട്ടുന്നുണ്ട് എങ്കിലും ചേട്ടനിങ്ങനെ ഓരൊ ദിവസവും കിട്ടുന്ന പൈസ എന്റെ കയ്യിൽ കൊണ്ടുതരുന്നത് എനിക്കിപ്പോൾ വിഷമമായിത്തുടങ്ങി'

ഡ്രൈവർ: 'എന്നാപിന്നെ നീ പൈസ മേടിക്കണ്ടടാ, എനിക്കും വലിയ താൽപര്യമൊന്നുമില്ല'

തൊഴിലാളി: 'അയ്യൊ, ചേട്ടാ അങ്ങനെ ചെയ്യ്താൽ നാളെമുതൽ ഈ കടയിവിടെ കാണില്ല'

(തൊഴിലാളി ഒറ്റയ്ക്ക് ചിരിക്കുന്നു)

തൊഴിലാളി: 'ചേട്ടൻ നമ്മുടെ യദു ഡോക്ടറെ ചെന്ന് കണ്ടുനോക്ക്'

ഡ്രൈവർ: 'അതിനയാൾ ന്യൂറൊ സർജനല്ലേ?'

തൊഴിലാളി: 'അതെ, എന്റെ ചേട്ടാ, ഈ കാഴ്ച്ചയും തലച്ചോറും തമ്മിൽ വലിയ ബന്ധമാ. തലച്ചോർ ഇല്ലെങ്കിൽ കണ്ണുകാണാൻ തന്നെ പറ്റില്ലെന്നാ പറയുന്നത്'

ഡ്രൈവർ: 'നീ ഇതൊക്കെ എവിടുന്ന് കേൾക്കുന്നു?'

തൊഴിലാളി: 'ഞാൻ സോഷ്യൽ മീഡിയയിലൊക്കെ സജീവമല്ലെ, സാറ് പോയി കണ്ടുനോക്ക്'

ഡ്രൈവർ: 'ഇതുപിന്നെ മറ്റേ കണ്ണാടിക്കടക്കാർ പറഞ്ഞില്ലല്ലോ, അതെന്താ?'

തൊഴിലാളി: 'എന്നെപ്പോലെ നിങ്ങള് കാരണം ജീവിക്കുന്ന മറ്റൊരു വിഭാഗമല്ലെ അവരും, അതുകൊണ്ടാ'

(തൊഴിലാളി ഒറ്റയ്ക്ക് ചിരിക്കുന്നു)

ഡ്രൈവർ ഒരു ഓട്ടോ പിടിച്ച്, നേരത്തെ തൊഴിലാളി പറഞ്ഞ ഡോക്ടറെ കാണാനായി പോകുന്നു. അവിടെ കാത്തിരിക്കുന്നു. രണ്ട് മണിക്കൂർ കഴിഞ്ഞപ്പോൾ തന്റെ അവസരം വന്നു, അകത്തേയ്ക്ക് ചെല്ലുന്നു.

ഡോക്ടർ: 'എന്താ ചേട്ടാ?'

ഡ്രൈവർ: 'മോനെ ഞാനൊരു ലോറി ഡ്രൈവറാ, ഈ മലയോര പ്രദേശങ്ങളിലൂടെയാ മിക്കപ്പോഴും യാത്ര, അപ്പോൾ... ചിലപ്പോഴൊക്കെ റോഡിൽ മനുഷ്യരും മൃഗങ്ങളുമൊക്കെ പെട്ടെന്ന് പ്രത്യക്ഷപ്പെടുന്നു. തോന്നലാണ്. പക്ഷെ പെട്ടെന്ന് വണ്ടി വെട്ടിച്ച് അവിടേം ഇവിടേം തട്ടിക്കും. ഈ തലച്ചോറും കണ്ണും തമ്മിൽ എന്തെരൊ ഉണ്ടെന്നൊരു പയ്യൻ പറയണ കേട്ട്, മോന് സഹായിക്കാൻ പറ്റുന്ന കേസാണൊ ഇത്?'

ഡോക്ടർ: 'തീർച്ചയായും പറ്റും. ചേട്ടൻ പറഞ്ഞത് ശരിയാണ്, തലച്ചോറാണ് കണ്ണ് എന്ത് കാണുന്നു എന്ന് കണ്ണിന് പറഞ്ഞ് കൊടുക്കുന്നത്. ചേട്ടന് എന്തെങ്കിലും അപകടം പറ്റിയിട്ടുണ്ടോ?'

ഡ്രൈവർ: 'ഒരിക്കൽ പറ്റിയിട്ടുണ്ട്, ഇങ്ങനെ ലോറിയിൽ പോയപ്പോൾ ഒരു പെൺകുട്ടി വണ്ടിയുടെ മുമ്പിൽച്ചാടി. മരിക്കാൻ തന്നെ ചെയ്യ്തതാ'

ഡോക്ടർ: 'അതാണ് പ്രശ്നം. അന്നത്തെ സംഭവം ചേട്ടന്റെ തലച്ചോറിൽ നന്നായി പതിഞ്ഞ് കിടപ്പുണ്ട്, ചിലസമയം അത് പുറത്ത് വരും, പ്രത്യേകിച്ച് ഒരുപാട് കാഴ്ചകൾ പെട്ടെന്ന് കണ്ടുപോകുമ്പോൾ, വണ്ടി ഓടിക്കുന്ന

സമയം'

ഡ്രൈവർ: 'മോനെ, ഇതിന് പ്രതിവിധി വല്ലതുമുണ്ടോ?'

ഡോക്ടർ: 'അതെന്ത് ചോദ്യമാ ചേട്ടാ. യന്ത്രമനുഷ്യർ വാഴുന്ന ഈ കാലത്ത്, ഇത്തരം ചെറിയൊരു കാര്യത്തിന് മരുന്നില്ലേന്നൊ'

ഡോക്ടർ ഒരു കുറിപ്പെഴുതി കൊടുക്കുന്നു.

ഡോക്ടർ: 'ഈ മരുന്ന് ദിവസവും ഒരു നേരം കഴിച്ചാൽ മതി, രാത്രി'

ഡ്രൈവർ ഡോക്ടർക്ക് നന്ദി പറഞ്ഞ് മടങ്ങുന്നു. വീട്ടിൽച്ചെന്ന് മരുന്ന് കഴിച്ച് സുഖമായി ഉറങ്ങുന്നു. അതിരാവിലെ എഴുന്നേറ്റ് കുളിച്ച്, വണ്ടിയെടുക്കാനായി പോകുന്നു. വണ്ടിയെടുത്ത് യാത്ര ആരംഭിച്ചു, പതിയെ മലയിറങ്ങി വരുന്നു, ഒരുപാട് ദൂരം വന്നിട്ടും ഒന്നും കാണുന്നില്ല, അയാൾ ചിരിക്കുന്നു, വേഗത കൂട്ടുന്നു. നിവർന്നു കിടക്കുന്നൊരു റോഡ് വരുന്നു, ആക്സിലേറ്റർ ചവിട്ടിപ്പിടിച്ചു ലോറി പായിക്കുന്നു. മലയിൽ നിന്നും വാഹനം താഴേക്ക് പതിക്കുന്നു, ലോറി ചിന്നഭിന്നമായി.

13

ചോറ്റിൽനിന്നും

ഒരു ക്ലാസ്സ്മുറി. സ്റ്റാൻഡേർഡ് ഏഴ് എന്ന് ബോർഡിന്റെ ഒരു മൂലയ്ക്ക് എഴുതി വച്ചിട്ടുണ്ട്. ഉച്ചഭക്ഷണ സമയം ആയതിനാൽ, ക്ലാസ്സ്മുറിയിൽ ചന്തയ്ക്ക് സമാനമായ അലപ്പാണ്. ആദ്യത്തെ ബെഞ്ചിലിരുന്ന് ഭക്ഷണം കഴിക്കുന്ന രണ്ട് ആൺകുട്ടികൾ, കെവിനും എബിയും, പെട്ടെന്ന് അവർക്കിടയിൽ എന്തൊ സംഭവിക്കുന്നു. അവരിൽ ഒരാളുടെ പാത്രത്തിൽ നിന്നും ഒരു മുടിനാര് കിട്ടിയതാണ് ഇത്ര വലിയ സംഭവം.

കെവിൻ: 'എടാ ഭയങ്കരാ, നീ രക്ഷപ്പെട്ടൂലൊ'

എബി: 'എന്താടാ? നീ എന്തൊക്കെയാ ഈ പറയുന്നത്? ഇതെന്റെ അമ്മേടെ മുടിയാ'

കെവിൻ: 'എടാ അത്താഴത്തിൽ നിന്ന് മുടി കിട്ടിയാൽ, ആ ദിവസം മുഴുവൻ, അവർ പറയുന്നത് എന്തും മുടിദേവത സാധിച്ചു തരും എന്നാണ് ഐതിഹ്യം'

എബി: 'ശരിക്കും?'

കെവിൻ: 'എടാ സത്യമായിട്ടും!'

കെവിൻ തന്റെ പാത്രത്തിലെ ചോറ് മുഴുവൻ അരിച്ചു പെറുക്കി നോക്കുന്നു.

കെവിൻ: 'ശ്ശെ! എനിക്ക് ഇനി എന്നാ'

എബി: 'എടാ നീ ചുമ്മാതെ പൊട്ടത്തരം പറയാതെ. ഇതൊക്കെ ഉള്ളതാണൊ?'

കെവിൻ: 'എടാ നിനക്ക് സംശയം ഉണ്ടെങ്കിൽ പോയി ചെയ്ത് നോക്ക്'

എബി: 'എന്ത് ചെയ്യാൻ?'

കെവിൻ: 'എന്തേലും ആഗ്രഹം, ഹാ, നിനക്ക് രേവതിയോട് ഐലവ്യൂ പറയണ്ടെ, ചെല്ല്, ഇന്നാണ് അതിന് പറ്റിയ ദിവസം'

എബി: 'അത് വേണൊ?'

കെവിൻ: 'ഒന്ന് ചെല്ലെടാ പേടിത്തൂറി!'

കെവിൻ എബിയെ തള്ളി പറഞ്ഞയച്ചു, എബി ആണേൽ എന്തെങ്കിലും ആകട്ടേന്ന് പറഞ്ഞ്, പെൺകുട്ടികളുടെ ആദ്യത്തെ ബെഞ്ചിൽ ഒറ്റയ്ക്കിരുന്ന് ഭക്ഷണം കഴിക്കുന്ന ഒരു പെൺകുട്ടിയുടെ അടുത്ത് ചെന്ന് എന്തൊ പറയുന്നു, ശേഷം ചിരിച്ചോണ്ട് കെവിന്റെ അടുത്തേക്ക് വരുന്നു.

എബി: 'എടാ അവൾ സേംടുയൂ പറഞ്ഞു, നീ പറഞ്ഞതൊക്കെ ഉള്ളതാണൊ!'

കെവിൻ: 'പിന്നല്ലാതെ, എടാ ഇത് ഐതീഹ്യമാ, ഇതിൽ കള്ളമില്ല'

എബി: 'ഇത് എത്ര സമയം കാണും?'

കെവിൻ: 'ഒരു ദിവസമെന്നാ പറയുന്നത്'

എബി: 'എടാ ഞാൻ എന്നാൽ വീട്ടിൽ പോകുവാ, പോകുന്ന വഴിക്ക് ഒരു ലോട്ടറി ടിക്കറ്റും എടുക്കണം'

കെവിൻ: 'എടാ ഷെയർ തരണെ'

എബി: 'തരാടാ'

കെവിൻ: 'എടാ ഒരു കാര്യം കൂടി, ഇന്ന് ഇന്ത്യയുടെ കളിയുള്ളതാ, ഇന്ത്യ ജയിക്കുമെന്ന് ഒന്ന് പറയാമൊ'

എബി: 'ഇന്ത്യ ഉറപ്പായും ജയിക്കും, കപ്പും അടിക്കും'

എബി, ചോറ്പാത്രം അടച്ച് ബാഗിൽ കയറ്റി, ബാഗുമെടുത്ത് ക്ലാസിന് പുറത്തേക്ക് പോയി. സ്കൂളിൽ നിന്ന്

സെക്യൂരിറ്റിയുടെ കണ്ണ് വെട്ടിച്ച് പുറത്തിറങ്ങി, ബസ്സിൽ കയറി എവിടെയൊ ഇറങ്ങുന്നു. ലോട്ടറി വിൽക്കുന്ന ഒരു പെട്ടിക്കടയിൽ അവൻ ചെല്ലുന്നു, അമ്പത് രൂപ കൊടുത്ത് ഒരു ടിക്കറ്റ് വാങ്ങിക്കുന്നു, എന്നിട്ട് സന്തോഷത്തോടെ തുള്ളിച്ചാടി പോകുന്നു. അര മണിക്കൂർ നടന്നപ്പോൾ തന്റെ ഭവനത്തിൽ എത്തിച്ചേർന്നു. വീട്ടിൽ ആരും ഉണ്ടായിരുന്നില്ല.

യൂണിഫോം അഴിച്ച് കുളിക്കാനായി പോകുന്നു. കുളി കഴിഞ്ഞ് തിരിച്ചു വന്ന് ടീവി കാണാൻ തുടങ്ങി. ഇന്ത്യയുടെ മത്സരം കാണുകയാണ്. സമയം അഞ്ച് മണി ആകുന്നു, കളി അവസാനിച്ചു, ഇന്ത്യ ജയിച്ചു. എബി സന്തോഷം കൊണ്ട് തുള്ളിച്ചാടി, ശേഷം വീട്ടിൽ നിന്ന് പുറത്തേക്കോടി, പതിനഞ്ച് മിനിറ്റ് നിർത്താതെ ഓടിയ എബി, ലോട്ടറി കടയിൽ എത്തുന്നു.

എബി: 'മാമാ, നറുക്കെടുപ്പ് കഴിഞ്ഞോ?'

അയാൾ: 'ദേ ഇപ്പോൾ കഴിഞ്ഞതെയുള്ളു, മോൻ ടിക്കറ്റ് എടുത്തായിരുന്നോ?'

എബി തന്റെ കയ്യിലിരുന്ന ടിക്കറ്റ് അയാൾക്ക് കൊടുത്തു, അയാൾ അത് പരിശോധിക്കുന്നു.

അയാൾ: 'മോനെ, അടിച്ചിട്ടുണ്ട്. അഞ്ഞൂറ് രൂപ അടിച്ചിട്ടുണ്ട്'

എബിക്ക് സന്തോഷം ഇരട്ടിയാകുന്നു. മുന്നൂറ് രൂപയും നാല് ടിക്കറ്റുകളും നൽകി അയാൾ എബിയെ മടക്കി അയച്ചു. തിരികെ വീട്ടിലേക്ക് നടക്കുമ്പോൾ, അടച്ചിട്ടിരിക്കുന്ന ഒരു കടത്തിണ്ണയിൽ, സമ്മാനപ്പൊതി ഉപയോഗിച്ച് പൊതിഞ്ഞ ഒരു പെട്ടി കിടക്കുന്നത് അവന്റെ ശ്രദ്ധയിൽപ്പെട്ടു. വളരെ ആവേശത്തിൽ അത് തുറന്നു നോക്കിയ എബിയുടെ നേരെ, ശരങ്ങൾ പോലുള്ള മുള്ളുകൾ പാഞ്ഞ് വന്നു, ശരീരത്തിൽ തുളച്ചുകയറി. അവൻ അലറിക്കരഞ്ഞ് ഓടി. പെട്ടിയിൽ ഉണ്ടായിരുന്ന മുള്ളൻപന്നിയും ഓടിപ്പോകുന്നു.

14

മേശക്കച്ചേരിയും പ്രജകളും

"ഹലോ? ആ പറഞ്ഞോളൂ... ഹലോ? ഇല്ല, അങ്ങനെ പറ്റില്ല. ഹലോ... അക്ഷയ വഴി പറ്റില്ല... ങ്ഹേ! ഞാലിപ്പൂവൻ പഴമൊ! ഹലോ... ഇല്ല സഹോദരാ, ഓഫീസിൽ വരാതെ ഒന്നും ചെയ്യാൻ പറ്റില്ല. ശരി" ഗവൺമെന്റ് ഉദ്യോഗസ്ഥൻ ഫോൺ വയ്യ്ക്കുന്നു. പെട്ടെന്ന് തന്നെ അടുത്ത ഫോൺ വരുന്നു. മനസ്സില്ലാമനസ്സോടെ അദ്ദേഹം ഫോൺ എടുക്കുന്നു..

"ഹലോ? ഹലോ? അതെ, ഇല്ലല്ലോ, അങ്ങനെയൊരു പദ്ധതി ഇവിടെയില്ല... എന്നാൽ ഗൂഗിളിനോട് തരാൻ പറ. ങ്ഹേ... ഹാ അങ്ങനെയുള്ള ഒരു പരിപാടിയും നിലവിൽ വന്നിട്ടില്ല. വല്ല പണിക്കും പോടാ ചെക്കാ!" ഗവൺമെന്റ് ഉദ്യോഗസ്ഥൻ ഫോൺ വയ്യ്ക്കുന്നു. അടുത്ത നിമിഷം തന്നെ അടുത്ത കോൾ വരുന്നു. അദ്ദേഹം ഫോണെടുക്കാൻ തുടങ്ങുന്നു, പക്ഷെ തന്റെ എതിർവശം ഇരിക്കുന്ന ഉദ്യോഗസ്ഥൻ, ഫോണിന്റെ വയറൂരിയിടാൻ ആംഗ്യം കാണിക്കുന്നു. അയാൾ അങ്ങനെ ചെയ്യുന്നു.

ഓഫീസിന് മുൻപിലും പിന്നിലുമായി നൂറുകണക്കിന് മനുഷ്യർ കൂട്ടംകൂടി നിൽക്കുന്നു. സമയം ഒൻപത് മണി ആവുന്നതെയുള്ളു. പുറത്ത് നിൽക്കുന്ന ചിലർ ഇടിച്ചുതള്ളി

അകത്തേയ്ക്ക് വരുന്നു.

ഉദ്യോഗസ്ഥൻ: 'ഹാ, നിങ്ങളെല്ലാവരും ഇതെങ്ങോട്ടാ! അരമണിക്കൂർ കഴിയും. പുറത്ത് നിൽക്ക്. ബാക്കി ഉദ്യോഗസ്ഥർ വരുന്നതെയുള്ളു'

ഒരാൾ: 'ഞങ്ങള് ഒരു മണിക്കൂറായി ഇവിടെ നിൽക്കുവാ, ഇവിടെ ബാക്കിയുള്ളോരൊക്കെ എന്തിയെ! ജനങ്ങളെ സേവിക്കാനല്ലേ നിങ്ങളെ ശമ്പളം തന്നിരുത്തിയിരിക്കുന്നത്!'

ഉദ്യോഗസ്ഥൻ: 'ഹലോ അങ്ങനത്തെ സംസാരമൊന്നും വേണ്ട കേട്ടോ! ഇവിടെ ആഴ്ച്ചയിൽ ആറ് ദിവസവും രാവിലെ മുതൽ രാത്രിവരെ പട്ടിപ്പണി എടുക്കുന്നവരാ ഞങ്ങള്, നിങ്ങളിന്ന് മാത്രമല്ലെ വന്നത്, കുറച്ചും കൂടി ക്ഷമിക്കുന്നതിൽ ഒന്നും തോന്നണ്ട'

അവരെല്ലാം പുറത്തേയ്ക്ക് ചെല്ലുന്നു. പെട്ടെന്ന് ഒരു വൃദ്ധൻ ഓഫീസിലേയ്ക്ക് ഇടിച്ചുകയറി വരുന്നു.

വൃദ്ധൻ: 'ഈ ഫോണെടുത്ത് മാറ്റിവയ്ക്കാൻ ആരാ നിങ്ങൾക്ക് അധികാരം തന്നത്! എന്നാപ്പിന്നെ ഈ ആപ്പീസ് പൂട്ടി വീട്ടിൽ പോയിരിക്ക്, ഞങ്ങളുണ്ടാക്കാം ഇതൊക്കെ!'

വൃദ്ധൻ ഫോണെടുത്ത് നേരെ വയ്യ്ക്കുന്നു, ഇത്രയും സംസാരിച്ചതിന്റേയും, നടന്നുവന്നതിന്റെയും ക്ഷീണം അയാളെക്കൊണ്ട് കൂടുതൽ പറയിപ്പിക്കാതെ അവിടെ നിന്നും കൊണ്ടുപോകുന്നു.

അടുത്ത നിമിഷം ഉദ്യോഗസ്ഥന് കോൾ വരുന്നു, "ഹലൊ, ആ പറയു സാർ... തയ്യാറാക്കി കൊണ്ടിരിക്കുവാ സാർ... സാർ ഭൂമിക്കരവും അവകാശ പട്ടികയും തയ്യാറാക്കുന്ന തിരക്കിലായിരുന്നു... ഉടനെ എത്തിക്കാം സാർ... ഇല്ല, സാർ ഇതുവരെ എത്തിയിട്ടില്ല" അയാൾ ഫോൺ വയ്യ്ക്കുന്നു. ഉടനെ അടുത്ത ഫോൺ വരുന്നു.

"ഹലോ... ഇല്ല, അങ്ങനെ ആരും പറഞ്ഞില്ലല്ലൊ... എന്ന് പറഞ്ഞാൽ എങ്ങനാ, ഇവിടെ നൂറുകൂട്ടം പണിയുണ്ട്... ശരി,

ഒരാളെ വിടാം" ഫോൺ വയ്യ്ക്കുന്നു. "സാറെ, ആ അതിഥി തൊഴിലാളികൾ കുടിയേറി താമസിക്കുന്നിടത്ത് ചെറിയ പ്രശ്നം, അവിടേയ്ക്ക് പെട്ടെന്ന് ചെല്ല്" രണ്ടാമത്തെ ഉദ്യോഗസ്ഥനോട് പറയുന്നു. അയാൾ തൽക്ഷണം ബാഗുമെടുത്ത് പോകുന്നു. ഇപ്പോൾ ഓഫീസിലാകെ ഒരു ഉദ്യോഗസ്ഥൻ മാത്രമാണുള്ളത്. അയാൾ മേശയിൽ പേന കൊണ്ട് കുത്തി കുത്തി, മുന്നിലുള്ള കംപ്യൂട്ടർ നോക്കിയിരിക്കുന്നു.

കുറച്ച് ആളുകൾ ഓഫീസിലേയ്ക്ക് വരുന്നു. "ഞങ്ങളൊക്കെ പൊട്ടന്മാരെന്ന് വിചാരിച്ചോ! പത്ത് മണിയും കഴിഞ്ഞ് പതിനൊന്നായി, ഇനി താനും കൂടെ ഇറങ്ങിപ്പോയാൽ ഞങ്ങള് പിന്നെ ഇത്രേം നേരം എന്തുണ്ടാക്കാൻ നിൽക്കുവാ! പറ്റില്ലേൽ രാജിവെച്ചു പോടൊ!" അവരിൽ മുമ്പിൽ നിന്ന വ്യക്തി പറയുന്നു.

"അൽപ്പം കൂടി ക്ഷമിക്കു, എല്ലാവരും സ്ഥലം പരിശോധിക്കാൻ പോയിരിക്കുവാ, നിങ്ങൾ വേണമെങ്കിൽ അപേക്ഷ ഇവിടെ വെച്ചിട്ട് പൊയ്ക്കോളു, സമയമുള്ളപ്പോൾ വന്നാൽ മതി" ഉദ്യോഗസ്ഥൻ പറയുന്നു.

"ഓഹ്, ഇനി ഞങ്ങള് വീട്ടിൽ പോയിട്ട്, നാളെയും മറ്റന്നാളും എല്ലാ ദിവസവും വന്ന് ഇവിടെ കിടക്കാം. എന്റെ കുടുംബത്തിന് ഇയാള് ചിലവിന് കൊടുക്കുമോ!" പ്രതിനിധി പറഞ്ഞു.

"നിങ്ങളൊന്ന് പുറത്തേയ്ക്ക് പോകു, എല്ലാം ശരിയാക്കാം" ഉദ്യോഗസ്ഥൻ പറയുന്നു, പെട്ടെന്ന് മറ്റൊരു കോൾ വരുന്നു. "ഹലോ, ഹാ! താൻ പിന്നെ എന്തോന്നാ എടുത്തോണ്ട് പോയത്! ... എനിക്ക് സമയമില്ല, ഇവിടെ ആകെ പ്രശ്നമാ, താൻ വന്നെടുക്ക്... വയ്യെങ്കിൽ വല്ല ആശുപത്രിയിലും പോയി കിടക്ക്" ദേഷ്യത്തിൽ ഫോൺ വയ്യ്ക്കുന്നു.

ഉദ്യോഗസ്ഥൻ കംപ്യൂട്ടർ നോക്കി ബുക്കുകളിൽ എന്തൊക്കെയൊ എഴുതുന്നു. പേന കൊണ്ട് മേശയിൽ കുത്തിക്കുറിക്കുന്നു. പേനയ്ക്ക് പ്രശ്നമൊന്നും സംഭവിക്കുന്നില്ല എന്നത് ആശ്ചര്യം. വളരെ തീക്ഷ്ണതയോടെ കംപ്യൂട്ടർ നോക്കി എഴുതിയിരിക്കുമ്പോൾ പെട്ടെന്ന് വൈദ്യുതി വിച്ഛേദിക്കപ്പെടുന്നു. കംപ്യൂട്ടർ അണയുന്നു. അടുത്ത നിമിഷം ചാടിയെണീറ്റ ഉദ്യോഗസ്ഥൻ മേശയും കസേരയും പൊക്കി മതിലിലെറിയുന്നു. ഒരു തടിപ്പലക കയ്യിലെടുത്ത് അവിടെയെല്ലാം നശിപ്പിക്കുന്നു. അലമാരകൾ തള്ളിയിടുന്നു, അതിന്റെ പ്രകമ്പനത്തിൽ, കെട്ടിടത്തിൽ വിള്ളൽ ബാധിച്ചിരുന്നൊരു മതിൽ ഇടിഞ്ഞുവീഴുന്നു. അതിന്റെ ഫലമായി കെട്ടിടം മുഴുവൻ തകർന്ന് വീഴുന്നു.

15

നിശബ്ദ പടക്കം

(സ്കൂൾ ബെൽ മുഴങ്ങുന്നു)

പുസ്തകവും വടിയും കയ്യിൽ പിടിച്ച്, പുത്തൻ സാരിയുമുടുത്ത് രാജകീയമായി അധ്യാപിക പ്ലസ് ടു ക്ലാസ്സ്മുറിയിൽ എത്തുന്നു. കുട്ടികളെല്ലാവരും അധ്യാപികയെ സ്വാഗതം ചെയ്യുന്നു.

അധ്യാപിക: 'ഗുഡ് മോണിംഗ്, ഇരിക്കു. എല്ലാവരും നല്ല സുന്ദരന്മാരും സുന്ദരികളും ആയിട്ടുണ്ടല്ലൊ, എല്ലാവരും ഹാപ്പിയാണൊ?'

കുട്ടികളെല്ലാം ഒരുമിച്ച് "അതെ" എന്ന് പറയുന്നു. അധ്യാപിക ഹാജർ എടുക്കുന്നു. ഒരു കുട്ടി ഒഴിച്ച് ബാക്കി എല്ലാവരും ക്ലാസ്സിന് എത്തിയിട്ടുണ്ട്.

അധ്യാപിക: 'അപ്പോൾ നമ്മുക്ക് പഠിക്കാൻ തുടങ്ങിയാലൊ?'

കുട്ടികളെല്ലാവരും ഒരുമിച്ച് "തുടങ്ങാം" എന്ന് പറയുന്നു.

അധ്യാപിക: 'എല്ലാവരും പുസ്തകം തുറന്ന് അറുപത്തിയഞ്ചാം പേജെടുത്തെ... അപ്പോൾ നമ്മളിന്ന് പഠിക്കാൻ പോകുന്നത്, യാരൽ നൈനാ എറ്റിധന എന്ന ഭമഘട്ടാ ശാസ്ത്രജ്ഞൻ അൻവിനേരായുടെ വളരെ പ്രാധാന്യമുള്ളൊരു ഫിസിക്സ് സിദ്ധാന്തത്തെ പറ്റിയാണ്.

ആരെങ്കിലും വീട്ടിൽ പോയി നോക്കിയായിരുന്നൊ? ഞാൻ കഴിഞ്ഞ ക്ലാസ്സിൽ പറഞ്ഞായിരുന്നു... ശരി, അത് സാരമില്ല, എല്ലാവരും ശ്രദ്ധിച്ചിരിക്ക് കേട്ടൊ... ഈ സിദ്ധാന്തം അനുസരിച്ച് ഏതൊരു വസ്തുവും ആ വസ്തുവിന്റെ തന്നെ വാസ്തവത്തെ വേർതിരിക്കാൻ ശക്തിയില്ലാത്ത, അതേസമയം സാധാരണത്തത്തെ ഹനിക്കാൻ ശക്തിയുള്ളതും ആകുന്നു എന്നാണ്. എല്ലാവർക്കും മനസ്സിലായല്ലൊ?'

കുട്ടികളെല്ലാവരും "അതെ" എന്ന് പറയുന്നു.

അധ്യാപിക: 'എങ്കിൽ നമ്മുക്ക് അടുത്ത സിദ്ധാന്തം പഠിക്കാം, എല്ലാ പരീക്ഷകളിലും മാറിമാറി ചോദിക്കുന്ന—

"അകത്തേയ്ക്ക് വരാമൊ ടീച്ചർ?"

(ക്ലാസ്സ് നിശബ്ദമാകുന്നു)

ടീച്ചർ: 'വന്നാലും'

സ്കൂളിന്റെ പ്രിൻസിപ്പൽ മാഡം ക്ലാസ്സിലേക്ക് കയറുന്നു, കുട്ടികളെല്ലാം എഴുന്നേറ്റ് ബഹുമാനം കൊടുക്കുന്നു.

പ്രിൻസിപ്പൽ: 'എന്താ ടീച്ചറെ, നല്ല ഉന്മേഷമുണ്ടല്ലൊ, എന്താ പഠിപ്പിക്കുന്നത്?'

ടീച്ചർ പ്രിൻസിപ്പാളിന് പാഠഭാഗം കാണിച്ച് കൊടുത്തു, ടീച്ചറോടൊപ്പം ചേർന്ന് പ്രിൻസിപ്പാളും പഠിപ്പിക്കാൻ തുടങ്ങുന്നു. ക്ലാസ്സ്മുറി വളരെ ഉണർന്നിരിക്കുന്നു. ക്ലാസ്സ് തുടങ്ങി അരമണിക്കൂറിന് മുകളിലാവുന്നു. അപ്പോൾ സ്കൂൾ ഗേറ്റ് കടന്നൊരു ആൺകുട്ടി വരുന്നു. മുടി നീട്ടി വളർത്തിയ, താടിയും മീശയും നന്നായി വളർന്നുകിടക്കുന്ന, മുഷിഞ്ഞ യൂണിഫോം ധരിച്ചെത്തിയ കുട്ടി, പ്രിൻസിപ്പൽ നിൽക്കുന്ന ക്ലാസ്സിലേക്ക് വരുന്നു.

"ടീച്ചറെ, കയറിക്കോട്ടെ?" അവൻ ടീച്ചറോട് ചോദിക്കുന്നു.

(ക്ലാസ്സ്മുറി നിശബ്ദമായി)

ഒന്നും മിണ്ടാതെ പ്രിൻസിപ്പൽ ക്ലാസ്സിൽ നിന്നും ഇറങ്ങിപ്പോയി, പുതുതായി വന്ന കുട്ടിയുടെ മുഖത്ത് പോലും അവർ നോക്കിയില്ല. ടീച്ചർ തലയാട്ടി, കുട്ടി അകത്തേയ്ക്ക് കയറി, ആദ്യ ബെഞ്ചിൽ ആദ്യം ഇരിക്കുന്നു. അൽപ്പസമയം മൗനമായി സ്വയം പുസ്തകം വായിച്ചു നിന്ന ടീച്ചർ എല്ലാവരോടും നോട്ട് ബുക്ക് എടുക്കാൻ പറയുന്നു. ശേഷം നോട്ട്സ് പറഞ്ഞു കൊടുക്കുന്നു. ടീച്ചർ ഓരോ മിനിറ്റിടവിട്ട് വാച്ച് നോക്കുന്നു.

സ്കൂൾ ബെൽ മുഴങ്ങിയ നിമിഷം തന്നെ ടീച്ചർ ക്ലാസ്സിൽ നിന്നും പോകുന്നു. പുതിയ കുട്ടിയും പുറത്തേയ്ക്ക് പോയി. കുട്ടികളെല്ലാവരും ബുക്കുകളുമെടുത്ത് എങ്ങോട്ടോ പോകുന്നു. അടുത്തത് കെമിസ്ട്രി ലാബ് ക്ലാസ്സായിരുന്നു. ഒരു മിനിറ്റ് പോലും പാഴാക്കാതെ, ഹാജർ പോലുമെടുക്കാതെ, എല്ലാവരും ലാബിലിരുന്ന് പരീക്ഷണങ്ങൾ തുടങ്ങുന്നു. ലാബിൽ നിൽക്കുന്ന അധ്യാപികയും കാര്യങ്ങൾ പെട്ടെന്ന് പറഞ്ഞുപോകുന്നു. അടുത്ത പത്ത് മിനിറ്റിൽ ലോകം അവസാനിക്കും എന്ന മട്ടിൽ ചാടിത്തുള്ളി നിൽക്കുന്ന അധ്യാപിക, പെട്ടെന്ന് നിശബ്ദമായി. പുതിയ കുട്ടി കയ്യും വീശി ലാബിലെത്തി. അത്രയും നേരം ടീച്ചറുമായി സംവദിച്ച കുട്ടികൾ നിശബ്ദരായി.

പുതിയ കുട്ടിയും പരീക്ഷണങ്ങൾ തുടങ്ങുന്നു. മേശപ്പുറത്ത് നിന്നും വിവിധതരം കെമിസ്ട്രി ലായിനികൾ, പൊടികൾ, അലമാരിയിൽ എടുത്തുവയ്യ്ക്കാൻ തുടങ്ങിയ അധ്യാപികയുടെ കൈ തെറ്റി ചില കുപ്പികൾ താഴെവീണു പൊട്ടുന്നു. ലാബ് മുഴുവൻ പുകയായി, കുട്ടികളെല്ലാം പുറത്തിറങ്ങി, അധ്യാപിക ശക്തമായി ചുമച്ച് പുറത്തേക്കോടുന്നു, അടുത്തുള്ള അലങ്കാരക്കുളത്തിൽ പോയി ചാടുന്നു. സ്കൂളിൽ ഒരറിയിപ്പ് കേൾക്കുന്നു.

“ചില സാങ്കേതിക പ്രശ്നങ്ങൾ മുന്നിൽകണ്ട് ഇന്നത്തെ അധ്യായന ദിവസം അവസാനിപ്പിക്കുന്നു. എല്ലാ കുട്ടികളും അവരവരുടെ ഭവനങ്ങളിലേക്ക് പോവുക”

ലാബിൽ നിന്നിറങ്ങിയ കുട്ടികളെല്ലാം ക്ലാസ്സിലേക്ക് പോകുന്നു, എല്ലാവരും ബാഗിൽ പുസ്തകങ്ങൾ നിറയ്ക്കുന്നു. പുതിയ കുട്ടി കയ്യും വീശി ഗേറ്റിന് പുറത്തേയ്ക്ക് പോകുന്നു. മറ്റൊരു കുട്ടിയേയും സ്കൂൾ പരിസരത്ത് കാണാനില്ല. പ്രിൻസിപ്പൽ, തന്റെ മുറിയിലെ ജനാലയിലൂടെ പുതിയ കുട്ടി സ്കൂൾ ഗേറ്റ് കടന്നു പോകുന്നത് നോക്കി നിൽക്കുന്നു.

16

പ്രചോദനം സമ്മാനം

ഒരു സായാഹ്നം. ഒരു ചെറിയ കാർ വിവിധതരം ഇടറോഡുകളിലൂടെ സഞ്ചരിച്ച്, ഒരു രണ്ടുനില വീട്ടിലെത്തുന്നു. കാറിന്റെ വാതിൽ തുറന്ന് ഒരു യുവാവ് പുറത്തിറങ്ങി, കാറിൽ നിന്നും രണ്ട് ബാഗുകളെടുത്ത് അയാൾ വീട്ടിലേയ്ക്ക് നടന്നുകയറുന്നു. കയ്യില്ലാത്ത ടീഷർട്ടും, നിക്കറും വേഷം, ആകെ വിയർത്തു കുളിച്ചിട്ടുണ്ട്. മുഖത്തും വിയർപ്പ് തളം കെട്ടി നിൽക്കുന്നു. വളരെ ക്ഷീണിച്ചമട്ടിൽ അയാൾ സോഫയിലിരിക്കുന്നു, വീടിനുള്ളിൽ നിന്നും ഹാളിലേക്ക് നടന്നുവന്ന യുവതി, അയാളെ കണ്ട അടുത്ത നിമിഷം തിരികെപ്പോകുന്നു. അൽപ്പസമയം കഴിഞ്ഞപ്പോൾ തിരികെ വരുന്നു, കയ്യിലൊരു തവി പിടിച്ചിട്ടുണ്ട്.

യുവതി: 'സാർ, ഒന്നെണീക്കാമൊ?'

യുവാവ്: 'പറ്റുമെന്ന് തോന്നുന്നില്ല. കാറോടിച്ച് വന്ന പാട് ചില്ലറയല്ല, എന്താ മോളു?'

യുവതി: 'ആ കയ്യൊന്നു നീട്ടിക്കെ'

യുവാവ് കൈനീട്ടുന്നു, യുവതി തന്റെ കയ്യിലിരുന്ന തവി അവന്റെ കയ്യിൽ വെച്ച് കൊടുക്കുന്നു.

യുവതി: 'ഈ വർഷത്തെ ഓസ്ക്കാർ മിസ്റ്റർ അരുൺ സജി, ഫോർ ദ് ഗ്രേറ്റ് വിയർപ്പ് തുള്ളികൾ. എല്ലാവരും

കയ്യടിച്ചെ'

യുവാവ്: 'ശ്ശെടാ! എടീ ഞാൻ ശരിക്കും പോയി, നീ മറ്റെ പുലി വരുന്നേന്ന് വിളിച്ചു കൂവുന്ന ചെറുക്കന്റെ കഥവെച്ച് എന്നെ പരീക്ഷിക്കുവല്ലെ?'

യുവതി: 'നിങ്ങള് സമയം കളയാൻ കോളേജ് ആഡിറ്റോറിയത്തിൽ ഈച്ചയടിച്ച് ഇരിക്കുന്ന കാര്യം ദിവ്യ ടീച്ചർ എന്നെ വിളിച്ചു പറഞ്ഞായിരുന്നു. കഷ്ടം തന്നെ നിങ്ങടെ കാര്യം'

യുവാവ്: 'ഈ ദിവ്യയെന്തിനാ എന്നേയും മണപ്പിച്ചു നടക്കുന്നത്!'

യുവതി: 'അയ്യടാ, മണപ്പിച്ചു നടക്കാൻ പറ്റിയൊരു ചരക്ക്! ഞാനാ അവളെ വിളിച്ചു നോക്കാൻ പറഞ്ഞത്. നിങ്ങൾക്ക് എന്താ പ്രശ്നം? ഭക്ഷണത്തിനൊ നിയന്ത്രണം പറ്റില്ലെന്ന് പറയുന്നു, ജിമ്മിൽ പോകാനും പറ്റില്ലെ! മുപ്പത്തിരണ്ട് വയസ്സിൽ തന്നെ പ്രമേഹരോഗിയുമായി. ഇനി എന്തൊക്കെ പതക്കങ്ങൾ വേണം. രണ്ട് കൊച്ചു കുട്ടികൾ വളർന്ന് വരുന്നത് ഓർമ്മയുണ്ടൊ! അതും രണ്ട് പെൺകുട്ടികൾ. അവരുടെ കല്ല്യാണമൊക്കെ കാണണ്ടെ നിങ്ങൾക്ക്? ഇങ്ങനെ ഏകമയം പരബ്രഹ്മമായി നടക്കുന്നത് ശരിക്കും ആത്മഹത്യ ചെയ്യുന്നതിന് തുല്ല്യമാ, ഓർത്തോ നിങ്ങൾ! (കരയുന്നു) നിങ്ങൾക്ക് ഞങ്ങളോടൊന്നും സ്നേഹമില്ല, അതാണ് ഇങ്ങനെയൊക്കെ ചെയ്യുന്നത്'

യുവാവ്: 'ഓഹ്, എന്തൊരു വെറുപ്പിക്കലാ കൊച്ചെ നീ, ഈ നിന്നെയാണല്ലൊ ഞാൻ അഞ്ച് വർഷം പ്രേമിച്ച് നടന്നത്, ഹൊ! ഇനി കൂടുതൽ കരയേണ്ട, ഞാൻ ഇപ്പോൾ തന്നെ ജിമ്മിലേക്ക് പോകാം, സമാധാനമായല്ലൊ!'

യുവാവ് ബാഗുമെടുത്ത് ദേഷ്യം നിറഞ്ഞ മുഖവുമായി പുറത്തേയ്ക്ക് പോകുന്നു. കാറെടുത്ത് ചീറിപ്പാഞ്ഞ് ജിമ്മിലേക്ക് പോകുന്നു. എന്നാൽ ജിമ്മിന്റെ പുറത്ത് കാർ

പാർക്ക് ചെയ്ത് പുറത്തിറങ്ങിയ യുവാവിന്റെ മുഖത്ത് ഭയം നിറയുന്നു. താൻ ജിമ്മിലേക്കല്ല പകരമേതൊ പ്രേത ബംഗ്ലാവിലേക്കാണ് കയറുന്നത് എന്ന രീതിയിൽ അയാൾ അകത്തേയ്ക്ക് ചെല്ലുന്നു. ജിമ്മിലെ വാതിൽ തുറന്ന് അകത്ത് കയറിയപ്പോൾ മുതൽ, അയാളുടെ കാലും കയ്യും വിറയ്ക്കാൻ തുടങ്ങുന്നു. അകത്ത് കുറച്ച് യുവാക്കളും യുവതികളും വ്യായാമങ്ങൾ ചെയ്യുന്നുണ്ട്, ഇനി അവരാണൊ തന്റെ ഭയത്തിന്റെ കാരണമെന്നറിയില്ല.

വളരെ സൂക്ഷ്മതയോടെ നടന്നുനീങ്ങിയ യുവാവ്, ജിം ഉപകരണങ്ങളുടെ അടുത്തേയ്ക്ക് ചെല്ലാതെ, ഒരുപാട് അകന്നുനടന്ന്, വിശ്രമിക്കുന്ന സ്ഥലത്തെത്തുന്നു. ജിം ഉപകരണങ്ങളിലേക്ക് ഒരു നിമിഷം നോക്കുമ്പോൾ തന്നെ അയാൾക്ക് എന്തൊ പരിഭ്രാന്തി രൂപപ്പെടുന്നു. പെട്ടെന്ന് ഒരാൾ വന്ന് യുവാവിനെ സമീപിച്ചു.

യുവതി: 'ഹരി, എന്താ വർക്കൗട്ട് ഒന്നും ചെയ്യാതെ ഇവിടെ വന്നിരിക്കുന്നത്, നിന്റെ ഭാര്യ എന്നെ വിളിച്ചായിരുന്നു, നീ വർക്കൗട്ട് ചെയ്യുന്നത് വീഡിയോ കോൾ ചെയ്യാനാ പറയുന്നത്. ചെന്ന് എന്തെങ്കിലുമൊക്കെ ചെയ്യ് മാഷെ, പാവം അവളെയിട്ട് ഇങ്ങനെ വിഷമിപ്പിക്കാതെ!'

(യുവതി ചിരിക്കുന്നു)

യുവാവ് രണ്ടും കൽപ്പിച്ച് ഒരു ബെഞ്ചിൽ പോയി കിടക്കുന്നു, നെഞ്ചിന്റെ മുകളിലായി കമ്പിയിൽ വിശ്രമിക്കുന്ന ഭാരം അവൻ കൈകളിലെടുക്കുന്നു. യുവതി വീഡിയോ കോൾ ചെയ്യ്ത് ഭാര്യയെ കാണിക്കുന്നു. അവർ ആർപ്പൊ വിളിക്കുന്നു. അവിടെയുള്ള മറ്റുള്ളവരും ആർപ്പൊവിളിച്ചു പ്രചോദനം നൽകുന്നു. യുവാവ് ഭാരം പൊക്കിയും താക്കുകയും ചെയ്യുന്നു. മുഖത്ത് നല്ല സന്തോഷം പ്രകടമാണ്. ചെറിയ ഭാരമായതിനാൽ പത്ത് പ്രവശ്യം പൊക്കി താക്കുന്നു. എന്നാൽ അടുത്ത നിമിഷം യുവാവിന്റെ

മുഖഭാവം മാറുന്നു, ഭയം നിറയുന്നു. ഭാരം യുവാവിന്റെ കഴുത്തിൽ വീഴുന്നു, ചുറ്റും നിന്നവർ ശ്രമിച്ചിട്ടും പൊക്കാൻ പറ്റുന്നില്ല. യുവാവ് ശ്വാസം കിട്ടാതെ പിടയുന്നു, മരണത്തിന് കീഴടങ്ങുന്നു.

17

ചെന്നായയുടെ ബുദ്ധിയാ

“ഹലോ... പെട്ടെന്ന് വാടാ, ഞാൻ റെഡിയാ... നാളെ രാവിലെ പോണമെടാ... എല്ലാം നേരിട്ട് പറയാം” ആരോമൽ ഫോൺ വയ്യ്ക്കുന്നു. പെട്ടെന്ന് തന്നെ അടുത്ത കോൾ വരുന്നു.

“ഹലോ... ഇതുവരെ ഇറങ്ങീലെ! എന്തുവാടാ! അവരൊക്കെ എത്താറായി, ഒരു കാര്യം ചെയ്യ്, നീ അവിടെ ജംഗ്ഷനിൽ നിന്നാൽ മതി, ഞങ്ങൾ വന്ന് പിക്ക് ചെയ്യാം” ആരോമൽ ഫോൺ വയ്യ്ക്കുന്നു. പെട്ടെന്ന് മറ്റൊരു കോൾ.

“ഹലോ, എത്തിയാ, ശരി ദാ വരുന്നു” ആരോമൽ ഫോൺ പോക്കറ്റിലിട്ട് താഴേയ്ക്ക് ചെല്ലുന്നു. ഓടിച്ചെന്ന് ഗേറ്റ് തുറന്ന്, സ്കൂട്ടറിൽ വന്ന ഒരു യുവാവിനേയും യുവതിയേയും അകത്തേയ്ക്ക് കടത്തിവിടുന്നു. അവരെയും കൂട്ടി വീട്ടിലേക്കു കയറുന്നു. ആരോമലിന്റെ അമ്മ ജ്യൂസും മറ്റ് പലഹാരങ്ങളും മേശപ്പുറത്ത് വയ്യ്ക്കുന്നു. കഴിക്കാൻ പറയുന്നു. അവരെല്ലാവരും മേശയുടെ ചുറ്റിനുമിരുന്ന് കഴിപ്പ് തുടങ്ങുന്നു.

അമ്മ: ‘അരുൺ വന്നില്ലേ മോനെ?’

ആരോമൽ: ‘ഇല്ലമ്മാ, അവൻ ഉറങ്ങിപ്പോയെന്ന്! പോകുന്ന വഴി തൂക്കാം’

യുവതി: ‘നാളെ തന്നെ ജോയിൻ ചെയ്യണോടാ?’

ആരോമൽ: 'നാളെ ഒൻപത് മണിക്ക് തന്നെ ചെയ്യണം, ഇല്ലേൽ ആദ്യ ദിവസം തന്നെ ലീവായി പോകും'

യുവാവ്: 'അവിടെ മൂലയ്ക്കിരുന്ന് ഫയലും കെട്ടിപ്പെറുക്കി ഇരിക്കാനല്ലേ, നീ പൊളിക്ക് മാൻ'

യുവതി: 'ചുമ്മാ പോടാ! നല്ല ജോലിയാടാ, നാളെമുതൽ നീയൊരു ഗവൺമെന്റ് ഉദ്യോഗസ്ഥൻ ആകുവല്ലേ, ഇനി എന്റെ അച്ഛൻ ഇവിടെ വന്ന് കല്ല്യാണം ആലോചിക്കും'

(എല്ലാവരും ചിരിക്കുന്നു)

ആരോമൽ: 'അമ്മേ, എന്നാപ്പിന്നെ ഞങ്ങൾ ഇറങ്ങുവാ, രാത്രിയാകും വരാൻ'

അമ്മ: 'മദ്യപിക്കൽ പരിപാടികൾ വല്ലതുമുണ്ടോ? ഞാൻ ഊതിച്ചിട്ടേ കേറ്റു, പറഞ്ഞേക്കാം'

ആരോമൽ: 'ഓഹ് ഊതിയാലും മണമടിക്കാതിരിക്കാൻ ഇപ്പോൾ സാധനങ്ങളുണ്ട്'

(അമ്മ ഒഴികെ മറ്റെല്ലാവരും ചിരിക്കുന്നു)

മൂവരും ചെന്ന് കാറിൽ കയറുന്നു, ആരോമൽ കാറോടിച്ച് പുറത്തേയ്ക്ക് പോകുന്നു.

യുവാവ്: 'എടാ, ഇനിയിപ്പോൾ ജിമ്മിൽ വരുമൊ? എത്ര മണിവരെയാണ് ജോലിസമയം?'

ആരോമൽ: 'ജിമ്മിൽ വരാൻ പറ്റുമെന്ന് തോന്നുന്നില്ലടാ, പുതുതായി ജോലിക്ക് കയറുന്നവർക്ക് ഏഴ് മണി കഴിയാതെ പോകാൻ പറ്റൂലാന്നാ അറിഞ്ഞത്'

യുവാവ്: 'ഹാവു, ആശ്വാസം, ഇനി വൈകിട്ട് എനിക്കൽപ്പം കിടന്ന് ഉറങ്ങാലൊ'

(യുവാവ് ചിരിക്കുന്നു)

യുവതി: 'ഞായറാഴ്ച്ച പോകാലൊ'

യുവാവ്: 'പിന്നെ, ആറ് ദിവസവും പട്ടിപ്പണിയെടുത്തിട്ട് ഇനി ഞായറാഴ്ച അവിടെ പോയി തലതല്ലാൻ'

ആരോമൽ: 'ഓഹ്, അത് സാരമില്ലെടാ, നമ്മുക്ക് ഞായറാഴ്ച പോയി ഒരാഴ്ച്ചത്തേയ്ക്കുള്ളതങ്ങ് ചെയ്യാം, പോരെ?'

യുവാവ്: (വിഷമിച്ച സ്വരത്തിൽ) 'എന്തിന്റെ കുഞ്ഞെടാ!'

മൂവരും കാറുമായി ഒരു ജംഗ്ഷനിൽ കാത്തുകിടക്കുന്നു, അൽപ്പസമയം കഴിഞ്ഞപ്പോൾ ഒരു യുവാവ് വന്ന് കാറിൽ കയറുന്നു. ആരോമൽ കാറുമായി ചീറിപ്പായുന്നു, പലരുടെയും സ്വകാര്യ കാര്യങ്ങൾ അവർ ചർച്ചചെയ്യ്ത് ആസ്വദിച്ച്, വിവിധതരം തട്ടുകടകൾ, ജ്യൂസ് കടകൾ സന്ദർശിച്ചും യാത്ര തുടരുന്നു. അങ്ങനെ പോകുമ്പോൾ അപ്രതീക്ഷിതമായി അത് സംഭവിക്കുന്നു. അവരുടെ മുമ്പിൽ മണലുമായി പോകുന്ന ടിപ്പർ ലോറിയിൽ നിന്നും, മണലിട്ടിരിക്കുന്ന ഭീമൻ കണ്ടെയ്നർ പെട്ടെന്നൂരി പിറകിലേക്ക് വീഴുന്നു, അടുത്ത നിമിഷം ആ കണ്ടെയ്നർ ആരോമൽ ഓടിച്ചിരുന്ന കാറിനെ ചിന്നഭിന്നമാക്കുന്നു.

കാറിലുണ്ടായിരുന്ന മൂന്നുപേരും തൽക്ഷണം മരിച്ചു, ആരോമൽ ഒഴികെ. ആരോമൽ, റോഡിന്റെ ഒരു മൂലയ്ക്ക് മുട്ടുകുത്തി നിൽക്കുന്നു. കണ്ടെയ്നർ വീണപ്പോൾ, ഒരു സെക്കന്റ് പോലും ദൈർഘ്യമില്ലാത്ത ആ നിമിഷത്തിൽ, ആരോമൽ കാറിന്റെ വാതിൽ തുറന്ന് ചാടി രക്ഷപ്പെട്ടതാണ്. ഇത് പൂർണ്ണമായും ഉൾക്കൊള്ളാൻ ആരോമലിനും സാധിക്കുന്നില്ല. പെട്ടെന്ന്, തറയിൽ കുത്തി വച്ചിരിക്കുന്ന തന്റെ കൈകളിൽ രോമം കൂടുകയും, നഘങ്ങൾ ചെന്നായ്ക്കളെ പോലെയുമാകുന്നു.

ഒരാൾ വന്ന് ആരോമലിനോട് ആശുപത്രിയിൽ പോകണമൊ എന്ന് ചോദിക്കുന്നു, അതിന് മറുപടി നൽകാൻ ശ്രമിച്ച ആരോമലിന്റെ വായിൽ നിന്നും കുറുക്കന്റെ ശബ്ദം വരുന്നു. ആരോമൽ ഓടിപ്പോകുന്നു. ഓട്ടത്തിന്, ഒരു കാറിനോളം വേഗതയുണ്ട്. ആരോമൽ മണിക്കൂറോളം

ഓടിചെല്ലുന്നത് ഒരു വനത്തിലാണ്, അതിന്റെ നടുവിൽ ചെന്ന് ഉഗ്രശബ്ദത്തിൽ ഓരിയിടുന്നു. മറ്റ് ചെന്നായ്ക്കളും മറ്റെവിടെ നിന്നൊ ഓരിയിടുന്നു. ആരോമലിനെ പിന്നെ മനുഷ്യരാരും കണ്ടിട്ടില്ല.

18

ബാഗ്-മാൻ

ആകെ പത്ത് യാത്രക്കാരുമായി, ഇരുവശത്തും കാട് വളർന്നു കിടക്കുന്ന നിരത്തിലൂടെ പോകുന്ന ഒരു ബസ്. പത്ത് യാത്രക്കാരിൽ ഒൻപതും ഉറക്കമാണ്, കണ്ടക്ടറുൾപ്പെടെ. എന്നാൽ ഡ്രൈവറെ കൂടാതെ ഒരു യാത്രക്കാരൻ, ബസ്സിന് പുറത്തേയ്ക്ക് നോക്കിയിരിക്കുന്നു, ഇടയ്ക്കിടെ ചിരിക്കുകയും ചെയ്യുന്നു. കണ്ടാൽ നാൽപ്പത് വയസ്സിന് മുകളിൽ പ്രായം തോന്നിക്കുന്ന, താടിയും മുടിയും തഴച്ചുവളർന്ന് കിടക്കുന്ന ഒരു പുരുഷൻ. ബസ്സിൽ ആദ്യമായി യാത്ര ചെയ്യുന്ന പോലെയുള്ള പെരുമാറ്റമാണ് അയാളുടേത്.

ഏകദേശം ഒരു മണിക്കൂർ പിന്നിട്ടപ്പോൾ, അയാൾ തന്റെ പോക്കറ്റിൽ നിന്നും നാലായി മടക്കിവച്ച കടലാസ് കഷ്ണം എടുത്ത് തുറക്കുന്നു. ഒരു സംസ്ഥാനത്തിന്റെ വളരെ സൂക്ഷ്മമായി തയ്യാറാക്കിയ ഭൂമിരേഖയായിരുന്നു കടലാസിലുള്ളത്. അയാൾ അതിലുള്ള പല വഴികളിലൂടെ തന്റെ വിരലുകൾ ഓടിക്കുന്നു. നിർത്താതെ ഓടിക്കൊണ്ടിരുന്ന ബസ് പെട്ടെന്ന് നിർത്തുന്നു, ഉറങ്ങുന്നവർ ഉറങ്ങുന്നു. കടലാസ് രേഖയും പിടിച്ച് അയാൾ ബസ്സിന് പുറത്തിറങ്ങി. കയ്യിൽ അത്യാവശ്യം കനമുള്ള ഒരു ബാഗുമുണ്ട്.

അയാൾ കടലാസിൽ ഇറങ്ങിനിന്ന് നോക്കുന്നു, ശേഷം താനിറങ്ങിയ സ്ഥലവും വീക്ഷിക്കുന്നു. ആദ്യമായാണ് അയാൾ ഈ സ്ഥലം കാണുന്നതെന്ന് തീർച്ച. അവിടെ നിന്നും ഒരുപാട് ദൂരം പതിയെ നടക്കുന്നു, ഒരു തട്ടുകടയിലെത്തി ഭക്ഷണം കഴിക്കുന്നു. കടക്കാരനോട് ബസ് നിർത്തുന്ന സ്ഥലം ചോദിച്ചു മനസ്സിലാക്കി അങ്ങോട്ട് പോകുന്നു.

ബസ് സ്റ്റോപ്പിൽ ചെന്ന ശേഷം, അവിടെയിരുന്ന് തന്റെ ബാഗ് തുറക്കുന്നു, അതിനകത്ത് നിറയെ കടലാസ് കഷ്ണങ്ങൾ ഒഴുകി കളിക്കുന്നു. അതിലേയ്ക്ക് കയ്യിട്ട് മുങ്ങിത്തപ്പി, നൂറ് രൂപയുടെ അഞ്ച് നോട്ടുകൾ അയാൾ പുറത്തെടുക്കുന്നു, പോക്കറ്റിൽ തിരുകുന്നു. മറ്റാരുമില്ലാത്ത അവിടെയിരുന്ന് പോക്കറ്റിൽ ഒരു അനാഥപ്രേതം പോലിരിക്കുന്ന ഫോണിൽ തോണ്ടാനും അയാൾ തയ്യാറാകുന്നില്ല. അൽപ്പസമയത്തെ കാത്തിരിപ്പിന് ശേഷം അവിടെയെത്തിയ ബസ്സിനുള്ളിൽ പ്രവേശിക്കുന്നു. ആ ബസ് എങ്ങോട്ടാണെന്ന് പോലും നോക്കാതെയാണ് അയാൾ അതിലേയ്ക്ക് ചാടിക്കയറിയത്. ബസ്സിൽ ഇരിപ്പുറപ്പിച്ച അയാളുടെ അടുത്തേയ്ക്ക് കണ്ടക്ടർ എത്തുന്നു. കണ്ടക്ടർക്ക് നേരെ നൂറ് രൂപ നോട്ട് നീട്ടിയ ശേഷം അയാൾ, തന്റെ പക്കലുള്ള ഭൂപടമെടുത്ത് കാണിക്കുന്നു, എന്നിട്ട് ഒരു സ്ഥലത്തേയ്ക്ക് വിരൽ ചൂണ്ടി കാണിക്കുന്നു.

അയാൾ: 'എനിക്ക് ഈ സ്ഥലത്തേയ്ക്കാണ് പോകേണ്ടത്, ഈ ബസ്സിൽ എവിടെ ഇറങ്ങിയാൽ ഇവിടെ ചെല്ലാം?'

കണ്ടക്ടർ: 'ഇത്... ഞങ്ങള് നലരകം ചെന്ന് വളഞ്ഞാണ് പോകുന്നത്. നലരകത്തിറങ്ങിയാൽ അവിടുന്ന് രണ്ട് മൂന്ന് ബസ്സെങ്കിലും പിടിച്ചാലെ ഇവിടെയെത്താൻ പറ്റൂ. ട്രെയിനിലായിരുന്നേൽ ഒറ്റവണ്ടിയിൽ പോകാമായിരുന്നു, പെട്ടെന്ന് എത്തിയേനെ'

ഇത്രയും പറഞ്ഞ്, എൺപത് രൂപയുടെ ടിക്കറ്റ് അയാൾക്ക് കൊടുക്കുന്നു, ബാക്കി വേണ്ടെന്ന് അയാൾ കണ്ടക്ടറോട് പറയുന്നു. കണ്ടക്ടർ ചിരിച്ചു കൊണ്ട് മുമ്പിലേക്ക് പോകുന്നു. അയാൾ ടിക്കറ്റ് വാങ്ങി ബാഗിൽ നിക്ഷേപിക്കുന്നു, ശേഷം പുറത്തെ കാഴ്ചകൾ കണ്ട് ശാന്തനായി ഇരിക്കുന്നു. തന്റെ സീറ്റിന് മുമ്പിലിരിക്കുന്ന യുവദമ്പതികൾ ചേർന്നിരുന്നു സല്ലപിക്കുന്നത് ശ്രദ്ധിക്കുന്ന അയാളുടെ മുഖത്ത് പുച്ഛരം കലർന്നൊരു ചിരി രൂപപ്പെടുന്നു. രണ്ട് മണിക്കൂർ നീണ്ട ബസ് യാത്ര അവസാനിപ്പിച്ച് അയാൾ പുറത്തിറങ്ങുന്നു. മുമ്പിലേക്ക് നടക്കുന്നു, തട്ടുകടയിൽ കയറി ഭക്ഷണം കഴിക്കുന്നു, അടുത്ത ബസ് സ്റ്റോപ്പിലേക്കുള്ള വഴി ചോദിക്കുന്നു, പോകുന്നു. അവിടേയ്ക്ക് ചെല്ലുന്നു, അടുത്ത ബസ്സിൽ കയറി മുമ്പത്തെ ബസ്സിലെ കണ്ടക്ടറോട് പറഞ്ഞതുപോലെ പറയുന്നു.

സുഖമായി ബസ്സിലിരിക്കുന്നു, കാഴ്ച്ചകൾ കാണുന്നു. കഴിഞ്ഞ ബസ്സിൽ യുവദമ്പതികൾ ആയിരുന്നു മുമ്പിലെങ്കിൽ, ഇത്തവണ അമ്മയും കുഞ്ഞുമാണ്. കരയുന്ന കുഞ്ഞിനെ തോളത്തുവെച്ച് താലോലിക്കുന്ന അമ്മ, അയാളെ നോക്കി തോളിൽ കിടന്ന് കരയുന്ന കുഞ്ഞ്. കുഞ്ഞിന്റെ നോട്ടം അയാളെ പരിഭ്രാന്തനാക്കുന്നു, ഒരു പ്രേതത്തെ മുന്നിൽ കണ്ടതുപോലെ അയാൾ വിയർക്കുന്നു. അയാൾ ചാടിയെണീക്കുന്നു, ബസ്സിന് പിറകിൽ ചെന്ന് നിൽക്കുന്നു. വീണ്ടും ബസ്സിറങ്ങി, തട്ടുകടയിൽ കയറി ഭക്ഷണം കഴിച്ച്, അടുത്ത ബസ്സിൽ കയറി പോകുന്നു.

അവസാനം തന്റെ ലക്ഷ്യസ്ഥാനത്ത് എത്തുന്നു. ഒരു മലയോര പ്രദേശം. അവിടെ നിന്നും ജീപ്പ് സവാരിക്ക് പണമടച്ച്, ജീപ്പിൽ കുന്നിന്റെ മുകളിലേക്ക് പോകുന്നു. കുന്നിന്റെ മുകളിൽ നിരവധി വിനോദസഞ്ചാരികൾ നിൽക്കുന്നു, ഫോട്ടോകൾ എടുക്കുന്നു. അയാൾ ഒരു

മൂലയ്ക്ക് ചെന്ന് നിൽക്കുന്നു, ശേഷം ബാഗ് തുറന്ന് വയ്ക്കുന്നു, മൊബൈൽ ഫോൺ ദൂരേക്ക് വലിച്ചെറിഞ്ഞു, ശേഷം കമ്പിവേലിക്ക് അപ്പുറത്തേക്ക് ചാടുന്നു. തുറന്ന് വച്ചിരിക്കുന്ന ബാഗിൽ നിന്നും ബസ് ടിക്കറ്റുകളും ഭക്ഷണ ബില്ലുകളും പൈസയും അവിടെങ്ങും പറക്കാൻ തുടങ്ങുന്നു.

19
ഇടവഴിയും ഭാവിയും

വാഹനങ്ങളാൽ ഇരുവശങ്ങളും അലങ്കരിച്ച് കിടക്കുന്ന ഒരു റോഡ്. പലരുടേയും വീടിന്റെ ഗേറ്റ് മൂടി വാഹനങ്ങൾ പെരുകുന്നു. വാഹനങ്ങൾക്ക് പുറമെ ഒരു മനുഷ്യച്ചങ്ങല നിർമ്മിക്കാൻ ആവശ്യമായ ആളുകൾ, അവിടെ കാറുകളിലും, മതിലിലും ചാരി നിൽക്കുന്നു. ഒരു ചെറിയ ഇടവഴിയുടെ മുന്നിലായി വലിയൊരു ആർച്ച് വച്ചിരിക്കുന്നു, അതിൽ 'കിരൺ വെഡ്സ് ശരണ്യ' എന്ന് എഴുതി വച്ചിരിക്കുന്നു. വാഹനങ്ങളാൽ തിങ്ങിനിറഞ്ഞ് കിടക്കുന്ന ആ പ്രദേശത്തേക്ക് മറ്റൊരു കാർ കടന്നുവരുന്നു.

ഏതൊ ഭാഗ്യമുള്ള മനുഷ്യൻ ഓടിക്കുന്ന വാഹനമാണെന്ന് തോന്നുന്നു, കാരണം എന്തെന്നാൽ, പുതിയ അതിഥികൾ അവിടെ എത്തിയ അടുത്ത നിമിഷം തന്നെ, വാഹനങ്ങളാൽ നിറഞ്ഞ് കവിഞ്ഞ് കിടന്ന അവിടെ നിന്നും, ഒരു കാർ തന്റെ സ്ഥാനം ഒഴിഞ്ഞുപോയി. അവർ സുഖമായി കാർ പാർക്ക് ചെയ്ത ശേഷം, അൽപ്പസമയം കാറിലിരുന്നിട്ട് പുറത്തേയ്ക്കിറങ്ങുന്നു. ഒരു പുരുഷനും, സ്ത്രീയും, പെൺകുട്ടിയും അടങ്ങുന്ന ചെറിയ കുടുംബം. അവർ പതിയെ നടന്ന് ഇടവഴിയിൽ കയറുന്നു, അവിടെനിന്ന് പതിനഞ്ച് വീടുകൾക്കപ്പുറം പന്തൽ കാണാം. പകുതി

നടന്നെത്തിയപ്പോൾ തന്നെ, അച്ഛന്റെ മുഖത്ത് എന്തൊ പരിഭ്രാന്തിയുണ്ടായി, അദ്ദേഹം കാറിന്റെ താക്കോൽ പോക്കറ്റിൽ നിന്നെടുത്ത്, അതിലുള്ള 'കാർലോക്ക്' ചിഹ്നം അമർത്തുന്നു. അമ്മയും മകളും ഇതൊന്നും കാണാതെ നിർവികാര മുഖഭാവവുമായി നടക്കുന്നു.

മൂന്നംഗ കുടുംബം കല്ല്യാണവീട്ടിൽ എത്തിച്ചേരുന്നു. അവിടെയും അവർ നിർവികാര മുഖങ്ങളുമായി നിൽക്കുന്നു, ശേഷം മൂവരും മൂന്ന് വഴിക്ക് പോകുന്നു. അമ്മ വീടിന്റെ അകത്തേക്കും, മകൾ ഭക്ഷണം കഴിക്കുന്ന ഇടത്തേക്കും, അച്ഛൻ വീടിന്റെ പിൻഭാഗത്തേക്കും. അച്ഛന്റെ മുഖത്ത് ഇപ്പോഴും എന്തൊ പരിഭ്രാന്തിയുണ്ടായിരുന്നു, അയാൾ വീണ്ടും പോക്കറ്റിൽ നിന്നും കാറിന്റെ താക്കോലെടുത്ത് പരിശോധിക്കുന്നു. വാഹനം പൂട്ടിയിട്ടുണ്ടൊ ഇല്ലയൊ എന്നതാണ് സംശയം, അത് നോക്കാനായി റോഡിലേക്ക് പോകാനായി ഇറങ്ങുന്നു, എന്നാൽ അത് വേണ്ടാന്ന് വച്ച്, കല്ല്യാണവീട്ടിലേക്ക് കയറിച്ചെല്ലുന്നു.

വീടിനുള്ളിൽ നന്നായി തിരഞ്ഞശേഷം, കല്ല്യാണ പെണ്ണും ചെറുക്കനും ബന്ധുക്കളും വിശ്രമിക്കുന്ന മുറിയിൽ ഭാര്യ സംവദിച്ചിരിക്കുന്നത് കാണുന്നു. ഇടിച്ചുകയറി ചെല്ലാൻ മടിയായതിനാൽ, അയാൾ പുറത്തേയ്ക്ക് വരുന്നു. ഭക്ഷണം കഴിക്കുന്ന സ്ഥലത്തേക്ക് ചെല്ലുന്നു, എന്നാൽ ഭക്ഷണം കഴിക്കാൻ ഇരുന്നപ്പോൾ, തന്റെ മകൾ അവളുടെ കൂട്ടുകാരോടൊപ്പം സംസാരിച്ചിരുന്ന് കഴിക്കുന്നത് അയാളുടെ ശ്രദ്ധയിൽപ്പെടുന്നു. അയാൾ ഭക്ഷണം കഴിക്കാതെ അവിടെ നിന്നെണീറ്റ്, വീടിന്റെ പിൻഭാഗത്തേക്ക് വീണ്ടും പോകുന്നു. അവിടെ കൂട്ടം കൂടി നിന്ന് മദ്യപിക്കുന്ന പുരുഷന്മാരുടെ അടുത്തേയ്ക്ക് ചെല്ലുന്നു. അയാളെ കണ്ടപ്പോൾ തന്നെ മറ്റുള്ളവർ തിരിച്ചറിയുന്നു.

ഒരാൾ: 'ഡേയ്, നീ എപ്പോഴെത്തി? നമ്മളെയൊക്കെ മൈൻഡ് ചെയ്യുവൊ?'

അയാൾ മിണ്ടാതെ നിൽക്കുന്നു.

ഒരാൾ: 'എടാ, ഇതാ ഒരെണ്ണം അടിക്ക്, ഇന്നെന്റെ മോന്റെ കല്ല്യാണമായിട്ട് എല്ലാവരും സന്തോഷിക്കണം, പിടിക്ക്!'

അയാൾക്ക് നേരെ നീട്ടിയ ഗ്ലാസും വാങ്ങി മിണ്ടാതെ നിൽക്കുന്നു.

ഒരാൾ: 'എന്തുവാടാ നീ ഇങ്ങനെ കുന്തം വിഴുങ്ങിയ പോലെ നിൽക്കുന്നത്? എന്തെങ്കിലും പ്രശ്നമുണ്ടോ? ഉണ്ടെങ്കിൽ ഇപ്പോൾ എന്താ, ഇതൊരണ്ണം അകത്ത് ചെല്ലുമ്പോൾ എല്ലാം മാറിക്കിട്ടും. കഴിക്ക്'

അയാൾ ഗ്ലാസ് വലിച്ചെറിയുന്നു, ശേഷം ഒന്നും മിണ്ടാതെ തിരിഞ്ഞുനടക്കുന്നു. ആരോടും ഒന്നും പറയാതെ ഒറ്റയ്ക്ക് റോഡിൽ എത്തുന്നു. ശേഷം കാറിന്റെ അടുത്തേയ്ക്ക് ചെല്ലുന്നു, പോക്കറ്റിൽ നിന്നും താക്കോലെടുത്ത് കാറിന്റെ മുൻവശത്തെ വൈപ്പറിന്റെ അറ്റത്ത് കൊളുത്തിയിടുന്നു. അതിനുശേഷം റോഡിലൂടെ എങ്ങോട്ടെന്നില്ലാതെ നടക്കുന്നു, പെട്ടെന്ന് ഒരു ബസ് അപ്പുറത്തെ വശത്തൂടെ വരുന്നു, അയാൾ അപ്പുറത്തേക്ക് ചാടി, ബസ്സിനെ കൈകാണിച്ചു നിർത്തി ചാടിക്കയറുന്നു. ഏറ്റവും പിറകിലെ സീറ്റിൽ ഇടംപിടിച്ച്, തലകുനിച്ചിരിക്കുന്നു. ടിക്കറ്റ് കൊടുക്കാനായി കണ്ടക്ടർ വരുന്നു.

കണ്ടക്ടർ: 'എങ്ങോട്ടാ ചേട്ടാ?'

അയാൾ തന്റെ പോക്കറ്റിൽ നിന്നും നൂറ് രൂപയുടെ ഒറ്റനോട്ട് എടുത്ത് കണ്ടക്ടർക്ക് കൊടുക്കുന്നു, തല ഇപ്പോഴും താഴ്ന്ന് തന്നെ ഇരിക്കുന്നു. പൈസയും വാങ്ങി കണ്ടക്ടർ മുന്നിലേക്ക് പോകുന്നു. അയാൾ നിശബ്ദനായി അവിടെ ഇരിക്കുന്നു.

20

ഞാൻ മാന്ത്രികൻ

മനോഹരമായ ഒരു മ്യൂസിയം, അവിടുത്തെ പ്രത്യേകത എന്തെന്നാൽ, മ്യൂസിയത്തിന്റെ അകത്ത് പ്രവേശിക്കാൻ പറ്റില്ല എന്നതാണ്. സെക്യൂരിറ്റി തടയും എന്നതുകൊണ്ടല്ല മറിച്ച്, അകത്തേയ്ക്ക് പ്രവേശിക്കാൻ വാതിലൊ വിടവൊ ഒന്നും തന്നെയില്ല എന്നതാണ്. ഒരേക്കർ നീളത്തിൽ, പ്രത്യേകിച്ച് ആകൃതിയില്ലാത്ത ഒരു കൂറ്റൻ കല്ല് എന്ന് വേണമെങ്കിൽ പറയാം. ഉയരത്തിന്റെ കാര്യത്തിലും കൃത്യമായി പറയാൻ പറ്റില്ല, പല വശങ്ങളിലും ഉയരം കൂടിയും കുറഞ്ഞും കാണാം. ചില വശങ്ങളിൽ ഒരാൾ പൊക്കം മാത്രം. ഇതിന് മുകളിൽ കയറാൻ അനുമതിയില്ല, പക്ഷെ അത് നോക്കാൻ സെക്യൂരിറ്റികളില്ല മറിച്ച്, കല്ലിന്റെ മുകളിൽ കയറിയാൽ അനിഷ്ട സംഭവങ്ങൾ ജീവിതത്തിലുണ്ടാകും എന്ന ഐതീഹ്യം നിലവിലുള്ളതുകൊണ്ടാണ്.

കല്ലെന്ന് ശരിക്കും പറയാൻ പറ്റില്ല, പണ്ടത്തെ രാജാക്കന്മാരുടെ ചെങ്കൽകോട്ടകളിൽ ഏതെങ്കിലുമൊന്ന് തകർന്നുവീണാൽ എങ്ങനെയുണ്ടാകും അങ്ങനെയായിരുന്നു ആ രൂപം. ഇവിടുത്തെ പ്രത്രേകത എന്തെന്നാൽ, ഈ മ്യൂസിയമാകുന്ന കല്ലിന് ചുറ്റിനും പല പല ചിത്രങ്ങൾ, പണ്ട്

കാലത്തെ മനുഷ്യർ കൊത്തി വെച്ചിട്ടുണ്ട്. ആ ചിത്രങ്ങളെല്ലാം ഒറ്റ നടത്തയിൽ കാണാൻ സാധിച്ചാൽ, നമ്മൾ മനസ്സിൽ ആഗ്രഹിക്കുന്ന ഏതെങ്കിലുമൊരു ആഗ്രഹം തീർച്ചയായും സാധിക്കും എന്നാണ് ഐതീഹ്യം.

ഈ ഐതീഹ്യത്തിന്റെ വിശ്വാസത്തിൽ നൂറു കണക്കിന് മനുഷ്യർ ഇവിടെ എല്ലാ ദിവസവും എത്തിയിരുന്നു. അങ്ങനെ വിശ്വസിച്ചെത്തിയ ഒരു പ്രണയജോഡി, കല്ലിന് ചുറ്റിനുമുള്ള ചിത്രങ്ങൾ കണ്ട് പതിയെ നടക്കുന്നു. പശ ഉപയോഗിച്ച് ഒട്ടിച്ചുവച്ചിരിക്കുന്ന പോലെ ഒട്ടിപ്പിടിച്ചു നടന്നുപോകുന്ന അവർക്കുനേരെ, മ്യൂസിയത്തിന്റെ മുകളിൽ നിന്നുമൊരു കല്ലിൻ കഷ്ണം പൊട്ടി ഉരുണ്ടുവരുന്നു. അതിന്റെ വേഗതയും ഭാരവും കണക്കാക്കിയാൽ, ഒറ്റ പ്രഹരത്തിൽ അവർ രണ്ടുപേരും ചമ്മന്തി പരുവത്തിലാകുമെന്നതിൽ സംശയമില്ല.

അവർക്ക് നേരെ ഒരു കാട്ടാളനെ പോലെ കലിതുള്ളി വരുന്ന കല്ലിനെ അവർ കാണുന്നു, എന്നാൽ പ്രതികരിക്കാൻ സമയമില്ല. രണ്ട് പേരുടേയും കണ്ണുകൾ അടയുന്നു. എന്നാൽ അൽപ്പസമയം കഴിഞ്ഞിട്ടും ഒന്നും സംഭവിച്ചില്ലെന്ന് മനസ്സിലാക്കി അവർ കണ്ണുകൾ തുറക്കുന്നു. അവർക്ക് നേരെ പാഞ്ഞുവന്ന കല്ല്, നങ്കൂരമിട്ടു നിർത്തിയതുപോലെ അവർക്ക് തൊട്ടരികിൽ നിൽക്കുന്നു. മുമ്പിൽ ഇതൊന്നുമറിയാതെ നടന്നുപോകുന്ന മനുഷ്യരും അനങ്ങാതെ നിൽക്കുന്നു. എന്തിനേറെ പറയുന്നു, കല്ലിന്റെ തൊട്ടരികിൽ മരണത്തെ മുഖാമുഖം കണ്ടുനിൽക്കുന്ന പ്രണയജോഡിയും അനങ്ങാതെ നിൽക്കുന്നു, കണ്ണുകൾ മാത്രം ചലിക്കുന്നു.

ഇതെന്ത് മായാജാലം എന്നറിയാതെ അന്ധാളിച്ചു നിൽക്കുന്ന അവർക്ക് മുന്നിലേക്കൊരാൾ കടന്നുവരുന്നു. അയാൾ മായാജാല വിദഗ്ധന്മാരെപ്പോലെ ഒരു കോട്ട് ധരിച്ചിട്ടുണ്ട്. മൊട്ടത്തല, സ്വർണ്ണമാലകൾ, കയ്യിലൊരു

മാന്ത്രിക ദണ്ഡ് എന്നിങ്ങനെ പോകുന്നു വേഷവിധാനങ്ങൾ. നിശ്ചലമായി നിൽക്കുന്ന പ്രണയജോഡിയുടെ മുമ്പിൽ വന്നയാൾ നിൽക്കുന്നു.

മാന്ത്രികൻ: 'ഹലോ പ്രണയിനികളെ, എന്റെ പേര് അത്ഭുതമാക്രി, ഞാനൊരു മാന്ത്രികനാണ്. നിങ്ങൾക്ക് രണ്ട് പേർക്കും സംഭവിക്കാൻ പോകുന്ന ഈ വലിയ വിപത്തിനെ പിടിച്ചു നിർത്തിയേക്കുവാണ് ഞാൻ. കുറച്ചുസമയം മാത്രമെ എനിക്കിതിന് സാധിക്കു. നിങ്ങളിൽ ഒരാളെ മാത്രം എന്റെയി വടി ഉപയോഗിച്ച് വരാനിരിക്കുന്ന ദാരുണാന്ത്യത്തിൽ നിന്നും രക്ഷിക്കാൻ സാധിക്കും. ആരെ രക്ഷിക്കണമെന്ന് നിങ്ങൾ എത്രയും പെട്ടെന്ന് പറയുക'

കാമുകൻ: 'മോളു, നീ പോയി ജീവിക്ക്, എനിക്ക് നീയില്ലാതെ ജീവിക്കാൻ പറ്റില്ല'

കാമുകി: 'ശരി ചേട്ടാ, ഞാൻ ചേട്ടനെ ഒരിക്കലും മറക്കില്ല'

കാമുകൻ: 'നില്ല് നില്ല്, അതെന്തൊരു വർത്തമാനം. നിനക്കപ്പോൾ ഞാൻ ജീവിക്കണമെന്നില്ലേ? എന്റെ ജീവിതത്തിന് യാതൊരു വിലയുമില്ലേ?'

മാന്ത്രികൻ: 'പെട്ടെന്നാവട്ടെ'

കാമുകി: 'ശ്ശെടാ, ചേട്ടനല്ലേ ഞാനില്ലാതെ ജീവിക്കാൻ പറ്റില്ലെന്ന് പറഞ്ഞത്. ഞാൻ ജീവനോടെയുണ്ടെങ്കിൽ ചേട്ടന്റെ ആത്മാവിന് എന്റെയൊപ്പം നിൽക്കാമല്ലോ'

കാമുകൻ: 'അത് നിന്റെ ആത്മാവിനും പറ്റും. കൂടുതലങ്ങ് ഉരുട്ടല്ലേ നീയ്! നിനക്ക് ഞാനൊരു വിലയില്ലാത്തവൻ ആയിരുന്നല്ലേ! വഞ്ചകി'

കാമുകി: 'ചക്കരവരട്ടിക്ക് നെല്ലിക്കയ്ക്കുണ്ടായ പോലത്തെ ഓഞ്ഞമോന്തയും കൊണ്ടുനടക്കുന്ന നിന്നെ, ഞാനല്ലാതെ ലോകത്ത് വേറൊരു പെണ്ണും ഇഷ്ടപ്പെടില്ല. നീയിനി ഒറ്റയ്ക്ക് നരകിക്കേണ്ടി വരും, ഞാൻ നിന്നെ ശരിക്കും രക്ഷിക്കാൻ നോക്കുവാ'

കാമുകൻ: 'ഞാൻ ഒറ്റയ്ക്കങ്ങ് ഒണ്ടാക്കിക്കോളാം, നീ കൂടുതൽ ചിന്തിക്കേണ്ട, ഇവിടെ കിടന്ന് മരിക്ക്!'

മാന്ത്രികൻ അപ്രത്യക്ഷമായി. പ്രണയജോഡി കല്ലിന്റെ ശക്തമായ പ്രഹരത്തിൽ ചമ്മന്തി പരുവമായി തറയിലൊട്ടിക്കിടക്കുന്നു.

21

പിച്ചക്കിരീടം അധവാ കിരീടപിച്ച

"ഈ അർദ്ധരാത്രി സമയം നിങ്ങളെയെല്ലാം വിളിച്ചു വരുത്തിയത് ഒരു പ്രധാനപ്പെട്ട കാര്യം പറയാനാണ്. നിങ്ങളുടേയും നമ്മുടെ പ്രജകളുടെയും രാജാവായിരുന്ന് ഇന്നേക്ക് അറുപത് വർഷം പൂർത്തിയാകുന്നു. പതിനഞ്ചാം വയസ്സിൽ ഭരണം ഏറ്റുവാങ്ങിയ ഞാൻ, വളരെ ഭംഗിയായി എന്റെ കർത്തവ്യങ്ങൾ ചെയ്തു എന്ന് ഞാൻ വിശ്വസിക്കുന്നു. അതുകൊണ്ട് ആയിരിക്കണം, അൽപ്പം മുൻപ് എനിക്കൊരു ദൈവദർശനം ലഭിച്ചത്, ദർശനമനുസരിച്ച്, നാം ഒറ്റയ്ക്ക് ഒരു ദീർഘയാത്ര പോകേണ്ടതുണ്ട്. എത്ര മാസങ്ങൾ, വർഷങ്ങൾ നീളുമെന്നറിയില്ല. ഞാൻ ഇന്നിവിടുന്ന് പോയാലും, എന്റെ അദൃശ്യ സാന്നിദ്ധ്യം എന്നും ഇവിടെത്തന്നെ ഉണ്ടാകും. അറുപത് വർഷമായി ഇവിടെങ്ങും പ്രതിധ്വനിച്ചു നിൽക്കുന്ന കൽപ്പനകൾ, ഞാൻ തിരിച്ചു വരുന്നത് വരെ പാലിക്കണം" ഇത്രയും പറഞ്ഞ് രാജാവ് ഒറ്റയ്ക്ക് കൊട്ടാരത്തിന്റെ പുറത്തേയ്ക്ക് പോകുന്നു. ആരും തന്നെ പിന്തുടരുന്നില്ല എന്നും ഉറപ്പാക്കുന്നു.

കൊട്ടാരത്തിൽ നിന്നും കിലോമീറ്ററുകൾ നടന്ന രാജാവ്, വിജനമായ ഒരിടത്തെത്തുന്നു. മരുഭൂമി പോലെ കിടക്കുന്ന

അവിടെ നടുക്കായി, പൊളിഞ്ഞു കിടക്കുന്നൊരു ചെറിയ കെട്ടിടത്തിൽ രാജാവ് നുഴഞ്ഞുകയറുന്നു. അവിടെ കൂനകൂട്ടിയിട്ടിരിക്കുന്ന ഉണങ്ങിയ പുല്ലുകൾ വകഞ്ഞുമാറ്റി, ഒരു തടിപ്പെട്ടിയിൽ നിന്നും മുഷിഞ്ഞുകീറിയ തുണികൾ പുറത്തെടുക്കുന്നു. തന്റെ രാജകീയ വസ്ത്രമഴിച്ച് പെട്ടിയിൽ വെച്ചശേഷം, മുഷിഞ്ഞ വസ്ത്രങ്ങൾ ധരിച്ച് പുറത്തേയ്ക്ക് ഇറങ്ങുന്നു. മുടിയിലും താടിയിലും മണ്ണുവാരി തേയ്ക്കുന്നു. കയ്യിലെ വളകൾ, കഴുത്തിലെ മാലകൾ എന്നിവ അഴിച്ച് ദൂരെക്കളയുന്നു. ഇപ്പോൾ കണ്ടാൽ തനി പിച്ചക്കാരനെ പോലെ.

രാജാവ് പതിയെ നടന്ന്, തന്റെ രാജ്യത്തെ ഏറ്റവും കൂടുതൽ മനുഷ്യർ താമസിക്കുന്ന തെരുവിലേക്ക് ചെല്ലുന്നു. രാത്രി സമയം ആയിരുന്നിട്ടും, അവിടെങ്ങും മനുഷ്യർ ജോലി ചെയ്യുന്നു. പിച്ചക്കാരൻ വേഷത്തിൽ എത്തിച്ചേർന്ന രാജാവിനെ, ആറടി പൊക്കവും അതിനൊത്ത വണ്ണവുമുള്ളൊരു മനുഷ്യൻ വന്ന് ബലമായി പിടിച്ചുകൊണ്ട് പോകുന്നു. ഇടയ്ക്ക് കാൽ വഴുതി നിലത്തുവീണ അദ്ദേഹത്തെ, നിലത്തൂടെ വലിച്ചിഴച്ചു കൊണ്ടുപോകുന്നു.

മലമനുഷ്യൻ രാജാവുമായി എത്തിച്ചേർന്നത് ഒരു തടിമില്ലിലാണ്, അവിടെ പർവ്വതം പോലെ മരങ്ങൾ കൂട്ടി വച്ചിരിക്കുന്നു. രാജാവിനെ അവിടേയ്ക്ക് കൊണ്ടുവന്ന മനുഷ്യൻ, അവിടെ മൂലയ്ക്ക് വച്ചിരിക്കുന്ന ചാട്ടവാറെടുത്ത് രാജാവിനെ പ്രഹരിക്കുന്നു. വേദനയിൽ നീറിപുകഞ്ഞ രാജാവിന്, താനവിടെ എന്താണ് ചെയ്യേണ്ടതെന്ന് ആരും പറയാതെ തന്നെ മനസ്സിലാകുന്നു. കൂറ്റൻ മരത്തടികൾ തോളിലേറ്റി, അങ്ങോട്ടും ഇങ്ങോട്ടും കൊണ്ടുപോകുന്നു, അവ മുറിയ്ക്കുന്നു, ചെത്തി മിനുക്കുന്നു, എന്നിങ്ങനെ വിവിധതരം പണികളിൽ ഏർപ്പെടുന്നു.

ഇത്രയും അനുസരണയുള്ളൊരു തൊഴിലാളിയെ കിട്ടിയതിന്റെ സന്തോഷത്തിൽ മലമനുഷ്യൻ അവിടെ നിന്നും പോകുന്നു. അയാൾ പോയിട്ടും രാജാവ് പണി ചെയ്യ്തുകൊണ്ടിരുന്നു, എന്നാൽ മറ്റുള്ളവരെല്ലാം പണി നിർത്തുന്നു, എന്നിട്ട് കൂട്ടം കൂടുന്നു. ആ വലിയ സ്ഥലത്ത് ജോലി ചെയ്യ്തിരുന്ന ആയിരക്കണക്കിന് മനുഷ്യർ ഒന്നിക്കുന്നു. ആത്മാർത്ഥമായി പണിയെടുക്കുന്ന രാജാവിനേയും ബലമായി പിടിച്ച് കൂട്ടത്തിൽ ചേർക്കുന്നു.

തൊഴിലാളി (രാജാവിനോട്): 'താനെന്തുവാ കാണിക്കുന്നത്? ഇങ്ങനെ കിടന്ന് പണിയാൻ അവർ ഒരു ഗ്ലാസ് വെള്ളം പോലും തരില്ല'

തൊഴിലാളി: 'ഇതിനിയും ഇങ്ങനെ വിട്ടാൽ പറ്റില്ല. നമ്മൾ ഉടൻതന്നെ പ്രതികരിക്കണം. ഈ തെരുവിൽ പണിയെടുത്ത് നരകിക്കുന്ന എല്ലാവരും നമുക്കൊപ്പമുണ്ട്, നമുക്കാകെ വേണ്ടത് ബലവാനും ബുദ്ധിമാനുമായ ഒരു നേതാവിനെയാണ്. ആർക്കാണ് നേതൃസ്ഥാനം ഏറ്റെടുക്കാൻ താത്പര്യമുള്ളത്, കൈ ഉയർത്തുക'

ആരും കൈ ഉയർത്താതെ നിൽക്കുന്നു.

തൊഴിലാളി: 'എല്ലാവരുടെയും ധൈര്യം ചോർന്ന് പോയൊ! ഇനി മരിക്കുന്നതുവരെ ഇവിടെ അടിമപ്പണി ചെയ്യണൊ!'

രാജാവ്: 'രാജാവിനെച്ചെന്ന് കണ്ട് കാര്യം ബോധിപ്പിച്ചാലൊ, അദ്ദേഹം സഹായിക്കില്ലെ?'

എല്ലാവരും ചിരിക്കുന്നു.

തൊഴിലാളി: 'വിഡ്ഢി! നമ്മുക്ക് ഇങ്ങനെയൊരു ഗതി വരാൻ തന്നെ കാരണം അവരാണ്! അവരാണ് നമ്മുടെ ശത്രുക്കൾ!'

തൊഴിലാളി: 'ഇയാൾക്ക് നല്ല ബലമുണ്ടല്ലൊ, ഇയാൾ നയിക്കട്ടെ നമ്മളെ. കാലാകാലങ്ങളായി ഇവിടെ പട്ടിണി കിടന്ന് നരകിച്ച നമ്മളെ, ഇയാൾക്ക് മാത്രമെ നയിക്കാൻ കഴിയു'

എല്ലാവരും ചേർന്ന് പിച്ചക്കാരൻ രാജാവിനെ നേതാവാക്കുന്നു. ശേഷം ആ തെരുവിന്റെ ഓരൊ മൂലയിലും ഒളിപ്പിച്ചുവെച്ചിരുന്ന വാളുകളും കവചങ്ങളും പുറത്തെടുക്കുന്നു. രാജാവിന്റെ കയ്യിൽ വാൾ കിട്ടിയതും അദ്ദേഹത്തിന്റെ മട്ടും ഭാവവും മാറുന്നു. എല്ലാവരെയും ചുറ്റിനും നിർത്തി യുദ്ധമുറകൾ, തന്ത്രങ്ങൾ പഠിപ്പിച്ച് കൊടുക്കുന്നു. ശേഷം, അർദ്ധരാത്രി സമയം, രാജാവിന്റെ കോട്ട ആക്രമിക്കുന്നു. ആരും പ്രതീക്ഷിക്കാതിരുന്ന ആക്രമത്തിൽ കൊട്ടാരം അടിയറവ് വയ്ക്കുന്നു. പിച്ചക്കാരൻ-രാജാവിനെ തൊഴിലാളികൾ അവരുടെ രാജാവായി നിയമിക്കുന്നു.

22

ബ്രേക്കില്ലാ ജീവിത-കാർ

കോരിച്ചൊരിയുന്ന മഴയുടെ രാത്രി. ഒരു ബഹുനില കെട്ടിടത്തിന്റെ നാലാം നിലയിലെ വരാന്തയിലെ കസേരയിൽ, കയ്യിൽ ചൂട് ചായക്കപ്പും പിടിച്ച് ആകാശത്തിന്റെ വിദൂരതയിലേക്ക് കണ്ണുംനട്ടിരിക്കുന്ന ഒരു യുവാവ്. മഴയ്ക്കൊപ്പം ഇടയ്ക്കിടെ ക്ഷണിക്കാത്ത അതിഥികളെ പോലെ കടന്നുവരുന്ന ഇളംമിന്നലിനെ ഒട്ടും വകവയ്ക്കാതെ അയാൾ സുഖമായിരിക്കുന്നു. മത്സരത്തിന്റെ അവസാനം മഴ തോറ്റ് പിന്മാറി, യുവാവ് അകത്തേയ്ക്ക് പോകുന്നു. ഒരു ഹാളും, മുറിയും, അടുക്കളയും മാത്രമുള്ള താമസസ്ഥലം.

യുവാവ് മുറിയിലേയ്ക്ക് പോകുന്നു, കട്ടിലിലേക്ക് ചാടിവീഴുന്നു. കട്ടിലിന്റെ ഒരറ്റത്ത് വിശ്രമിച്ചിരുന്ന മൊബൈൽ ഫോൺ എടുക്കുന്നു, ഗാലറി തുറന്ന്, താൻ പോയിട്ടുള്ള യാത്രകളുടെ ഓർമ്മചിത്രങ്ങൾ ഓരോന്നായി കാണുന്നു. ഒരു സ്ഥലത്തിന്റെ തന്നെ നൂറ് ചിത്രങ്ങളുണ്ട്. ഏകദേശം രണ്ട് മണിക്കൂർ സമയത്തിനുള്ളിൽ കണ്ടുതീർക്കാൻ പറ്റിയതെല്ലാം കണ്ടശേഷം ഫോൺ മാറ്റിവെച്ച് ഉറങ്ങുന്നു, കണ്ണുകൾ ചെറുതായി തുറന്നിരിക്കുന്നു. മുഖത്ത് സങ്കടം പ്രകടമായിരുന്നു.

അൽപ്പസമയത്തെ ഒരേ കിടപ്പിന് ശേഷം ചാടിയെണീറ്റ യുവാവ്, ഫോണെടുത്ത് ആരെയൊ വിളിക്കുന്നു, "എടാ, നാളെ ഫ്രീ ആണൊ? എന്നാൽ രാവിലെ ഇങ്ങോട്ട് വാ, അതൊക്കെ പറയാടാ നീ നാളെയിങ്ങ് പോര്, എല്ലാം എന്റെ ചിലവ്. ശരി" യുവാവ് ഫോൺ വയ്യ്ക്കുന്നു, ഉറങ്ങുന്നു, കണ്ണുകൾ അടയുന്നു, മുഖത്ത് നേരിയതോതിൽ സന്തോഷം വിരിയുന്നു.

അടുത്തദിവസം അതിരാവിലെ എഴുന്നേറ്റ യുവാവ്, ഒരു പെട്ടിയിൽ തുണിയും സാധനങ്ങളും നിറയ്ക്കുന്നു. അതിനുശേഷം മുറിയിൽ നിന്നിറങ്ങി താഴേയ്ക്ക് ചെല്ലുന്നു. തലേ ദിവസം ഫോണിൽ സംസാരിച്ച സുഹൃത്ത് താഴെ യുവാവിനെ കാത്തുനിൽക്കുന്നു. അവർ രണ്ടും ഒരു ചെറിയ കാറിൽ പ്രവേശിക്കുന്നു, യാത്ര തുടങ്ങുന്നു. യുവാവാണ് വണ്ടി ഓടിക്കുന്നത്.

സുഹൃത്ത്: 'എടാ എങ്ങോട്ടാ പോകുന്നത്? നീ ഒന്നും പറഞ്ഞില്ലല്ലൊ?'

യുവാവ്: 'എടാ ഇതൊരു വ്യത്യസ്ത യാത്രയാ, ഒരു പരീക്ഷണം പോലെ, കുറച്ച് കഴിയട്ടെ, വിശദമാക്കിത്തരാം, തൽക്കാലം നീ സമാധാനത്തോടെ ഇരിക്ക്'

വാഹനത്തിൽ ചെറിയ ശബ്ദത്തിൽ പാട്ടും വെച്ച്, യുവാവും സുഹൃത്തും വിജനമായ നിരത്തുകളിലൂടെ പോകുന്നു. ഏകദേശം രണ്ട് മണിക്കൂറോളം വാഹനം നിർത്താതെ ഓടിക്കുന്നു.

സുഹൃത്ത്: 'എടാ ഇതിപ്പൊ ഒരുപാട് വന്നല്ലൊ. ഇനി പറ എന്താ നിന്റെ ഉദ്ദേശം?'

യുവാവ്: 'പറയാൻ സമയമായിട്ടില്ല, എടാ നമ്മളിപ്പോൾ വനമേഖലയിൽ കയറാൻ പോകുവാ, നീ അൽപ്പനേരം പാട്ട് നിർത്തിക്കെ, ഞാനീ ജനാലകൾ താഴ്ത്താൻ പോകുവാ'

സുഹൃത്ത്: 'എന്തുവാടെ നീ പദ്ധതിയിട്ട് വച്ചേക്കുന്നത്. എന്തേലും വള്ളിക്കേസ് ഒപ്പിച്ചു വച്ചിട്ടുണ്ടോ?'

യുവാവ്: 'എടാ ഒന്ന് സമാധാനിക്ക്, എല്ലാം പറയാം'

കാർ വനമേഖലയിലൂടെ പതിയെ പോകുന്നു. രണ്ട് യുവാക്കളും നിശബ്ദമായിരുന്ന്, കാട്ടിൽ നിന്നും വരുന്ന ഇടകലർന്ന ശബ്ദങ്ങൾ സൂക്ഷ്മമായി കേൾക്കുന്നു. നാല് മണിക്കൂറോളം നീണ്ടുനിന്ന കാട് യാത്രയ്ക്ക് ശേഷം, യുവാവ് കാറുമായി ഒരു പെട്രോൾ പമ്പിൽ കയറുന്നു. ഫുൾ അടിക്കാൻ പറഞ്ഞിട്ട് കാറിൽ നിന്നുമിറങ്ങി ചില യോഗാസന മുറകൾ ചെയ്യുന്നു, സുഹൃത്തും ചാടിയിറങ്ങുന്നു.

സുഹൃത്ത്: 'ഡേയ്, ഇനിയെങ്കിലും പറ, എന്തിനുള്ള പുറപ്പാടാ? നാൽപ്പതിന് താഴെ ഓടിച്ച് ഇത്രേം എത്തിച്ചു, കഴിഞ്ഞ തവണ എൺപതിന് താഴെ പോയപ്പോൾ ജെന്നി വരാൻ പോയ നീയാണ്. സത്യം പറ, തേപ്പ് വല്ലതും കിട്ടിയൊ? ജോലീന്ന് അടിച്ചിറക്കിയൊ?'

യുവാവ്: 'ഞാനെന്റെ അപ്പാർട്ട്മെന്റ് വിറ്റെടാ'

സുഹൃത്ത്: 'എത്ര നാളായി? ജോലി പോയിട്ട്. എന്തായാലും നീ വിഷമിക്കേണ്ട, ഞാനുണ്ടല്ലൊ കൂട്ടിന്'

യുവാവ്: 'എടാ, ജോലി ഇപ്പോഴുമുണ്ട്. ഞാൻ ഉദ്ദേശിച്ചത്, ഞാനെന്റെ മുറി വിറ്റ് പൈസ വാങ്ങി, ഇനി മറ്റൊരു വീട് വാങ്ങിക്കാതെ, ഈ വണ്ടിയിൽ തന്നെയങ്ങ് കഴിയാനാ ഉദ്ദേശിക്കുന്നത്'

സുഹൃത്ത്: 'അപ്പോൾ ഉറങ്ങാനും മറ്റുമൊ?'

യുവാവ്: 'നല്ല സ്ഥലം കിട്ടിയാൽ ടെന്റടിക്കും, ഇല്ലേൽ വല്ല ലോഡ്ജിലും തങ്ങും. ബാക്കി മണിക്കൂറുകൾ അത്രേം ഈ കാറിൽ. ജോലിയും, ഭക്ഷണം കഴിക്കുന്ന സമയവുമൊഴിച്ച് ബാക്കി എല്ലായ്പ്പോഴും ഈ വണ്ടി ഓടിക്കൊണ്ടിരിക്കും'

സുഹൃത്ത്: 'സംഭവം കൊള്ളാലൊ, എന്നെയും കൂട്ടുമൊ? എനിക്കും കൂടി ചിലവിന് തന്നാൽ മതി'

യുവാവ്: 'അതൊന്നും കുഴപ്പമില്ല, പക്ഷെ മിണ്ടാതെ ഇരുന്നോണം'

(രണ്ട് പേരും ചിരിക്കുന്നു)

പെട്രോൾ അടിച്ച ശേഷം വാഹനവുമായി റോഡിലേയ്ക്ക് കയറുന്നു, വിശാലമായി കിടക്കുന്ന റോഡിലൂടെ പതിയെ ഓടിച്ച് പോകുന്നു. കാറിനുള്ളിൽ ശാന്തമായ നിശബ്ദത. മണിക്കൂറുകൾ കടന്നുപോയി, ദിവസം രാത്രിയിലേയ്ക്ക് പതിയെ ഇറങ്ങുന്നു. പെട്ടെന്ന്, എതിർവശത്ത് നിന്ന് നിയന്ത്രണം നഷ്ടപ്പെട്ടൊരു ലോറി അവരുടെ കാറിലേക്ക് ഇടിച്ചുകയറുന്നു.

23

ഹൊ! ഈ നശിച്ച പാമ്പ്

പരന്ന് വിശാലമായി കിടക്കുന്നൊരു മൈതാനം. അവിടെ പത്ത് വയസ്സിനുള്ളിൽ പ്രായം വരുന്ന നാല് ആൺകുട്ടികൾ, തലകുത്തിമറിഞ്ഞ് കളിക്കുന്നു. ശരീരം മുഴുവൻ ചെളിയും പുല്ലും ഒട്ടിപ്പിടിച്ച അവസ്ഥയിൽ. അവരെന്താണ് കളിക്കുന്നതെന്ന് മനസ്സിലാകുന്നില്ല, നാല് കുട്ടികളും പരസ്പരം ഗുസ്തി കൂടുന്നു, എന്നാൽ പരസ്പരം ഉപദ്രവിക്കാൻ അവർക്കുദ്ദേശമില്ല. വളരെ സമയത്തെ ചെളി-കുളിക്ക് ശേഷം അവരിലൊരാൾ "ഞാൻ ജയിച്ചെ!" എന്ന് ഉറക്കെ വിളിച്ചു പറഞ്ഞ് എണീക്കുന്നു. ആ കുട്ടിയുടെ വലത് കയ്യുടെ വിരൽത്തുമ്പിൽ ഒരു വെള്ളയ്ക്ക പിടിച്ചിട്ടുണ്ട്, നോബൽ സമ്മാനം നേടിയ പോലെ വെള്ളയ്ക്ക ഉയർത്തി പിടിക്കുന്നു. ബാക്കിയുള്ള കുട്ടികൾ മൽപ്പിടുത്തം നിർത്തി പതിയെ എണീക്കുന്നു. വിജയിച്ച് നിൽക്കുന്ന കുട്ടി തന്റെ കയ്യിലിരിക്കുന്ന വെള്ളയ്ക്ക തിരികെ നൽകി വീണ്ടും ചെളി-കുളി മത്സരം ആരംഭിക്കുന്നു.

ആരും തടയാൻ ചെന്നില്ലെങ്കിൽ ദിവസങ്ങളോളം തുടരുമെന്ന രീതിയിൽ മുന്നോട്ടുപോയ മത്സരം നിർത്താനായി ഒരു സ്ത്രീ മൈതാനത്തേയ്ക്ക് വരുന്നു. നാല് കുട്ടികളും അവരുടെ വരവറിയാതെ, മറ്റേതൊ തലകുത്തി ലോകത്ത്

അകപ്പെട്ട് മത്സരിക്കുന്നു. കുട്ടികളുടെ അടുത്തേയ്ക്ക് എത്തുന്നതിന് മുമ്പായി പറിച്ചെടുത്ത ചെമ്പരത്തി ചെടിയുടെ കമ്പുമായി, കോപം നിറഞ്ഞ മുഖവുമായി അവർ കുട്ടികളുടെ അടുത്തെത്തുന്നു. ഒന്നും സംസാരിക്കാതെ ചെമ്പരത്തി കമ്പ് അവർക്കുനേരെ വീശാൻ തുടങ്ങുന്നു, കുട്ടികൾ അലറിക്കരയാൻ തുടങ്ങുന്നു.

ചെമ്പരത്തി കമ്പ് ഇല്ലാതാകുന്നു. കുട്ടികളുടെ നിലവിളി കൂടുന്നു. ആ സ്ത്രീ, നാല് കുട്ടികളുടേയും കയ്യിൽ ബലമായി പിടിച്ച്, മൈതാനത്തിന് പുറത്തേയ്ക്ക് വലിച്ചോണ്ട് പോകുന്നു. ഒരു പഴകിയ വീട്ടിനുള്ളിലേക്ക് കൊണ്ടുപോകുന്നു, വീട് പഴയതാണെങ്കിലും നല്ല വിസ്തീർണ്ണമുണ്ട്. നാല് കുട്ടികളേയും കുളിമുറിയിൽ കൊണ്ടുപോയി കുളിപ്പിക്കുന്നു, കുട്ടികൾ അപ്പോഴും കരയുന്നു. അതിനുശേഷം പുതിയ വസ്ത്രങ്ങൾ അണിയിച്ച്, അവരെ ഒരു മുറിയിലിട്ട് പൂട്ടുന്നു. അൽപ്പസമയം കഴിഞ്ഞപ്പോൾ കരച്ചിൽ പൂർണ്ണമായും നിൽക്കുന്നു. എല്ലാവരും ചേർന്ന് കതക് തുറക്കാൻ നോക്കുന്നു, പറ്റുന്നില്ല. മൈതാനത്തെ ചെളിയിൽ കളിച്ച മത്സരം മുറിയിലും കളിക്കാൻ പറ്റുമായിരുന്നു എങ്കിലും, മറ്റെന്തൊ കാരണത്താൽ അവർ കളിക്കുന്നില്ല, പകരം അടങ്ങിയൊതുങ്ങി നാല് മൂലയിൽ ഇരിക്കുന്നു.

ഒരു മണിക്കൂറോളം മുറിയിൽ ഒന്നും സംസാരിക്കാതെ ഇരിക്കുന്ന കുട്ടികളിലൊരാൾ, പതിയെ എഴുന്നേറ്റ് ചെന്ന്, കട്ടിലിന്റെ അടിയിൽ നിന്നും ഒരു തടിപ്പെട്ടി നീക്കിയെടുക്കുന്നു. അതിൽ നിന്നുമൊരു ഏണിയും പാമ്പും ബോർഡ് പുറത്തെടുക്കുന്നു. നാല് കുട്ടികളും, ഏണിയും പാമ്പും ബോർഡുമായി കട്ടിലിന്റെ മുകളിൽ കയറിയിരിക്കുന്നു, കളി തുടങ്ങുന്നു. എല്ലാവരുടെയും കരഞ്ഞ് കണ്ണീർ വറ്റിയ കണ്ണുകളിൽ, ചെറിയ സന്തോഷം

വിരിഞ്ഞു. കുട്ടികൾ അറിയാതെ പതിയെ വന്ന് കതക് തുറന്നുനോക്കിയ സ്ത്രീയുടെയും മുഖത്ത് സമാധാനഭാവം ഉണ്ടാകുന്നു, അവർ കതകടച്ച് പോകുന്നു.

കുട്ടികൾ ഏണിയും പാമ്പും മത്സരം തുടങ്ങുന്നു. ബോർഡ് തുറന്ന്, ഡൈസ് കുലുക്കി ബോർഡിലിടാൻ തുടങ്ങി. നാല് പേരും മാറിമാറി ഡൈസ് ഇടുന്നു. വെറുമൊരു ബോർഡ്-ഡൈസ് മത്സരം കളിച്ചിരിക്കുന്ന അവരുടെ മുഖഭാവത്തിൽ എന്തൊ അസ്വാഭാവികത ആദ്യം മുതൽക്കെ പ്രകടമായിരുന്നു. ഓരൊ പാമ്പിൽ നിന്നും ഒരാൾ രക്ഷപ്പെടുമ്പോഴും, മറ്റുള്ളവർക്ക് വിഷമം സൃഷ്ടിക്കുന്ന അവസ്ഥ. എന്തായാലും മത്സരത്തിൽ ഒളിഞ്ഞിരിക്കുന്ന രസം അവസാനം പുറത്തുവന്നു. ഡൈസിൽ രണ്ട് വീണ്, പ്ലാസ്റ്റിക്ക് വട്ടത്തെ പാമ്പ് വിഴുങ്ങുന്നു. അടുത്ത നിമിഷം തന്നെ ഒരു കുട്ടി, ഡൈസ് എറിഞ്ഞ കുട്ടിയുടെ തോളിൽ ശക്തമായി ഇടിക്കുന്നു. അവൻ ശബ്ദമുണ്ടാക്കാതെ കൈ തടവാൻ തുടങ്ങുന്നു.

പാമ്പ് വിഴുങ്ങുമ്പോൾ മാത്രമല്ല, ഡൈസ് ആറിൽ വീണാൽ ഡൈസ് എറിഞ്ഞയാൾക്ക് ആരെ വേണമെങ്കിലും ഇടിക്കാനുള്ള അവസരം ലഭിക്കും. പാമ്പ് മത്സരം പുരോഗമിക്കുന്നു, പാമ്പുകൾ തലങ്ങും വിലങ്ങും വിഴുങ്ങുന്നു, അതോടൊപ്പം ഇടിയും. കുട്ടികളെല്ലാവരും അവരവരുടെ തോളും മുതുകും തടവിക്കൊണ്ട് ഡൈസ് ഉരുട്ടുന്നു. എല്ലാവരുടേയും കയ്യും മുതുകും ഒരു പരുവമായതിനാൽ, തലയുടെ പിൻഭാഗത്ത് അടി തുടങ്ങുന്നു.

നന്നായി പോയിരുന്ന മത്സരത്തിൽ പെട്ടെന്നൊരു പ്രശ്നം സംഭവിക്കുന്നു, തൊണ്ണൂറ്റിയൊൻപതിൽ രാജാവായിരിക്കുന്ന നീണ്ട പാമ്പ്, തലങ്ങും വിലങ്ങും വിഴുങ്ങൽ തുടങ്ങുന്നു. വീണ്ടും ഇരുപതിൽ നിന്നും കയറി കയറി, വലിയ പാമ്പിനോട് അടിയറവുവെച്ച് കീഴടങ്ങി. നാല് തവണ ഇങ്ങനെ

സംഭവിക്കുന്നു, അടിച്ചും അടി കൊണ്ടും കുട്ടികൾ അവശരായി. അഞ്ചാമത്തെ തവണയും വലിയ പാമ്പിന്റെ വായിൽ വീണപ്പോൾ അത് സംഭവിച്ചു. ബോർഡിൽ നിന്നും ഒരു മുതുക്കൻ പാമ്പ് ചാടിയിറങ്ങുന്നു, കുട്ടികൾ നിലവിളിക്കുന്നു, ഓരോരുത്തരെയായി പാമ്പ് വിഴുങ്ങുന്നു, ശേഷം ബോർഡിലേയ്ക്ക് തിരിച്ചുകയറുന്നു.

കുറച്ച് സമയം കഴിഞ്ഞപ്പോൾ, അവരെ പൂട്ടിയിട്ട സ്ത്രീ വന്ന് കതക് തുറക്കുന്നു, കട്ടിലിന് ചുറ്റുമായി ഉറങ്ങിക്കിടക്കുന്ന കുട്ടികളെ അവർ കാണുന്നു.

24

മ്യാവൂഡ്

നീണ്ടുനിവർന്ന് കിടക്കുന്ന ഒരു പന്ത്രണ്ട് വരി ഹൈവേ റോഡ്, കാറുകളും ബൈക്കുകളും ചീറിപ്പാഞ്ഞ് പോകുന്നു. ഏറ്റവും അറ്റത്തുള്ള വരിയിലൂടെ ചെറിയ വേഗത്തിൽ വന്നൊരു ബസ് നിൽക്കുന്നു, ഒരു ബസ്സ്റ്റോപ്പാണതെന്ന് വിശ്വസിക്കാൻ വളരെ പ്രയാസമാണ്. അനന്തമായി കിടക്കുന്ന ഒരു മരുഭൂമിയുടെ നടുക്ക് വണ്ടി നിർത്തിയത് പോലെ. വെറും നിമിഷങ്ങൾ മാത്രം നിർത്തിയ ബസ്, വേഗത വീണ്ടെടുത്ത് മുന്നോട്ട് കുതിച്ചു. വലിയ ബാഗും തോളിലിട്ട് ഒരു ചെറുപ്പക്കാരൻ, നേരത്തെ ബസ് നിർത്തിയ സ്ഥാനത്ത് നിൽക്കുന്നു.

ചെറുപ്പക്കാരൻ തന്റെ പോക്കറ്റിൽ നിന്നും ഫോൺ തപ്പിയെടുത്ത്, അതിലെന്തൊ തിരയുന്നു. ശേഷം റോഡിന്റെ ഇരുവശത്തും വിശാലമായി കിടക്കുന്ന മണൽക്കാട്ടിലേക്ക് കയറുന്നു. വരണ്ടുവറ്റി കിടക്കുന്ന ആ കാട്ടിൽ, കാറ്റിന്റെ ചെറുകണിക പോലും കാണാനില്ല. വിയർത്തൊലിക്കാൻ തുടങ്ങിയ അവൻ, അൽപ്പംമാറി കാണുന്ന ഒരു വൃക്ഷത്തിന് കീഴിലേക്ക് നടന്നുചെല്ലുന്നു. ഏകദേശം അരമണിക്കൂറോളം മരത്തിന്റെ ചെറിയ തണലിൽ ഇരുന്നതിനുശേഷം, ബാഗിൽ നിന്നും പൊതിഞ്ഞ് വച്ചിരിക്കുന്ന ഭക്ഷണം പുറത്തെടുത്ത്

കഴിക്കുന്നു.

വളരെ സന്തോഷത്തോടെ, പൊരിച്ച കോഴിയും ചപ്പാത്തിയും കഴിച്ചോണ്ടിരിക്കുന്ന ചെറുപ്പക്കാരന്റെ ചെവികളിൽ, ആ ശബ്ദം വന്നെത്തുന്നു. തൊണ്ട പൊട്ടി കരയുന്ന ഒരു പൂച്ചയുടെ കരച്ചിൽ. അവൻ മുകളിലേയ്ക്ക് നോക്കുന്നു, തനിക്ക് തണൽ നൽകുന്ന മരത്തിൽ നിന്നല്ല. തോന്നിയതാണെന്ന് വിചാരിച്ച് കഴിപ്പ് തുടരുന്നു. വീണ്ടും കരച്ചിൽ കേൾക്കുന്നു. അവൻ ചാടിയെണീക്കുന്നു, തിരച്ചിൽ ആരംഭിക്കുന്നു. വളരെ ചെറിയ ശബ്ദത്തിലുള്ള കരച്ചിൽ സൂക്ഷ്മമായി നിരീക്ഷിച്ച് മുന്നേറിയ ചെറുപ്പക്കാരൻ, ഒരു പ്രത്യേക വൃക്ഷത്തിന്റെ അരികിലെത്തുന്നു.

ഉണങ്ങി വരണ്ട്, തൊട്ടാൽ വീഴുമെന്ന രീതിയിൽ നിൽക്കുന്ന ഒരു വൃക്ഷം. മറ്റ് വൃക്ഷങ്ങളെല്ലാം മല്ലയുദ്ധത്തിന് പോകുന്ന കാളകളെപ്പോലെ നിൽക്കുമ്പോൾ, ഈ മരത്തിന് മാത്രം എങ്ങനെ ഈ ഗതി വന്നുവെന്നത് ആശ്ചര്യം. അതൊന്നും പോരാത്തതിന് കാട്ടിൽ ആകെയുള്ള ഒരു പൂച്ച, ആ മരം തന്നെ തിരഞ്ഞെടുക്കുന്നു. ചെറുപ്പക്കാരന് പൂച്ചയെ കണ്ടപ്പോൾ തന്നെ കണ്ണുകളിൽ നിന്നും കണ്ണുനീർ പൊടിഞ്ഞു. മഞ്ഞ നിറത്തിലുള്ള പൂച്ച, കണ്ടാൽ ഒരാഴ്ചയായി പട്ടിണി കിടപ്പാണെന്ന് നിസ്സംശയം പറയാം.

ചെറുപ്പക്കാരൻ മരത്തിന് താഴെനിന്ന് ആംഗ്യങ്ങൾ കാണിക്കുന്നു. പൂച്ചയോട്, മനുഷ്യൻ എന്നപോലെ, ഇറങ്ങി വരാൻ പറയുന്നു. പൂച്ചയാണെങ്കിൽ ഇതൊന്നും കേൾക്കാതെ, മരത്തിലെ ഇപ്പോൾ ഒടിയും എന്ന മട്ടിൽ നിൽക്കുന്ന കൊമ്പിലിരുന്ന് കരയുക മാത്രം ചെയ്യുന്നു. അവൻ മരത്തിൽ കയറാൻ ശ്രമിച്ചെങ്കിലും, അതിലേയ്ക്ക് കാലെടുത്ത് വച്ചതും മരം ചെറുതായി ചരിഞ്ഞത് അവനെ പിന്മാറ്റി.

ആദ്യ രക്ഷാദൗത്യം പരാജയപ്പെട്ടപ്പോൾ, അടുത്തതായി പൂച്ചയുടെ വിശപ്പ് മാറ്റാനുള്ള ദൗത്യത്തിലേക്ക് കടക്കാൻ തീരുമാനിക്കുന്നു. തന്റെ ബാഗും ഭക്ഷണവും വച്ചിരിക്കുന്ന ഇടത്തേയ്ക്ക് ചെല്ലുന്നു. തുറന്ന് വച്ചിരുന്ന ചപ്പാത്തിയും ചിക്കനും അപ്രത്യക്ഷമായിരുന്നു, പൊതിഞ്ഞിരുന്ന കവർ മാത്രം മിച്ചം. ബാഗിൽ നിന്നും മറ്റൊരു പൊതി തുറക്കുന്നു. വെപ്രാളത്തിൽ തുറന്നതിനാൽ പൊതിയിൽ ഉണ്ടായിരുന്ന മീൻകറി അവന്റെ ദേഹത്ത് വീഴുന്നു, അപ്പവും മീൻ കഷ്ണവും താഴെ മണ്ണിൽ പതിച്ചു. മീൻ കഷ്ണം കയ്യിലെടുത്ത്, മണ്ണെല്ലാം തുടച്ചുനീക്കി പൂച്ചയുടെ മരത്തിലേക്കോടുന്നു. പൂച്ചയെ ഉന്നംവെച്ച്, മീൻ കഷ്ണം മുകളിലേക്കെറിയുന്നു. കഷ്ണം പൂച്ചയുടെ മൂക്കിന്റെ തുമ്പത്ത് ഉരസി താഴേക്ക് പതിക്കുന്നു. പൂച്ച, തനിക്ക് നേരെ പറന്നുവന്ന മീൻ കഷ്ണത്തിന് നേരെ, ഒന്ന് തല അനക്കാൻ പോലും മനസ്സ് കാണിച്ചില്ല എന്നത് അവനിൽ ആശ്ചര്യമുണ്ടാക്കി.

ചെറുപ്പക്കാരന് പെട്ടെന്ന് മറ്റൊരു ബുദ്ധി തോന്നുന്നു. മീൻ കഷ്ണം താഴെ നിന്നെടുത്ത്, തന്റെ ബാഗിരിക്കുന്ന സ്ഥലത്തേക്കോടുന്നു. ബാഗിൽ നിന്നും ഒരു പറക്കുന്ന ഡ്രോൺ എടുക്കുന്നു, എന്നിട്ട് അതിന്റെ നടുക്കായി, വെള്ളംകൊണ്ട് കഴുകിയ മീൻ കഷ്ണം തൂക്കിയിടുന്നു. പൂച്ചയുടെ അടുത്തേക്ക് ചെല്ലുന്നു, ഡ്രോൺ പറത്തുന്നു, പൂച്ചയുടെ മൂക്കിന്റെ തുമ്പത്ത് മീൻ കഷ്ണം എത്തിക്കുന്നു, പൂച്ച അതിനെ മണപ്പിക്കുന്നു, എന്നാൽ അപ്രതീക്ഷിതമായി മീൻ കഷ്ണത്തിൽ നിന്നും ഒഴുകി താഴേക്കുവന്ന ഒരു തുള്ളി വെള്ളം, ചെറുപ്പക്കാരന്റെ കണ്ണിൽ വീഴുന്നു. അവന്റെ കൈ അനങ്ങുന്നു, പൂച്ചയുടെ അടുത്തുനിന്ന ഡ്രോൺ നിയന്ത്രണം തെറ്റി മരത്തിൽ ഇടിക്കുന്നു.

പൂച്ച ഇരിക്കുന്ന കൊമ്പൊടിഞ്ഞ്, അത് താഴേക്ക് വീഴുന്നു. ചെറുപ്പക്കാരൻ സാഹസികമായി അതിനെ പിടിക്കുന്നു. പൂച്ചയെ തടവുന്നു. എന്നാൽ അടുത്ത നിമിഷം, വളരെ തീവ്രമായ ചുമ അവനെ പിടിക്കുന്നു. ചുമച്ച് ചുമച്ച് രക്തം തുപ്പുന്നു. കണ്ണിൽ നിന്നും രക്തം വരുന്നു, പൂച്ചയെ താഴെ വയ്ക്കുന്നു, അത് നടന്ന് പോകുന്നു. ചെറുപ്പക്കാരൻ ബോധം നഷ്ടപ്പെട്ട് താഴെ വീഴുന്നു, അവന്റെ ശരീരം കടുത്ത ചുവപ്പ് നിറത്തിലേക്ക് മാറുന്നു.

25

അവിടെ-ഇവിടെ

തടിപ്പലകകൾ കൊണ്ട് നിർമ്മിച്ച ഒരു ചെറിയ ഭവനം. ആകെ രണ്ട് മുറികൾ; ഒരു അടുക്കളയും ഒരു ഹാളും. വീട്ടിലെ ആകെയുള്ള കട്ടിൽ അടുക്കളയിൽ കിടക്കുന്നു, അതിലൊരു യുവതി സുഖമായി കിടന്നുറങ്ങുന്നു. വീടിന്റെ മുൻവാതിൽ ചെറുതായി തുറന്ന് കിടക്കുകയാണ്, ഒരു താറാവ് വാതിലിന്റെ വിടവിലൂടെ അകത്തേക്ക് വരുന്നു, കരയുന്നു. യുവതി അപ്പോഴും എണീക്കുന്നില്ല. താറാവ് ചാടി കട്ടിലിൽ കയറി, ഉഗ്രശക്തിയിൽ ചിറകടിച്ചു കരയാൻ തുടങ്ങുന്നു. യുവതി പെട്ടെന്ന് ചാടിയെണീറ്റ്, താറാവിനെ തട്ടി താഴെയിട്ടു. ഒന്നും സംഭവിച്ചിട്ടില്ല എന്ന മട്ടിൽ താറാവ് നടന്നുപോകുന്നു.

തടി ഭിത്തിയിൽ കഷ്ടപ്പെട്ട് തൂങ്ങിക്കിടക്കുന്ന ഘടികാരത്തിൽ, പതിനൊന്ന് മണി സമയം കാണിക്കുന്നുണ്ട് എങ്കിലും, യുവതിയുടെ മുഖത്ത് ഇപ്പോഴും നല്ല ക്ഷീണം കാണാനുണ്ട്. ഇനി ഉറങ്ങണ്ടെന്ന് തീരുമാനിച്ച് കട്ടിലിൽ നിന്നും ചാടിയിറങ്ങിയ യുവതി, വീടിന്റെ പുറത്തേയ്ക്ക് ചെല്ലുന്നു. വീടിന്റെ അകത്തുള്ള വൃത്തിയില്ലായ്മ, പുറത്ത് തീവ്രരൂപം പ്രാപിച്ചു കിടക്കുന്നു. കരിയിലകൾ പണമായി കാണുന്നൊരു സമയം വന്നെത്തിയാൽ, ഈ യുവതി ആ നിമിഷം കോടീശ്വരിയാകും.

കരിയിലക്കൂട്ടത്തിൽ അനാഥപ്രേതം പോലെ കിടക്കുന്ന പത്രത്തെ പൊക്കിയെടുത്ത് കക്ഷത്തിനിടയിൽ തിരുകി, കരിയിലകൾക്കിടയിൽ മറ്റെന്തൊ തിരയുന്നു. കുറേ സമയം തിരഞ്ഞ ശേഷം അവൾക്കത് കിട്ടുന്നു, ഒരു മുട്ട. വളരെ സന്തോഷത്തോടെ മുട്ടയുമെടുത്ത് വീടിനുള്ളിലേക്ക് വരുന്നു. പത്രം കട്ടിലിൽ വെച്ചശേഷം, അടുപ്പ് കത്തിച്ച് ദോശത്തവ വയ്യ്ക്കുന്നു. മുട്ട പൊട്ടിക്കാനായി കത്തി എടുത്ത നിമിഷം, അപ്പുറത്തെ വീട്ടിൽ നിന്നും ഉച്ചത്തിൽ പാട്ട് കേൾക്കുന്നു. മറന്നുപോയ എന്തൊ കാര്യം പെട്ടെന്ന് ഓർമയിൽ വരുന്നു. മുട്ട പൊട്ടിക്കാതെ ഒരു പാത്രത്തിൽ ഭദ്രമായി വയ്ക്കുന്നു, ശേഷം ഭിത്തിയിൽ തൂക്കിയിട്ടിരിക്കുന്ന നിറം മങ്ങിയ പാന്റും ടീഷർട്ടും ധരിച്ച് പുറത്തിറങ്ങി, അപ്പുറത്തെ വീട്ടിലേക്ക് പോകുന്നു.

വീടിന്റെ മുൻവശത്ത് തന്നെ ആഡംബര പന്തൽ ഇട്ടിട്ടുണ്ട്. ധാരാളം മനുഷ്യരും അവിടെ തിങ്ങിനിറഞ്ഞ് നിൽക്കുന്നുണ്ട്. യുവതി അവരെയൊന്നും ഗൗനിക്കാതെ വീടിന്റെ അകത്തേയ്ക്ക് ചെല്ലുന്നു, അവിടെയും ആരെയും നോക്കാതെ വീടിന്റെ മുകളിലേയ്ക്ക് പോകുന്നു. ഭക്ഷണം കഴിക്കാനായി മേശകളും കസേരകളും നിരത്തിയിട്ടിരിക്കുന്ന അവിടെ, വലിയ ചെമ്പുകളിൽ ഭക്ഷണം അടച്ചുവച്ചിട്ടുണ്ട്, എന്നാൽ ആരും കഴിക്കാൻ തുടങ്ങിയിട്ടില്ല, വിളമ്പാനും ആരും വന്നിട്ടില്ല.

യുവതി, തന്റെ സ്വന്തം വീടെന്ന മട്ടിൽ, ഒരു പാത്രമെടുത്ത്, ചെമ്പുകൾ തുറന്ന് ഭക്ഷണമിട്ട് കഴിക്കാൻ തുടങ്ങുന്നു. വയറുനിറയെ കഴിച്ച് കൈ കഴുകി താഴേക്ക് ചെന്ന യുവതി സാക്ഷിയാകേണ്ടി വന്നത് മഹത്തായ കല്ല്യാണതല്ലാണ്. പരസ്പരം ചീത്ത വിളിച്ചും, തമ്മിൽ തല്ലിയും വൻ കലാശപ്പോരാട്ടം നടക്കുന്നു. യുവതി ഇതിലൊന്നും വലിയ ശ്രദ്ധ കൊടുക്കാതെ, തന്റെ വീട്ടിൽച്ചെന്ന് ഒരു പഴകിയ

കലവും കയ്യിലെടുത്ത്, തിരികെ കല്ല്യാണ വീട്ടിലേക്ക് പോകുന്നു.

നേരത്തെ വീടിനകത്ത് മാത്രം നടന്നിരുന്ന പോരാട്ടം പുറത്തേക്കും വ്യാപിച്ചു. തെറിവിളികളുടെ ഒരു ഘോഷയാത്ര അവിടെ അരങ്ങേറുന്നു. ഇതിനിടയിൽക്കൂടി വളരെ ശാന്തമായി നടന്നുപോയ യുവതി, മുകളിലെത്തി ഭക്ഷണച്ചെമ്പുകൾ തുറന്ന് തന്റെ കലം നിറയ്ക്കുന്നു. ശേഷം കലമെടുത്ത് തോളത്തുവച്ച്, അടിപിടികളുടെ ഇടയിലൂടെ നടന്നിറങ്ങി തന്റെ വീട്ടിലേയ്ക്ക് പോകുന്നു. കല്ല്യാണവീടിന് മുമ്പിലായി പോലീസ് ജീപ്പുകളും വന്നിട്ടുണ്ട്. യുവതി കലവുമായി വീട്ടിലെത്തി, കലം അടുപ്പിന്റെ മുകളിൽ വെച്ച് കട്ടിലിൽ സുഖമായി രണ്ടാം നിദ്ര ആരംഭിക്കുന്നു. രാത്രി ആയപ്പോൾ എഴുന്നേറ്റ്, കലത്തിൽ നിന്നും ഭക്ഷണം ആർത്തിയോടെ കഴിച്ച ശേഷം, ദിവസത്തെ മൂന്നാം നിദ്രയിൽ പ്രവേശിച്ചു.

അടുത്ത ദിവസവും ഇത് തന്നെ ആവർത്തിച്ചു. എണീക്കുന്നു, കഴിക്കുന്നു, ഉറങ്ങുന്നു. എണീക്കുന്നു, കഴിക്കുന്നു, ഉറങ്ങുന്നു. കലം കാലിയായി. അടുത്ത ദിവസം വൈകി എണീറ്റ യുവതി, താൻ രണ്ട് ദിവസം മുൻപ് പാത്രത്തിൽ വച്ചിരുന്ന മുട്ടയെടുത്ത് പൊരിക്കാൻ തുടങ്ങുന്നു. തവ ചൂടാക്കി, എണ്ണയും പുരട്ടി, മുട്ട പൊട്ടിച്ച് ഒഴിക്കുന്നു. തവയിൽ വിടർന്ന് കിടക്കുന്ന മുട്ടയിൽ എന്തൊ അസ്വാഭാവികത കാണുന്നു. യുവതി വളരെ സൂക്ഷ്മതയോടെ, തവയിൽ പരന്ന് കിടക്കുന്ന മുട്ടയിൽ നിന്നും എന്തൊ പൊക്കിയെടുക്കുന്നു. അതൊരു സ്വർണ്ണ മോതിരം ആയിരുന്നു, മോതിരത്തിൽ "ആരതി" എന്ന് കൊത്തി വച്ചിട്ടുണ്ട്.

26

വെള്ളം കണ്ടാൽ നിൽക്കരുത്!

സൂര്യൻ കത്തിജ്വലിച്ച് നിൽക്കുന്ന നട്ടുച്ച സമയം, ഒരു വലിയ നെൽപ്പാടത്തിന്റെ ഇടയിലൂടെ ദീർഘദൂരം നീണ്ടുകിടക്കുന്ന വളരെ മനോഹരമായ ഒരു റോഡ്. വാഹനങ്ങൾ തീരെയില്ലാത്ത അതുവഴി ചീറിപ്പാഞ്ഞ് ഒരു കാർ വരുന്നു. ആകാശനീല നിറമുള്ള, കണ്ടാൽ നല്ല വില തോന്നിക്കുന്നൊരു പുത്തൻ കാർ. ശാന്തമായി ഉറങ്ങിക്കിടന്ന ആ പാടത്തിനെ കാറിന്റെ പുക ഒഴുക്കിവിട്ടുണർത്തി, കാർ മുന്നേറി.

ഒരുപാട് ദൂരം നീണ്ടുകിടക്കുന്ന ആ റോഡിനെ, വെറും നിമിഷങ്ങൾ കൊണ്ട് കീഴടക്കി പാഞ്ഞ ആ കാർ, പെട്ടെന്ന് നിൽക്കുന്നു. വാഹനം ഒരു വശത്തേക്കൊതുക്കി നിർത്തിയ ശേഷം, ഡ്രൈവർ യുവാവ് പുറത്തിറങ്ങുന്നു. കാറിൽ മറ്റാരും ഉണ്ടായിരുന്നില്ല. തന്റെ ഫോണെടുത്ത് ചിത്രങ്ങൾ പകർത്തുന്നു, ശേഷം അവിടെ നിന്ന് ആരെയൊ വിളിക്കുന്നു, നിറഞ്ഞ ചിരിയോടെ അയാൾ സംസാരിക്കുന്നു. ഇടയ്ക്കിടെ അതുവഴി പറന്ന ഉന്മേഷക്കാറ്റ് അയാളുടെ മുഖത്തെ തലോടുന്നു.

കാറ്റിന്റെ ഇടപെടലിൽ മനസ്സലിഞ്ഞ യുവാവ്, തന്റെ ഫോൺ തിരുകി പോക്കറ്റിൽ കയറ്റി, താഴെ പരന്ന് കിടക്കുന്ന

പുൽമേടിലിരിക്കുന്നു. തന്റെ തൊട്ടുമുമ്പിൽ നെൽപ്പാടം തുടങ്ങുന്നു, പകുതിയോളം വെള്ളം കെട്ടിനിൽക്കുന്ന പാടത്തിലേക്ക് കൈകൾ മുക്കി തുഴയുന്നു. പെട്ടെന്ന് എന്തൊ കണ്ട് ഭയന്ന യുവാവ് അവിടെ നിന്നും ചാടിയെണീക്കുന്നു, മുഖത്ത് ഭയം നിറഞ്ഞ് ചുവന്ന നിറമാകുന്നു. അൽപ്പസമയം മുമ്പ് കൈകൾ കൊണ്ട് തലോടിയ വെള്ളത്തിൽ, ഒരു ശവശരീരത്തിന്റെ വെളുത്ത് മരവിച്ച മുഖഭാഗം പൊങ്ങിക്കിടക്കുന്നു.

യുവാവ് ഓടി കാറിൽ കയറുന്നു, മിന്നൽ വേഗത്തിൽ അവിടെനിന്നും പോകുന്നു. അപ്പോഴും തന്റെ മുഖത്തെ ഭയഭാവം അവിടെ തന്നെയുണ്ടായിരുന്നു. യുവാവ് തന്റെ വീട്ടിൽ എത്തിച്ചേരുന്നു, അവിടെ തന്റെ ഭാര്യ കാത്തിരിക്കുന്നു. അവൻ ഒന്നും മിണ്ടാതെ വീടിന്റെ അകത്തേക്ക് കയറുന്നു.

ഭാര്യ: 'ഹലോ? എന്നെ കണ്ടായിരുന്നൊ?'

"പിന്നെ സംസാരിക്കാം" എന്ന് പറഞ്ഞ് തിരക്കിട്ട് തന്റെ മുറിയിലേയ്ക്ക് പോകുന്നു. മുറിയിൽ കതകടച്ചിരുന്ന് മൊബൈൽ ഫോണിൽ വാർത്ത ചാനൽ കാണുന്നു. അരമണിക്കൂർ കഴിഞ്ഞപ്പോൾ ഭാര്യ കതകിൽ മുട്ടുന്നു, ഫോൺ മാറ്റിവെച്ച് കതക് തുറന്ന് പുറത്തേക്ക് പോകുന്നു.

ഭാര്യ: 'നിങ്ങൾക്കിതെന്ത് പറ്റി? വയ്യെ?'

യുവാവ്: 'വല്ലാത്ത തലവേദന, ഞാൻ പോയി മരുന്ന് വാങ്ങി വരാം'

പെട്ടെന്ന് ഓടിച്ചെന്ന് കാറെടുത്ത് പുറത്തേക്ക് പോയ യുവാവ്, നേരെ ചെന്നതൊരു സലൂണിലേക്കാണ്, കടക്കാരനോട് തല മുണ്ഡനം ചെയ്യാൻ പറയുന്നു. കടക്കാരന്റെ ചോദ്യങ്ങൾക്ക് ഉത്തരം കൊടുക്കാതെ യുവാവ് ഇരിക്കുന്നു. ഒരുമണിക്കൂർ നീണ്ട പരിശ്രമത്തിൽ, യുവാവിന്റെ തലയിൽ ഒരു മുടിനാര് പോലും ശേഷിക്കാത്ത വിധത്തിലാകുന്നു. പണം കൊടുത്ത് കടയിൽ നിന്നിറങ്ങിയ

യുവാവ് നേരെ ഒരു ഹോട്ടലിൽ ചെല്ലുന്നു. അവിടെ നിന്നും പൊറോട്ടയും മട്ടനും കഴിക്കുന്നു, ഒരു പൊതി പാഴ്സൽ വാങ്ങിച്ച് കാറിൽ വയ്യ്ക്കുന്നു, ശേഷം നേരെ വീട്ടിലേക്ക് ചെല്ലുന്നു. യുവാവിന്റെ പുതിയ കോലം കണ്ട് ഭാര്യ അന്ധാളിച്ചു നിൽക്കുന്നു. ഭക്ഷണപ്പൊതി ഭാര്യയ്ക്ക് കൊടുത്ത് അയാൾ അകത്തേയ്ക്ക് ചെല്ലുന്നു.

ഭാര്യ: 'ഇത് എന്താ?'

യുവാവ്: 'പൊറോട്ടയും മട്ടനും, നീ കഴിച്ചൊ, ഞാൻ ഹോട്ടലീന്ന് കഴിച്ച്. ഞാൻ പോയി കുളിച്ചിട്ട് വരാം'

ഭാര്യ: 'നിങ്ങൾ എന്ന് മുതലാണ് മാംസാഹാരം കഴിച്ച് തുടങ്ങിയത്! പൊന്നുപോലെ കൊണ്ട് നടന്ന മുടിയും വെട്ടിക്കളഞ്ഞ്, നിങ്ങൾക്ക് എന്താ പറ്റിയത്! വട്ടായൊ!'

ഭാര്യ ഭക്ഷണപ്പൊതി താഴെയിടുന്നു. യുവാവ് അവിടെ നിന്ന് സ്വയം ആലോചിക്കുന്നു. തനിക്കെന്താ പറ്റിയതെന്ന് സ്വയം വീക്ഷിക്കുന്നു. ഭാര്യ മുറിയിലേയ്ക്ക് ചെല്ലുന്നു. യുവാവ് വീണ്ടും ഓടിച്ചെന്ന് കാറെടുത്ത് അമിതവേഗത്തിൽ പായുന്നു. സമയം രാത്രിയാകുന്നു, എങ്ങും ഇരുട്ടിന്റെ കരങ്ങൾ പതിയാൻ തുടങ്ങുന്നു. ഒരു മണിക്കൂറോളം നിർത്താതെ വണ്ടിയോടിച്ച്, യുവാവ് അവിടെ എത്തിച്ചേരുന്നു, രാവിലെ ശവം കണ്ട പാടവരമ്പത്ത്. യുവാവ് കാറിൽ നിന്നും പുറത്തിറങ്ങുന്നു. എങ്ങും വിജനത. ചെറു പ്രാണികളുടെ കൂട്ടക്കരച്ചിൽ. രാവിലെ താനിരുന്ന സ്ഥലത്തേക്ക് പതിയെ നടന്നുചെന്ന്, മുട്ടുകുത്തി ഇരിക്കുന്നു. പച്ചപുല്ലുകൾക്കിടയിൽ തളം കെട്ടി നിൽക്കുന്ന വെള്ളത്തിലേക്ക് തുറിച്ചുനോക്കുന്നു. പെട്ടെന്ന് വെള്ളത്തിൽ നിന്നൊരു കൈ പൊങ്ങി വന്ന് യുവാവിന്റെ മുഖത്ത് ശക്തിയായി പിടിക്കുന്നു, അവനെ വലിച്ച് വെള്ളത്തിലേക്കിടുന്നു.

27

ഇതിപ്പൊ ലാഭമായല്ലൊ

ഒരു ഓഡിറ്റോറിയം, വളരെ ആഡംബരമായി ഒരുക്കിയിട്ടുണ്ട്. ചെറുക്കനും പെണ്ണും, അരയന്നത്തിന്റെ ആകൃതിയിൽ നിർമ്മിച്ച ബോട്ടിലിരുന്ന് ഫോണിൽ തോണ്ടുന്നു. ആ ബോട്ട്, ശരിക്കും വെള്ളത്തിൽ കിടന്ന് നാല് ദിശകളിലേക്കും ചെറുതായി സഞ്ചരിക്കുന്നുണ്ട്, അതിനായി എല്ലാ വശങ്ങളിൽ നിന്നും തീവ്രത കൂടിയ ഫാനുപയോഗിച്ച് കാറ്റടിപ്പിക്കുന്നു. ഇതിനൊക്കെ വേണ്ടി ആഡിറ്റോറിയത്തിന്റെ നടുക്കായി ഒരു സ്വിമ്മിങ് പൂൾ തന്നെ നിർമ്മിച്ചു കല്ല്യാണ പാർട്ടികൾ. അത്രയും ആഡംബരം നിറഞ്ഞൊരു കല്ല്യാണം.

വീതി കുറഞ്ഞൊരു പലകയിലൂടെ നടന്നുവേണം അതിഥികൾക്ക് വധുവരന്റെ അടുത്തെത്താൻ. മിക്ക അതിഥികളും വെള്ളത്തിൽ വീണു. അങ്ങനെ അവസാനം അതൊരു സ്വിമ്മിങ് പൂൾ പാർട്ടിയായി മാറുന്നു, പക്ഷെ ഏതൊ കുരുത്തം കെട്ടവൻ ആരും കാണാതെ പൂൾ വെള്ളത്തിൽ നാരങ്ങ-അച്ചാർ കലർത്തിയത്, പൂൾ പാർട്ടി സംഘത്തിന്റെ കണ്ണുകൾക്ക് വിനയായി.

വൈകിട്ട് നാല് മണിക്ക് തുടങ്ങിയ പരിപാടികൾ അവസാനിച്ചത് രാത്രി പതിനൊന്ന് മണിക്ക്. ഏഴ് മണിക്കൂർ അരയന്നത്തിൽ ഇരുന്നാടിയ നവദമ്പതികൾ, നടക്കാൻ

പറ്റാത്ത അവസ്ഥയിലായി. അരയന്നത്തെ കരയ്ക്കടുപ്പിച്ച്, രക്ഷാപ്രവർത്തകർ അവരെ സുരക്ഷിതമായി വീട്ടിലെത്തിക്കുന്നു. അപ്പോൾ കിടന്ന അവർ, അടുത്തദിവസം രണ്ട് മണിക്ക് എണീക്കുന്നു. പല്ലൊക്കെ തേച്ച്, പുതിയ വസ്ത്രങ്ങളും അണിഞ്ഞ് മുറിയുടെ പുറത്തേയ്ക്ക് ചെല്ലുന്നു.

അമ്മ: 'രണ്ടാളും നന്നായി ഉറങ്ങിയല്ലോ' (ചിരിക്കുന്നു)

അച്ചഛൻ: 'മക്കളെ നിങ്ങളിരിക്ക്, ഇനിയിപ്പം ഊണ് കഴിക്കാം'

എല്ലാവരും ഊണ് കഴിക്കാനായി ഇരിക്കുന്നു, നവദമ്പതികൾ അവരവരുടെ ഫോണിൽ കണ്ണും നട്ടിരിക്കുന്നു. ഭക്ഷണം കഴിക്കുമ്പോഴും അവരുടെ കണ്ണുകൾ ഫോണിൽ തന്നെ. അച്ചഛന്റെയും അമ്മയുടെയും വിവിധതരം ചോദ്യങ്ങൾക്ക്, അതെന്തെന്ന് കേൾക്കാതെ മൂളൽകൊണ്ട് ഉത്തരം നൽകി, ഫോണിൽ മുഴുകി ഇരിക്കുന്നു. ഭക്ഷണം കഴിച്ചയുടൻ തന്നെ മുറിയിലേയ്ക്ക് ചെല്ലുന്ന നവദമ്പതികൾ, വസ്ത്രം മാറി വരുന്നു.

അമ്മ: 'എങ്ങോട്ടാ മോനെ, സിനിമയ്ക്കാണോ?'

(യുവാവ് "മ്മ്" മൂളുന്നു)

മറ്റൊന്നും സംസാരിക്കാതെ, അവർ കാറിൽ കയറി പോകുന്നു. യുവാവ് കാറോടിക്കുന്നു, യുവതി അപ്പുറത്തിരുന്ന് ഫോൺ ഉപയോഗിക്കുന്നു. ഒരു മണിക്കൂറോളം കാറോടിച്ച്, ഒരു ബാങ്കിന്റെ മുമ്പിലായി വണ്ടി നിർത്തുന്നു. രണ്ട് പേരും ഒരു ഫയലും കയ്യിലെടുത്ത് ബാങ്കിന്റെ അകത്തേയ്ക്ക് ചെല്ലുന്നു.

ഉദ്യോഗസ്ഥൻ: 'എന്ത് സഹായമാണ് വേണ്ടത്, സാർ?'

യുവാവ്: 'എന്റെ ഈ അക്കൗണ്ടിൽ നിന്നും ഒരു ഇരുപത്തിയഞ്ച് ലക്ഷം, ഈ അക്കൗണ്ടിലേക്ക് മാറ്റണം'

ഉദ്യോഗസ്ഥൻ രണ്ട് ബാങ്ക് അക്കൗണ്ടുകളും പരിശോധിക്കുന്നു. എല്ലാം ശരിയാക്കി അവർ ബാങ്കിൽ

നിന്നുമിറങ്ങുന്നു. രണ്ട് മണിക്കൂറിനുള്ളിൽ പണം മാറ്റപ്പെടും എന്ന് ഉദ്യോഗസ്ഥൻ പറയുന്നു. കാറിൽ സഞ്ചാരം വീണ്ടും ആരംഭിച്ച നവദമ്പതികൾ, അവരുടെ ബന്ധം ഊട്ടിയുറപ്പിക്കാനായി ഒരു കഫേയിലേക്ക് ചെല്ലുന്നു, എന്നാൽ യുവതിയെ അവിടെ ഇറക്കിയ ശേഷം, യുവാവ് വണ്ടിയുമായി അൽപ്പം ദൂരത്തുള്ള സിനിമാശാലയിൽ എത്തുന്നു.

സമയം രാത്രി പത്ത് മണിയാകുന്നു. അമ്മയും അച്ഛനും സന്തോഷത്തോടെ വീടിന്റെ ഉമ്മറത്ത് കാത്തിരിക്കുന്നു. നവദമ്പതികൾ എത്തുന്നു, നല്ല ക്ഷീണമുണ്ടെന്ന് പറഞ്ഞ് ഇരുവരും മുറിയിലേയ്ക്ക് പോകുന്നു. അവരെ കാത്തിരുന്ന അച്ഛനും അമ്മയും കഴിക്കുന്നു, ഉറങ്ങുന്നു.

അടുത്ത ദിവസം രാവിലെ പതിനൊന്നിന് എഴുന്നേറ്റു ഹാളിലേക്ക് വന്ന യുവാവിനോട് അച്ഛൻ കുശലങ്ങൾ അന്വേഷിക്കുന്നു. മകൻ മൂളലുകൾ കൊണ്ട് ഉത്തരം നൽകി, ഫോണിലേക്ക് തിരിയുന്നു. യുവതിയും ഹാളിലേക്ക് വരുന്നു, എവിടെയൊ പോകാനായി വസ്ത്രം ധരിച്ച്.

യുവതി: 'ഞാൻ ജോലിക്ക് പോകുവാ, കിരൺ ടാക്സി വിളിച്ച് പോകുവല്ലൊ?'

യുവാവ് തലയാട്ടുന്നു.

യുവതി: 'ഞാൻ ഒരു മെസ്സേജ് അയച്ചിട്ടുണ്ട്, നോക്കിയേക്കണെ, ശരി'

യുവതി കാറെടുത്ത് പുറത്തേയ്ക്ക് പോകുന്നു. യുവാവ് ഫോണിൽ യുവതിയുടെ സന്ദേശങ്ങൾ നോക്കുന്നു.

"കിരൺ, വണ്ണം കുറയ്ക്കുന്നതുവരെ ഇനി മുതൽ പതിനായിരം തരണം, ഓക്കെ. ഇന്ന് പറ്റില്ല"

കിരൺ മറുപടി സന്ദേശം കൊടുക്കുന്നു.

"രോമം വടിച്ചില്ലെങ്കിൽ ഏഴെ തരാൻ പറ്റു, ഇനി രണ്ട് ദിവസം കഴിഞ്ഞ് മതി"

28

വണ്ടിക്കാള

ശാന്തമായ ഒരു പ്രഭാതം. നിരത്തുകളിൽ വാഹന പ്രവാഹം, കുട്ടികൾ സ്കൂളിൽ പോകുന്നതിന്റെ തിരക്കിൽ, മുതിർന്നവർ ജോലിക്ക് പോകുന്നതിന്റെ തിരക്കിൽ. ഒരു രണ്ടുനില വീടിന്റെ മുൻപിൽ, പത്ത് വയസ്സ് പ്രായം തോന്നിക്കുന്ന കുട്ടി ശാന്തനായി നിൽക്കുന്നു. അവന്റെ മുഖഭാവം കണ്ടാൽ തന്നെ മനസ്സിലാക്കാം, ഇന്നവൻ എവിടെ പോയാലും സ്കൂളിലേക്ക് പോവില്ലെന്ന്. വീടിനുള്ളിൽ നിന്നും ആരൊ അവനെ അകത്തേയ്ക്ക് വിളിക്കുന്നു. കുട്ടി അകത്തേയ്ക്ക് ഓടിപോകുന്നു, എന്നാൽ പെട്ടെന്ന് തന്നെ ഓട്ടം നിർത്തി പതിയേ നടക്കാൻ തുടങ്ങുന്നു. ഡൈനിങ് മുറിയിലെ മേശയ്ക്കു സമീപം നിന്ന് ബാഗിൽ എന്തൊക്കെയൊ വാരിയിടുന്ന കുട്ടിയുടെ അമ്മ. കുട്ടി തന്റെ അമ്മയുടെ അടുത്തേക്ക് ചെല്ലുന്നു.

അമ്മ: 'മോനെ, ഉച്ചയ്ക്കുള്ള ഭക്ഷണം അടുക്കളയിൽ വെച്ചിട്ടുണ്ട്, അച്ഛൻ നാല് മണിക്ക് വരും, മോൻ നല്ല കുട്ടിയായി കട്ടിലിൽ വിശ്രമിച്ചോ, ആരെങ്കിലും വന്നാൽ വാതിൽ തുറക്കാതെ, ജനാലയിലൂടെ ആരുമില്ല എന്ന് പറഞ്ഞാൽ മതി, എന്തെങ്കിലും അസ്വസ്ഥത വന്നാൽ അമ്മയെ അപ്പോൾത്തന്നെ വിളിക്കണം, കേട്ടല്ലൊ?'

കുട്ടി തലയാട്ടുന്നു. അമ്മ ചിരിച്ചുകൊണ്ട് ബാഗുമായി സ്കൂട്ടറിൽ കയറി, വണ്ടി ഉരുട്ടി ഗേറ്റിന്റെ പുറത്ത് വയ്ക്കുന്നു, ഗേറ്റടച്ച ശേഷം സ്കൂട്ടർ ഓണാക്കി ഓടിച്ചുപോയി. അടുത്ത നിമിഷം തന്നെ വാതിൽ തുറന്നു വീടിന്റെ പുറത്തിറങ്ങിയ കുട്ടി, വീടിന്റെ മൂലയ്ക്ക് സൂക്ഷിച്ചിരുന്ന ചെളിപുരണ്ട കാൽപ്പന്ത് കയ്യിലെടുത്ത് മുൻവശത്ത് കൊണ്ടുവയ്യ്ക്കുന്നു, ശേഷം പന്ത് കളിക്കാൻ തുടങ്ങുന്നു. വീടിന്റെ മുൻവശത്ത് ചുറ്റിനും പന്ത് തട്ടി നടന്ന് ആനന്ദിക്കുന്ന കുട്ടി, കളിയുടെ തീവ്രത കൂട്ടാൻ തീരുമാനിക്കുന്നു.

മതിലിന്റെ മൂലയ്ക്ക് കിടന്ന ചുടുകട്ടകളിൽ നിന്നും രണ്ടെണ്ണമെടുത്ത് ഗേറ്റിനടുത്തായി രണ്ടടി അകലത്തിൽ വയ്യ്ക്കുന്നു, എന്നിട്ട് പന്ത് ചവിട്ടി അതിനിടയിൽ എത്തിക്കാനുള്ള തീവ്രമായ പോരാട്ടം ആരംഭിക്കുന്നു. ഏകദേശം രണ്ട് മണിക്കൂർ പിന്നിട്ടിട്ടും, നിരവധി തവണ ലക്ഷ്യം കൈവരിച്ചിട്ടും, കുട്ടി തന്റെ പന്ത് കളി നിർത്താൻ തയ്യാറായില്ല. നട്ടുച്ച സമയത്തെ ചൂടിന്റെ അടിയിൽപ്പെട്ട് വിയർത്തൊലിക്കുന്ന കുട്ടിക്ക്, തന്റെ ശക്തി ഇരട്ടിച്ച പോലൊരു ഉൾവിളി ഉണ്ടാകുന്നു.

അധികമായി ലഭിച്ച കരുത്തുമായി പന്തിനെ ചവിട്ടിയ കുട്ടി, പന്തിനെ മതിലിനു മുകളിലേക്ക് പറത്തി റോഡിലെത്തിച്ചു. ഉടൻ തന്നെ ഗേറ്റ് തുറന്ന് പുറത്തിറങ്ങിയ കുട്ടിക്ക്, റോഡിന്റെ അപ്പുറത്തെ വശത്ത് നിന്നും പന്ത് കിട്ടുന്നു. എന്നാൽ തിരികെ തന്റെ വീടിന്റെ ഗേറ്റിലേക്ക് എത്തിയപ്പോൾ, ഗേറ്റിന് സമീപമുള്ള മതിലിന്റെ അടുത്തായി ഒരു മധ്യവയസ്കൻ തറയിൽ ചാരിയിരിക്കുന്നത് അവന്റെ ശ്രദ്ധയിൽപ്പെട്ടു. അയാളുടെ കണ്ണുകൾ അടഞ്ഞിരിക്കുകയാണ്, എന്നാൽ നെഞ്ചത്ത് ശ്വാസമെടുക്കുന്ന താളം കാണാൻ കഴിയുന്നുണ്ട്. അയാളുടെ കാൽപ്പാദങ്ങൾ വളരെ വീക്കം വന്നിരിക്കുന്നത് അവൻ

ശ്രദ്ധിച്ചു.

കുട്ടി അയാളെ ചെറുതായൊന്ന് നോക്കിയ ശേഷം ഗേറ്റടച്ച്, പന്ത് തിരികെ വീടിന്റെ മൂലയ്ക്ക് വച്ച്, വീടിന്റെ അകത്തേയ്ക്ക് ഓടിപ്പോയി. കൈകൾ കഴുകി അടുക്കളയിൽ ചെന്ന് പാത്രത്തിലടച്ച് വച്ചിരിക്കുന്ന ചോറും കറിയും കഴിക്കുന്നു. പകുതി കഴിച്ച് എച്ചിൽ പാത്രം അടുക്കളയിൽ വെച്ചിട്ട്, കൈ കഴുകി ടീവി കാണാൻ തുടങ്ങുന്നു. ഏതൊ കാർട്ടൂൺ പരിപാടി കണ്ടിരിക്കുന്നു, എന്നാൽ കുട്ടിയുടെ മനസ്സിൽ മറ്റെന്തൊ ചിന്ത കയറിക്കൂടീട്ടുണ്ട്. ടീവി നിർത്താതെ, ഓടി വീടിന് പുറത്തിറങ്ങി, മുമ്പിലുള്ള മതിലിന്റെ മുകളിൽ അള്ളിപ്പിടിച്ച് കയറി, അനാഥനായി തറയിൽ ചാരിയിരിക്കുന്ന അയാളെ നോക്കുന്നു. അയാൾ ഇപ്പോഴും എണീറ്റിട്ടില്ല. കുട്ടി തന്റെ പോക്കറ്റിൽ നിന്നുമൊരു ചോക്കലേറ്റ് മിഠായിയെടുത്ത് അയാളുടെ തലയിലിടുന്നു.

തന്റെ തലയിൽ വീണ് തെറിച്ച് മുന്നിലേക്ക് വീണ മിഠായി, അയാൾ എടുത്ത് തൊലിച്ച് കഴിക്കുന്നു, എന്നാൽ മുകളിലേക്ക് നോക്കുന്നില്ല. കുട്ടി ഓടി വീടിനുള്ളിൽ കയറി, രണ്ട് മിനിറ്റിന് ശേഷം തിരികെവരുന്നു. ഒരു പൊതി ബ്രെഡ് തലയിലിട്ട് കൊടുക്കുന്നു. അയാൾ അതും തിന്നാൻ തുടങ്ങുന്നു, പക്ഷെ അയാളുടെ തല അനങ്ങുന്നില്ല. കുട്ടി വീണ്ടും വീട്ടിൽ കയറി തിരികെ വരുന്നു, ഒരു ചെറിയ ഉരുളി കയ്യിലുണ്ട്. വീട്ടിൽ നിന്നുമൊരു കസേരയും തൂക്കി മതിലിനടുത്ത് വയ്യ്ക്കുന്നു, ശേഷം ഉരുളിയുമായി അതിൽ ചവിട്ടിക്കയറി മതിലിൽ ഇരിക്കുന്നു. പതിയെ ഉരുളി കമഴ്ത്തി അതിലെ ചോറും, കറികളും അയാളുടെ തലയിലേക്കിടുന്നു. ഭക്ഷണത്തിൽ കുളിച്ചിട്ടും അയാൾക്ക് പ്രതികരണമില്ല.

കുട്ടി തിരികെ വീട്ടിലേക്ക് പോകുന്നു. ടീവി കാണുന്നു, എന്നാൽ അവന്റെ മുഖത്ത്, ചെയ്യ്ത തെറ്റിന്റെ കുറ്റബോധമുണ്ട്. കുട്ടി ഓടി പുറത്തിറങ്ങി, ഗേറ്റും

തുറന്നിറങ്ങുന്നു. അയാളെ കാണുന്നില്ല. കുട്ടി വിഷമിച്ച് വീട്ടിലേക്ക് പോകുന്നു. സമയം രാത്രി ആകുന്നു, അമ്മയും അച്ചനും വന്നു. എല്ലാവരും ടീവി കാണുന്നു. കുട്ടിയുടെ മുഖത്ത് ഇപ്പോഴും വിഷാദമുണ്ട്. പെട്ടെന്ന് ഗേറ്റ് തുറന്ന് ക്രിസ്തുമസ് കരോൾ വരുന്നു. ഒരു ഉന്തുവണ്ടിയിൽ നിരവധി സ്പീക്കറുകളും മറ്റും നിറച്ച്, അതിന്റെ മുകളിൽ തളർവാതം വന്നിരിക്കുന്നത് പോലെ സാന്റാ വേഷമണിഞ്ഞ് ഒരാൾ ഇരിക്കുന്നു, അയാളുടെ ശരീരത്തിന് മുകളിലൂടെ ലൈറ്റുകൾ കെട്ടിവച്ചിട്ടുണ്ട്.

കുട്ടി സാന്റയെ കൗതുകത്തോടെ നോക്കുന്നു. സാന്റയുടെ കാൽപ്പാദങ്ങൾ ശ്രദ്ധിച്ച അവൻ ചിരിക്കുന്നു.

29

കാത്തുനിൽപ്പ് കേന്ദ്രം

ഒരു സായാഹ്നം. ആളുകൾ തിങ്ങിനിറഞ്ഞ് നിൽക്കുന്ന ഒരു ബസ് കാത്തിരിപ്പ് കേന്ദ്രം. ആകെയുള്ള രണ്ട് സിമന്റ് ബെഞ്ചുകളിൽ, പത്ത് മനുഷ്യർ തിങ്ങിക്കൂടി ഇരിക്കുന്നു. എല്ലാവരും അവരവരുടെ ഫോണുകളിൽ കുത്തിക്കൊണ്ടിരിക്കുന്നു, ചിലർ ഫോണിൽ വേണ്ടപ്പെട്ടവരോട് ഉച്ചത്തിൽ സംസാരിക്കുന്നു, മറ്റ് ചിലർ ഉച്ചത്തിൽ ചലചിത്ര ഗാനങ്ങൾ കേൾക്കുന്നു. കൂടാതെ, കൂട്ടം കൂടി നിൽക്കുന്ന സ്കൂൾ കുട്ടികൾ എന്തൊക്കെയൊ പറഞ്ഞ് ചിരിച്ചും കളിച്ചും നിൽക്കുന്നു. കുട്ടികളെ ഒഴിച്ച് നിർത്തിയാൽ, മറ്റാരുടേയും മുഖത്ത് സന്തോഷത്തിന്റെ കിരണങ്ങൾ കാണാനില്ല, മറിച്ച്, ആശങ്കകൾ മാത്രം.

ഓരൊ പത്ത് മിനിറ്റ് ഇടവിട്ട് അവിടെ എത്തിച്ചേരുന്ന ബസ്സുകൾ, ഒപ്പം അവിടേക്ക് എത്തുന്ന പുതിയൊരു കൂട്ടം മനുഷ്യരും, ആ ചെറു കെട്ടിടത്തിന് ഒരു താളം സമ്മാനിക്കുന്നു.

“സുന്ദരിയക്ഷി” എന്ന് പേരുള്ള ഒരു ബസ് അവിടെ നിർത്തുന്നു, അതിൽ നിന്ന് ഒരു പറ്റം മനുഷ്യർ ചാടിയിറങ്ങുന്നു, ഒപ്പം മറ്റൊരു കൂട്ടം ഇടിച്ച് കയറുന്നു. ഇറങ്ങിയ കൂട്ടം മനുഷ്യർ പല ദിശകളിലേക്ക് നടന്നകന്നു.

എന്നാൽ, ഒരാൾ മാത്രം കാത്തിരിപ്പ് കെട്ടിടത്തിൽ പ്രവേശിച്ചു. കണ്ടാൽ മുപ്പത് വയസ്സിന് മുകളിൽ പ്രായം തോന്നിക്കുന്ന ഒരു പുരുഷൻ. ഒരുപക്ഷേ ഒരുപാട് ദൂരത്തേക്ക് പോകേണ്ട വ്യക്തി ആയിരിക്കാം, അതിനായി ദീർഘദൂര ബസ്സിനായി ഇറങ്ങിയതാവാം.

തിരക്കുപിടിച്ച ആ ചെറു കെട്ടിടത്തിന്റെ ഒരു തൂണിൽ ചാരി അയാൾ നിൽക്കുന്നു. എന്തൊക്കെയൊ ആലോചിച്ച്, തന്റെ നേരെ കാണുന്ന ഒരു പരസ്യ നോട്ടീസിൽ നോക്കി നിൽക്കുന്നു.

സമയം കടന്നുപോയി, ഒപ്പം രണ്ട് ബസ്സുകളും. ദീർഘദൂര ബസ്സിനായി കാത്ത് നിന്ന അയാൾക്ക് കാത്തിരിപ്പ് ബെഞ്ചിൽ ഇരിക്കാനുള്ള സ്ഥലം കിട്ടി. സമാധാനത്തോടെ അവിടെ ഇരിക്കുന്ന അയാൾക്ക്, മറ്റുള്ളവരെ പോലെ ഫോൺ എടുത്ത് ഉപയോഗിക്കാൻ തോന്നാത്തത് ആശ്ചര്യം തന്നെ. പക്ഷെ, തന്റെ അടുത്തിരിക്കുന്ന ചെറുപ്പക്കാരൻ അവന്റെ ഫോണിൽ ഇടതടവില്ലാതെ വിവിധ തരം ദൃശ്യങ്ങൾ കണ്ടിരിക്കുന്നത്, ഇടയ്ക്കിടെ അയാളും നോക്കി ചിരിക്കുന്നുണ്ട്. ചെറുപ്പക്കാരന് ഇതൊരു പ്രശ്നം ആയിരുന്നില്ല.

ഒരുപക്ഷേ അയാളുടെ ഫോണിൽ ചാർജ് കാണില്ലായിരിക്കാം. എന്തായാലും, സ്വസ്ഥമായി കാത്തിരിക്കുന്ന അയാളുടെ മുഖത്ത് പെട്ടെന്നൊരു പുഞ്ചിരി വിടർന്നു. ഇളം നീല നിറത്തിലുള്ള സാരി ധരിച്ച് ആ കെട്ടിടത്തിൽ പ്രവേശിച്ച, കണ്ടാൽ മുപ്പതിൽ താഴെ പ്രായം തോന്നിക്കുന്ന, അതിസുന്ദരിയായ ഒരു പെൺകുട്ടിയെ നോക്കിയാണ് അയാൾ ചിരിച്ചത്. എന്നാൽ പെൺകുട്ടി ഇതൊന്നും അറിയുന്നില്ല.

ആ പെൺകുട്ടി അവിടേക്ക് വന്നപ്പോൾ, ഒരു നിമിഷം അയാൾ അവളെ നോക്കി ചിരിച്ചു എന്നതൊഴിച്ചാൽ, അയാൾ പിന്നീട് അവളെ നോക്കുന്നില്ല. പെൺകുട്ടി തന്റെ ഫോണിൽ

ആർക്കൊ മെസ്സേജ് അയച്ച് രസിച്ച് നിൽക്കുന്നു. അടുത്ത ബസ് എത്തുന്നു, പെൺകുട്ടി അതിൽ കയറുന്നില്ല. അയാൾ പെൺകുട്ടിയെ നോക്കുന്നു, അവൾക്ക് നേരെ കൈവീശുന്നു, തന്റെ അടുത്തേക്ക് വരാൻ ആംഗ്യം കാണിക്കുന്നു. മറ്റാരും ഇതൊന്നും ശ്രദ്ധിക്കാതെ അവിടെ ഇരിക്കുന്നു.

അയാളുടെ അടുത്തേക്ക് അവൾ പതിയെ നടന്ന് വന്നു, തന്റെ അടുത്ത് എത്താറായപ്പോൾ, അയാൾ ബെഞ്ചിൽ നിന്ന് എഴുന്നേറ്റു, അവളോട് അവിടെ ഇരിക്കാൻ ചിരിച്ച് കൊണ്ട് പറയുന്നു. ആ പെൺകുട്ടി അയാൾക്കൊരു ചിരി സമ്മാനിച്ച് അവിടെ ഇരിക്കുന്നു. അയാൾ അൽപ്പം മാറി നിൽക്കുന്നു, പെൺകുട്ടി തന്റെ ഫോണിലേക്ക് തിരികെ പോയി. ഫോണിൽ മെസ്സേജ് അയച്ച് തനിയെ ചിരിച്ച് അവൾ ഇരിക്കുന്നു, ഇത് അയാൾ ശ്രദ്ധിക്കുന്നു, എന്നാൽ, താൻ അവളെ വീക്ഷിക്കുന്നു എന്നത് അവൾ കാണാതിരിക്കാൻ അയാൾ ശ്രദ്ധിച്ചു.

അയാൾ ഒരു തൂണിൽ ചാരി നിൽക്കുന്നു, കണ്ണുകൾ അടച്ച് പിടിച്ച്, ഉറക്കമായെന്ന് തോന്നിപ്പിക്കുന്ന തരത്തിൽ നിൽപ്പാണ്, എന്നാൽ, താൻ ഉറങ്ങുകയല്ല എന്ന് കാണിക്കാൻ, ഇടയ്ക്കിടെ കണ്ണുകൾ തുറന്ന്, ഫോണിൽ നോക്കി സ്വയം ചിരിക്കുന്ന ആ പെൺകുട്ടിയെ, ഒരു നിമിഷം നോക്കുന്നുണ്ട്. കണ്ണുകൾ അടച്ച് നിൽക്കുമ്പോഴും ഇടയ്ക്കിടെ അയാളുടെ ചുണ്ടുകളിൽ ഇളം പുഞ്ചിരി വിടരുന്നത് വളരെ ശ്രദ്ധേയമാണ്. അൽപ്പസമയം കഴിഞ്ഞപ്പോൾ, തന്റെ നെഞ്ചത്ത് കൈ കൊണ്ട് തിരുമാനും തുടങ്ങി.

ബസ്സുകൾ പലതും വന്നുപോയി, കാത്തിരിപ്പ് കെട്ടിടത്തിൽ പുതിയ യാത്രക്കാർ നിറഞ്ഞു, അയാളും പെൺകുട്ടിയും ഉൾപ്പെടെ വളരെ കുറച്ച് മനുഷ്യർ മാത്രമാണ് ഇപ്പോഴും മണിക്കൂറുകളായി അവിടെ ഇരിക്കുന്നത്. പെൺകുട്ടി ഫോൺ ഉപയോഗം നിർത്തി പുറത്തേക്ക് നോക്കി ഇരിക്കുന്നു, അയാൾ ആകട്ടെ ആ പെൺകുട്ടിയെ തന്നെ

നോക്കി നിൽക്കുന്നു, ഇത് മനസ്സിലാക്കിയ പെൺകുട്ടി അയാളെ നോക്കുന്നു, എന്നാൽ അയാൾ തന്റെ നോട്ടം പിൻവലിക്കാതെ, ചിരിച്ചോണ്ട് അവളെ നോക്കുന്നു, പെൺകുട്ടിയും ചെറുതായി പുഞ്ചിരിക്കുന്നു.

പെട്ടെന്ന് അയാൾ തന്റെ നോട്ടം അവസാനിപ്പിച്ച്, തന്റെ പാന്റിന്റെ പോക്കറ്റിൽ നിന്നും ഒരു മൊബൈൽ ഫോൺ പുറത്തെടുക്കുന്നു. ആരൊ വിളിക്കുന്നുണ്ട്, അയാൾ കോൾ എടുത്ത് സംസാരിക്കാൻ തുടങ്ങുന്നു. "എത്താറായി, ഒരു പത്ത് മിനിറ്റ്, റോഡിൽ നല്ല തിരക്കാ, ശരി" ഇത്രയും പറഞ്ഞ് ഫോൺ തിരികെ പോക്കറ്റിൽ കേറ്റുന്നു. ശേഷം, ധൃതിയിൽ അവിടെ നിന്ന് പുറത്തേക്ക് പോയി, കാത്തിരിപ്പ് കെട്ടിടത്തിനരികെ പാർക്ക് ചെയ്തിരിക്കുന്ന നിരവധി ഇരുചക്ര വാഹനങ്ങളിൽ നിന്നും ഒരെണ്ണം എടുത്ത്, പോക്കറ്റിൽ നിന്നും തപ്പിയെടുത്ത താക്കോൽ ഉപയോഗിച്ച് വണ്ടിക്ക് ജീവൻ നൽകുന്നു. വണ്ടിയുമെടുത്ത് അയാൾ എങ്ങോട്ടൊ പോകുന്നു. ഇതെല്ലാം കൗതുകത്തോടെ വീക്ഷിച്ച ആ പെൺകുട്ടി, തന്റെ വലത് കൈ കൊണ്ട് വായ പൊത്തി ചിരിക്കുന്നു.

30

ഇത്തിരിക്കൂടി അച്ചര

അതിരാവിലെ അഞ്ച് മണി. അതിസുന്ദരമായ ഒരു നദീതീരം. സൂര്യ ഭഗവാന്റെ സ്വർണ്ണ കിരണങ്ങൾ മണ്ണിൽ പതിക്കാൻ തുടങ്ങിയിട്ടെയുള്ളു. നദീതീരം ഉറക്കത്തിൽ നിന്നെണീറ്റ്, തന്റെ അമ്മയുടെ അടുത്തേക്ക് യാത്ര ആരംഭിച്ചു. നദീതീരത്ത് അനവധി വൃക്ഷങ്ങളും ചെടികളും പ്രൗഢിയോടെ നിൽക്കുന്നു, അവയിൽ വസിച്ചിരുന്ന ജീവജാലങ്ങൾ ഇപ്പോഴും ഉറക്കത്തിൽ തന്നെയാണ്. എന്നാൽ, വളരെ പെട്ടെന്ന് തന്നെ, സുഖമായി ഉറങ്ങിക്കിടന്ന പലരുടേയും ഉറക്കം കെടുത്തിക്കൊണ്ട്, ഉഗ്ര ശബ്ദത്തിലുള്ള കാൽപ്പാദ ശബ്ദം നദീതീരത്തേക്ക് എത്താൻ തുടങ്ങി.

അമ്പത് വയസ്സിന് മുകളിൽ പ്രായം വരുന്ന ഒരു പുരുഷൻ, നദീതീരം ലക്ഷ്യം വച്ച് നടന്നുവരുന്നു. പഴക്കം തോന്നിക്കുന്ന ചാക്കിന്റെ തുണി ഉപയോഗിച്ച് നെയ്യ്തെടുത്ത ഒരു നിക്കറും, കഴുത്തിന് കുറുകെ ഒരു തോർത്തും വലിച്ചുകെട്ടി, മുള കൊണ്ട് നിർമ്മിച്ച ചൂണ്ടയും തോളത്ത് വച്ചാണ് അയാൾ വരുന്നത്. കഴുത്തിൽ, ഒരു ഭംഗിക്ക് വേണ്ടി, മീൻ മുള്ളുകൾ കൊണ്ട് നിർമ്മിച്ച ഒരു മാല തൂക്കിയിട്ടിട്ടുണ്ട്. കൂടാതെ ഇരുകൈകളിലും അത്തരം രീതിയിൽ നിർമ്മിച്ച വളകളും ഇട്ടിട്ടുണ്ട്. കണ്ണേറ് കിട്ടാതിരിക്കാൻ ഉചിതമായ

ആഭരണങ്ങൾ എന്ന് നിസ്സംശയം പറയാം.

അയാൾ നടന്നുവന്ന് നദിയുടെ തീരത്ത് കുത്തിവച്ചിരുന്ന ഒരു കുറ്റിയിൽ കെട്ടിയിട്ടിരിക്കുന്ന തോണിയിൽ തന്റെ ചൂണ്ട വയ്ക്കുന്നു. ശേഷം, ആ തോണിയെ സ്വതന്ത്രമാക്കുന്നു. നദിയുടെ താളം നിറഞ്ഞ ഒഴുക്കിനോടൊപ്പം സഞ്ചരിക്കാൻ തുടങ്ങിയ ആ തോണിയിലേക്ക്, അയാൾ ചാടി കയറുന്നു. തോണിയിൽ കിടന്ന ഒരു പഴക്കമുള്ള പങ്കായം കയ്യിലെടുത്ത് തോണിയുടെ നിയന്ത്രണം കൈക്കലാക്കുന്നു. തോണിയെ ശക്തമായി തുഴഞ്ഞ് നദിയുടെ മറ്റൊരറ്റത്ത് എത്തിക്കുന്നു. ശേഷം വളരെ കഷ്ടപ്പെട്ട്, തോണിയെ ഒരു ചെറിയ മരത്തിൽ കെട്ടുന്നു. എന്നിട്ട് തോണിയിൽ ചാടിക്കയറിയ അയാൾ, ചൂണ്ട കയ്യിലെടുത്ത്, അതിന്റെ നൂലിന്റെ അറ്റത്ത്, തന്റെ ചാക്ക് നിക്കറിന്റെ പോക്കറ്റിൽ നിന്നെടുത്ത ഒരു മണ്ണിരയെ കോർത്തിടുന്നു, എന്നിട്ടത് ചെളി കലർന്ന വെള്ളത്തിലേക്ക് കറക്കി എറിയുന്നു.

ഏകദേശം രണ്ട് മിനിറ്റ് കഴിഞ്ഞപ്പോൾ തന്നെ ചൂണ്ടയുടെ നൂൽ അനങ്ങാൻ തുടങ്ങി, അയാൾ ചൂണ്ടയുടെ അറ്റം വെള്ളത്തിൽ നിന്ന് പൊക്കിയെടുത്തു, തന്റെ കാൽപ്പാദത്തിന്റെ അത്രേം വലുപ്പം വരുന്ന ഒരു മീൻ, ചൂണ്ടയുടെ അറ്റത്ത് തൂങ്ങിക്കിടന്ന് ആടുന്നു. ഇത്രയും ഭീമമായ ഒരു മീനിനെ കിട്ടിയിട്ടും, അതിന്റെ സന്തോഷം അയാളുടെ മുഖത്ത് ഇല്ലായിരുന്നു. അയാൾ തന്റെ സന്തോഷമില്ലാത്ത മുഖവും കൊണ്ട് തോണി തിരിച്ച്, തന്റെ സ്വന്തം തീരത്തേക്ക് പോകുന്നു.

നദിയുടെ തീരത്ത് തോണി കെട്ടി, കിട്ടിയ മീനുമായി അയാൾ നടന്നുപോയി. പിന്നീട് ആ ദിവസം, അയാളെ അവിടെ കാണാൻ കഴിഞ്ഞില്ല. അടുത്ത ദിവസം, അതിരാവിലെ അഞ്ച് മണിക്ക്, അയാൾ ചൂണ്ടയുമായി നദീതീരത്തെത്തി. ഇന്നലെ ചെയ്യ്തത് പോലെ തോണിയും

തുഴഞ്ഞ് അപ്പുറത്ത് ചെല്ലുന്നു, ചൂണ്ടയിൽ മണ്ണിരേയും കോർത്ത് വെള്ളത്തിലിടുന്നു, ക്ഷമയോടെ കാത്തിരിക്കുന്നു. വീണ്ടും മിനിറ്റുകൾക്കുള്ളിൽ ചൂണ്ടയുടെ നൂൽ അനങ്ങുന്നു, അയാൾ സന്തോഷത്തോടെ ചൂണ്ട വലിച്ചെടുക്കുന്നു. അയാളുടെ മുഖത്തെ സന്തോഷം പെട്ടെന്ന് ഇല്ലാതാകുന്നു. ചൂണ്ടയുടെ അറ്റത്ത്, ഇന്നലെ കിട്ടിയ അതേ മീൻ തുള്ളിക്കളിക്കുന്നു.

അയാൾ തോണിയും തുഴഞ്ഞ് തിരികെ പോകുന്നു, മുഖത്ത് കടുത്ത നീരസം കാണാൻ പറ്റും. കഴിഞ്ഞ ദിവസത്തെ പോലെ, ഇന്നും അയാൾ പിന്നീട് അവിടെ വന്നില്ല. അടുത്ത ദിവസവും, അതിരാവിലെ അഞ്ച് മണിക്ക്. അയാൾ ചൂണ്ടയുമായി നദീതീരത്തെത്തി. ഇന്നലെ ചെയ്യ്തത് പോലെ ചെയ്യുന്നു, ക്ഷമയോടെ കാത്തിരിക്കുന്നു. വീണ്ടും മിനിറ്റുകൾക്കുള്ളിൽ ചൂണ്ടയുടെ നൂൽ അനങ്ങുന്നു, അയാൾ സന്തോഷത്തോടെ ചൂണ്ട വലിച്ചെടുക്കുന്നു. ചൂണ്ടയിൽ കുരുങ്ങിയ മീനിനെ കണ്ടപ്പോൾ അയാൾക്ക് ദേഷ്യം വന്നു. “ഓഹ് നാശം!” അയാൾ പറഞ്ഞു, പോരാത്തതിന് തോണിയിൽ നല്ല ശക്തിയിൽ ഒരു ചവിട്ടും കൊടുത്തു.

അയാളുടെ ദേഷ്യം അപ്പോഴും ശമിച്ചില്ല, ചൂണ്ടയിൽ കുടുങ്ങിക്കിടന്ന്, ജീവനുവേണ്ടി പോരാടുന്ന ആ മീനിനെ സ്വതന്ത്രനാക്കി, തിരികെ വെള്ളത്തിലേക്ക് ശക്തിയായി എറിഞ്ഞു. അയാൾ വീണ്ടും ചൂണ്ടയിൽ മണ്ണിരയെ കോർത്ത് വെള്ളത്തിലിറക്കി. ഏകദേശം പത്ത് മിനിറ്റ് കഴിഞ്ഞപ്പോൾ, ചൂണ്ട ശക്തമായി അനങ്ങുന്നു, അയാളുടെ മുഖത്ത് സന്തോഷം വിരിഞ്ഞു, ഉത്സാഹത്തോടെ ചൂണ്ട പൊക്കിയെടുത്ത അയാളുടെ മുഖത്തേക്ക്, ചൂണ്ടയിൽ കുരുങ്ങിയ പാമ്പ് ശരവേഗത്തിൽ ആക്രമിക്കുന്നു. അയാൾ വെള്ളത്തിലേക്ക് മറിഞ്ഞുവീഴുന്നു.

31

സമ്മാനം കാട്ടിൽ

പ്രകൃതിഭംഗി പൂത്തുലഞ്ഞ് കിടക്കുന്ന ഒരു കാട്, അതിന് നടുക്കായി ഒരു വണ്ടിക്ക് ഒരു സമയം പോകാൻ പറ്റുന്ന വീതിയുള്ള ഒരു വഴി. കടുംപച്ച നിറത്തിലുള്ള ഒരു ജീപ്പ് ആ വഴി പോകുന്നു, വാഹനം ഓടിക്കുന്ന ചെറുപ്പക്കാരൻ മാത്രമാണ് അതിലുള്ളത്. ചെറുപ്പക്കാരന്റെ മുഖത്ത് നല്ല സന്തോഷമുണ്ട്, ഒപ്പം താനേതൊ മല്ലനെ മലർത്തിയടിക്കാൻ പോകുന്ന പോലുള്ള ആവേശവും കാണാം. ഈ ആവേശത്തിന്റെ ഭാഗമായി ഇടയ്ക്കിടെ തല കുലുക്കുകയും, കൈകൾ കൊണ്ട് വായുവിൽ ഇടിക്കുകയും ചെയ്യുന്നുണ്ട്.

ചെറുപ്പക്കാരന്റെ ജീപ്പ്, വനംവകുപ്പ് അധികൃതരുടെ ചെക്ക്പോസ്റ്റിൽ എത്തുന്നു. വാഹനം അവിടെ നിർത്തിയിട്ട ശേഷം, അവൻ വനംവകുപ്പ് ഉദ്യോഗസ്ഥരെ കാണാനായി ഒരു കെട്ടിടത്തിൽ പ്രവേശിക്കുന്നു. കെട്ടിടത്തിന്റെ ഒരു വശത്തായി കുറെ സൈക്കിളുകൾ വച്ചിട്ടുണ്ട്. ചെറുപ്പക്കാരൻ, അവിടെ കസേരയിൽ ഇരിക്കുന്ന യൂണിഫോം ധരിച്ച ഉദ്യോഗസ്ഥന്റെ അടുത്തേക്ക് ചെല്ലുന്നു.

ഉദ്യോഗസ്ഥൻ: 'ഉം, എന്താടൊ? എന്താ ഈ കാട്ടിൽ പരിപാടി? ഒറ്റയ്ക്കാണൊ?'

അവൻ: 'സാർ, ഞാനൊരു പുരാവസ്തു ഗവേഷകനാണ്, ഇവിടെ അടുത്തുള്ള പച്ചിലകുന്നിനെ പറ്റി ഗവേഷണം നടത്താൻ എത്തിയതാണ്. ദയവായി പോകാൻ അനുവദിക്കണം'

ഉദ്യോഗസ്ഥൻ: 'പച്ചിലക്കുന്നൊ? അതെന്തോന്ന് സാധനം. മോനെ ചുമ്മാ ആളെ കളിയാക്കാതെ തിരിച്ച് പോകാൻ നോക്ക്. അല്ലേൽ പിന്നെ പോലീസ് സ്റ്റേഷനീന്ന് ഒരു സത്യവാങ്മൂലം മേടിച്ചോണ്ട് വാ'

അവൻ: 'എന്റെ പൊന്ന് സാറെ, ഇത്രയും പെട്രോളും കത്തിച്ച് ഇവിടെ വന്നിട്ടിനി, തിരിച്ച് പോലീസ് സ്റ്റേഷനിൽ പോയി കടലാസും കൊണ്ട് വരണോന്ന് വച്ചാൽ എങ്ങനാ! ഒരു മണിക്കൂർ സമയം മതി, വേണമെങ്കിൽ ഞാൻ നടന്ന് പൊയ്ക്കോളാം, പ്ലീസ്'

ഉദ്യോഗസ്ഥൻ: 'ശ്ശെടാ! ഇത് വലിയ ശല്ല്യം ആയല്ലൊ! താനൊരു കാര്യം ചെയ്യ്, ഇവിടെ നിൽക്ക്, ഞാൻ സാറിനെ ഒന്ന് വിളിച്ചു നോക്കട്ടെ'

ഉദ്യോഗസ്ഥൻ ഫോണിൽ ആരെയൊ വിളിക്കുന്നു, എല്ലാം വിശദമായി ചർച്ച ചെയ്യുന്നു. ചെറുപ്പക്കാരൻ കെട്ടിടത്തിൽ നിന്നിറങ്ങി, വാഹനത്തിൽ നിന്ന് കുപ്പിവെള്ളം എടുത്ത് കുടിക്കുന്നു, മുഖത്ത് ആശങ്കയുടെ ചെറുകിരണങ്ങൾ പതിഞ്ഞിട്ടുണ്ട്. അവൻ കാട്ടിനുള്ളിലേക്ക് നോക്കിക്കൊണ്ട് നിൽക്കുന്നു. പെട്ടെന്ന്, വനംവകുപ്പ് കെട്ടിടത്തിൽ നിന്ന് ഉദ്യോഗസ്ഥൻ പുറത്തേക്ക് വരുന്നു.

ഉദ്യോഗസ്ഥൻ: 'എടൊ, താൻ പൊയ്ക്കൊ, വണ്ടിയിൽ പൊയ്ക്കൊ'

ഇത്രയും പറഞ്ഞ്, ഉദ്യോഗസ്ഥൻ ധൃതിയിൽ ചെന്ന് ചെക്ക്പോസ്റ്റ് കവാടം തുറന്ന് കൊടുക്കുന്നു. ചെറുപ്പക്കാരൻ സന്തോഷത്തോടെ ജീപ്പിൽ ചാടിക്കയറി യാത്ര ആരംഭിച്ചു. ഉടൻ തന്നെ കവാടം അടച്ച ഉദ്യോഗസ്ഥൻ, ചെറു

പുഞ്ചിരിയോടെ സ്വയം പറഞ്ഞു. "ഈ പിള്ളേരുടെ ഓരോ കാര്യം"

ചെറുപ്പക്കാരൻ വണ്ടിയുമായി വഴിയുടെ അവസാനം വരെ ചെല്ലുന്നു. തനിക്ക് മുമ്പിൽ ഇപ്പോൾ സൂര്യപ്രകാശം കുറവുള്ള കണ്ടൽക്കാടാണ്. വണ്ടി നിർത്തി നടത്തം ആരംഭിച്ച ചെറുപ്പക്കാരന്റെ മുഖത്ത് ഭയത്തിന്റെ കണിക തീരെയില്ല എന്നത് അതിശയം. അവൻ പതിയെ ഓരോ ചുവടും ശ്രദ്ധയോടെ വച്ച് നടന്ന് നീങ്ങി. വളരെ ദൂരം നടന്നപ്പോൾ ഈച്ചകളെ പോലിരിക്കുന്ന പ്രാണികൾ കൂനകൂട്ടി ഇരിക്കുന്ന ഒരു പ്രദേശത്ത് എത്തിപ്പെട്ടു.

ചെറുപ്പക്കാരൻ മുന്നോട്ട് നടന്നു, ചെളി കൊണ്ട് മൂടിയ വഴികളിലൂടെ പതിയെ നടന്ന് നടന്ന്, തന്റെ ലക്ഷ്യസ്ഥാനത്ത് എത്തിച്ചേർന്നു. അവൻ നേരത്തെ വനംവകുപ്പ് ഉദ്യോഗസ്ഥനോട് പറഞ്ഞത് പോലെ, ശരിക്കും ഒരു പച്ചിലമല തന്നെയാണ് തന്റെ അടുത്ത് പ്രൗഢിയോടെ നിൽക്കുന്നത്, ഏതാണ്ട് ഒരു മൊബൈൽ ടവറിന്റെ അത്രയും പൊക്കമുണ്ട്. ചെറുപ്പക്കാരന്റെ മുഖത്ത് സന്തോഷം പൂത്തുലഞ്ഞു, അവൻ അതിന് ചുറ്റിനും നടന്നു, കൈകൾ ഇരുവശത്തേക്കും നീട്ടി വിരിച്ച്, ഒരു ദീർഘ ശ്വാസം എടുക്കുന്നു.

കുറച്ച് സമയം അവിടെ നിന്ന് ശ്വാസം എടുത്തതിന് ശേഷം, അവൻ തന്റെ പോക്കറ്റിൽ നിന്നും മൊബൈൽ ഫോൺ എടുക്കുന്നു, അത് സ്വിച്ച് ഓഫ് ചെയ്ത ശേഷം, ചെളി കൊണ്ട് മൂടി കിടക്കുന്ന ആ തറയിൽ പതിയെ കുത്തി നിർത്തുന്നു, എന്നിട്ട് പതിയെ ചവിട്ടി താഴ്ത്തുന്നു. അതിന് ശേഷം തന്റെ ഉടുപ്പും പാന്റും ഊരാൻ തുടങ്ങുന്നു, ഒപ്പം അടിവസ്ത്രവും ഊരുന്നു. ഊരിയെടുത്തതെല്ലാം ചെളിയിൽ എറിയുന്നു, ചവിട്ടി താഴ്ത്തുന്നു.

ചെറുപ്പക്കാരന്റെ മുഖത്തെ സന്തോഷം ഇരട്ടിച്ചതായി കാണാൻ പറ്റുന്നുണ്ട്. അവൻ പച്ചിലമലയെ നോക്കുന്നു, ശേഷം തിരിഞ്ഞ് നിന്ന് മലയിലേക്ക് പതിയെ വീഴുന്നു. നിമിഷനേരം കൊണ്ട് അവനെ ആ മല വിഴുങ്ങുന്നു. ചെറുപ്പക്കാരൻ അപ്രത്യക്ഷമായി. മണിക്കൂറുകൾ കഴിഞ്ഞിട്ടും ഒന്നും സംഭവിച്ചില്ല. സായാഹ്നം ആയപ്പോൾ, വനംവകുപ്പ് ഉദ്യോഗസ്ഥൻ ഒരു സൈക്കിളുമായി, ചെറുപ്പക്കാരൻ വണ്ടി നിർത്തിയിട്ട സ്ഥലത്ത് എത്തുന്നു, എന്നിട്ട് സൈക്കിൾ ചെളിയിലേക്ക് തള്ളിയിട്ട ശേഷം, ജീപ്പുമെടുത്ത് തിരികെ പോകുന്നു.

32
പൂടപ്പേടി

വെള്ള നിറത്തിലുള്ള ഒരു ഇടത്തരം വീട്, ചുറ്റിനും മതിൽ കെട്ടിയിട്ടുണ്ട്, വീടിന്റെ മുൻപിൽ ഒരു പൂന്തോട്ടം സ്ഥിതി ചെയ്യുന്നുണ്ട്. പെട്ടെന്ന്, വീടിന്റെ മുൻപിലുള്ള വാതിൽ തുറന്ന്, കണ്ടാൽ മുപ്പതിൽ താഴെ പ്രായം തോന്നിക്കുന്ന ഒരു പുരുഷൻ, നിക്കറും ടീഷർട്ടും ധരിച്ച് ഇറങ്ങിവരുന്നു. അയാൾ കത്തിജ്വലിക്കുന്ന സൂര്യനെ നോക്കി തൊഴുതു, ശേഷം ഒരു ബക്കറ്റിൽ വെള്ളമെടുത്ത് ചെടികളെ കുളിപ്പിക്കാൻ തുടങ്ങുന്നു.

ചെടികൾക്ക് വെള്ളമൊഴിച്ച ശേഷം അവൻ ഗേറ്റിന്റെ വിടവിൽ കുരുങ്ങിക്കിടന്ന പത്രവുമെടുത്ത് വീടിന്റെ വരാന്തയിൽ ചെന്നിരുന്നു. അര മണിക്കൂർ പത്രം വായിച്ചതിന് ശേഷം വീടിനുള്ളിലേക്ക് പോയി. എണ്ണയും തലയിൽ തേച്ച്, തോർത്തുമുടുത്ത് കുളിക്കാൻ കയറുന്നു. സമയം പത്ത് മണി ആയപ്പോൾ, കുളിയും കഴിഞ്ഞ് പുതിയ വസ്ത്രങ്ങളും ധരിച്ച് പ്രധാന മുറിയിലേക്ക് ചെല്ലുന്നു. തന്റെ ഫോൺ മേശയിലിരുന്ന് നിർത്താതെ വിറയ്ക്കുകയാണ്. അയാൾ വന്ന് ഫോണെടുത്ത് പത്തിൽ കൂടുതൽ തവണ ക്ഷമ പറഞ്ഞു, ശേഷം എന്തൊക്കെയൊ ജോലി സംബന്ധമായ കാര്യങ്ങൾ സംസാരിക്കുന്നു.

ഏകദേശം അരമണിക്കൂർ ഫോണിൽ സംസാര്ച്ച ശേഷം അടുക്കളയിൽ ചെന്ന്, ഫ്രിഡ്ജിൽ നിന്ന് ബ്രെഡ്ഡും ജാമുമെടുത്ത്, രണ്ട് ബ്രെഡ് എടുത്ത് ദോശ-തവയിൽ വച്ച് ചൂടാക്കിയ ശേഷം, കട്ടിയായി ഇരിക്കുന്ന ജാമിൽ നിന്നൊരു ചെറിയ പാളി കുത്തിയെടുത്ത്, ബ്രെഡുകൾക്കിടയിൽ തിരുകി കയറ്റി കഴിക്കുന്നു. ഒരു ഗ്ലാസ് വെള്ളം തിളപ്പിച്ച് അതിൽ തേയിലയും വിതറി കട്ടൻ ചായ കുടിക്കുന്നു. പഞ്ചസാര ഇടാൻ മറന്നു എന്നത് അപ്പോഴാണ് പുള്ളിക്കാരന് മനസ്സിലായത്. തിരികെ അടുക്കളയിൽ പോയി പഞ്ചാരെയെടുക്കാൻ മെനക്കെടാതെ, പ്രധാന മുറിയിലെ ഒരു മൂലയ്ക്ക് ചാരി വച്ചിരുന്ന ബാഗെടുത്ത്, അതിൽ നിന്നും ലാപ്ടോപ് എടുത്ത് ജോലി തുടങ്ങുന്നു.

ഏകദേശം രണ്ട് മണിക്കൂർ പിന്നിട്ടപ്പോൾ അയാൾ, ലാപ്ടോപ്പിൽ നിന്ന് കണ്ണുകൾ മാറ്റി, കസേരയിൽ നിന്നെണീറ്റ് പതിയെ നടന്ന് വരാന്തയിൽ ചെല്ലുന്നു, ശേഷം കൈകൾ മുകളിലേക്ക് വലിച്ചുയർത്തി, ദീർഘശ്വാസം എടുക്കുന്നു. പെട്ടെന്ന്, തന്റെ ഗേറ്റിന്റെ പുറത്തായി, അത്യാവശ്യം വളർന്ന ഒരു വെള്ള പൂച്ചയും, പട്ടിയും ഇരിക്കുന്നത് അയാളുടെ ശ്രദ്ധയിൽ പെടുന്നു. കൂടുതൽ ഗൗനിക്കാതെ അയാൾ തിരികെ വീടിനുള്ളിലേക്ക് പോകുന്നു. വീണ്ടും ലാപ്ടോപ്പിൽ കണ്ണുകൾ നട്ടിരിക്കുന്നു.

വീണ്ടും, ഏതാണ്ട് രണ്ട് മൂന്ന് മണിക്കൂർ പിന്നിട്ടപ്പോൾ, അയാൾ എണീറ്റ് വീടിന്റെ വരാന്തയിൽ ചെല്ലുന്നു. പെട്ടെന്ന് അയാളുടെ മുഖത്ത് ഭയം രൂപപ്പെടുന്നു, നേരത്തെ പുറത്ത് കണ്ട പട്ടിയും പൂച്ചയും, ഇപ്പോൾ തന്റെ പൂന്തോട്ടത്തിൽ ഇരിക്കുന്നു. അയാളെ കണ്ടപ്പോൾ തന്നെ അവർ ആക്രമണ മനോഭാവത്തിൽ അയാൾക്ക് നേരെ ഓടിവരുന്നു. അയാൾ വീടിനകത്തേക്ക് ഓടി കയറുന്നു, എങ്ങോട്ടെന്നില്ലാതെ ഓടുന്നു, എല്ലാ മുറികളും സന്ദർശിക്കുന്നു. പട്ടിയും പൂച്ചയും

അയാളുടെ പിറകെ ഓടുന്നു, ലാപ്ടോപ്പ്, ടീവി മുതലായ വിലപിടിപ്പുള്ള വസ്തുക്കൾ പലതും തട്ടിമറിച്ച് ഓടിയ പൂച്ചയും പട്ടിയും, അയാളെ നിരന്തരം ആക്രമിക്കുന്നു.

ശരീരത്ത് ആസകലം മുറിവുകളും നീരുമായി കോണിപ്പടികൾ ഓടിക്കയറിയ അയാൾ, രണ്ടാമത്തെ നിലയിലെ വരാന്തയിൽ ചെല്ലുന്നു, "രക്ഷിക്കണെ രക്ഷിക്കണെ" എന്ന് വിളിച്ചു കൂവുന്നു. പട്ടിയും പൂച്ചയും അയാളുടെ അടുത്തേക്ക് ചെല്ലുന്നു, അയാളെ ഇടിച്ച് താഴേക്ക് എറിയുന്നു. തന്റെ പൂന്തോട്ടത്തിൽ തലയിടിച്ച് വീണ അയാൾ മരിക്കുന്നു. രണ്ട് മൂന്ന് ദിവസങ്ങൾ പിന്നിട്ടപ്പോൾ, അയാളുടെ ശരീരത്തിൽ നിന്ന് ദുർഗന്ധം അലയടിച്ചു, പോലീസും മറ്റുള്ളവരും വന്നു, മൃതദേഹത്തിന്റെ കൈകളിൽ നിന്ന് കുപ്പിച്ചില്ലുകൾ മാറ്റിയതിന് ശേഷം ശരീരം ബാഗിലിട്ട് കൊണ്ടുപോയി. വീടിനുള്ളിൽ പരിശോധന നടത്തുന്നു, പട്ടിയേയും പൂച്ചയേയും പിന്നീട് അവിടെ കണ്ടിട്ടില്ല.

33

പരാജ-ജയം

സമയം രാവിലെ ഒൻപത് മണി. ഒരു സ്കൂൾ കവാടത്തിന്റെ ഉള്ളിലേക്ക് യൂണിഫോം ധരിച്ച സ്കൂൾ കുട്ടികൾ, വളരെ ഗൗരവ മനോഭാവം മുഖത്ത് വലിച്ചുകെട്ടി, പ്രവേശിക്കുന്നു. സ്കൂളിൽ ഇരട്ട മണി മുഴങ്ങുന്നു. കുട്ടികൾ എല്ലാവരും ക്ലാസ്സ് മുറികളിൽ പ്രവേശിച്ച ശേഷം, ബാഗ് തുറന്ന് പേനയും, ഗണിതശാസ്ത്ര പെട്ടിയും, ചിലർ വെള്ളം നിറച്ച കുപ്പികളും, എടുത്ത ശേഷം ബാഗ് ക്ലാസ്സ് മുറിയുടെ പുറത്ത് കൊണ്ട് വയ്യ്ക്കുന്നു, ശേഷം എല്ലാവരും തിരികെ ക്ലാസ്സിൽ പ്രവേശിക്കുന്നു എന്നിട്ട്, ഒരു ബെഞ്ചിൽ രണ്ട് കുട്ടികൾ രണ്ടറ്റത്ത് മാത്രം ഇരിക്കുന്ന രീതിയിൽ ഇരിക്കുന്നു. കവാടം കടക്കുമ്പോൾ മുതൽ അവരുടെ മുഖത്തുണ്ടായിരുന്ന ഗൗരവം ഇപ്പോഴും മാറി പോയിട്ടില്ല.

പെട്ടെന്ന് ആ ക്ലാസ്സ്മുറിയിലേക്ക് ഒരു അധ്യാപകൻ കടന്നുവരുന്നു. അദ്ദേഹത്തിന്റെ കയ്യിൽ ഒരു കെട്ട് വെള്ള കടലാസും മറ്റും ഇരിപ്പുണ്ട്. ആദരവ് പ്രകടിപ്പിക്കാൻ കുട്ടികൾ എല്ലാവരും എഴുന്നേറ്റ് നിൽക്കുന്നു. എല്ലാവരോടും ഇരിക്കാൻ അധ്യാപകൻ നിർദ്ദേശം കൊടുക്കുന്നു, ശേഷം തന്റെ കയ്യിലിരുന്ന കടലാസ് കെട്ട് മേശപ്പുറത്ത് വയ്യ്ക്കുന്നു, അവ രണ്ടായി വേർതിരിച്ച ശേഷം, ഒരു കെട്ട്

കടലാസ് ക്ലാസ്സിലെ കുട്ടികൾക്ക് വിതരണം ചെയ്യുന്നു. എല്ലാവർക്കും അഞ്ചെണ്ണം വീതം കിട്ടുന്ന രീതിയിൽ ആയിരുന്നു വിതരണം. അൽപ്പസമയം കഴിഞ്ഞപ്പോൾ മറ്റൊരു മണി മുഴങ്ങി, അധ്യാപകൻ രണ്ടാമത്തെ കെട്ടിലെ കടലാസും വിതരണം ചെയ്യാൻ ആരംഭിച്ചു.

രണ്ടാമത്തെ കടലാസ് ഓരോന്ന് വീതം എല്ലാവർക്കും ലഭിച്ചു, ശേഷം ക്ലാസ്സ്മുറി നിശബ്ദമായി. അധ്യാപകൻ മേശയുടെ അരികിൽ ഒരു തൂണ് പോലെ നിൽക്കുന്നു, ലൈറ്റ് ഹൗസിന്റെ മുകളിൽ ഇരുന്ന് കറങ്ങുന്ന പ്രകാശവിളക്ക് പോലെ, അധ്യാപകന്റെ കണ്ണുകൾ ഓരൊ ബെഞ്ചിലൂടെയും സഞ്ചരിക്കാൻ തുടങ്ങി. കുട്ടികൾ എല്ലാവരും വെള്ള കടലാസിൽ എഴുത്ത് ആരംഭിച്ചു, ചിലർ വളരെ സന്തോഷത്തിൽ വേഗത്തിൽ എഴുതുന്നു, മറ്റു ചിലർ 'എന്ത് എഴുതും' എന്ന ധാരണയിൽ പതിയെ എഴുതുന്നു.

അൽപ്പസമയം കഴിഞ്ഞപ്പോൾ, നിന്ന് ക്ഷീണിച്ച അധ്യാപകൻ, കസേരയിൽ ഇരിക്കുന്നു, എന്നാലും തന്റെ വീക്ഷണത്തിൽ കുറവ് വരുത്താൻ അദ്ദേഹം ഉദ്ദേശിച്ചിരുന്നില്ല.

"കണ്ണുകൾ സ്വന്തം പേപ്പറിൽ മാത്രം, കഴുത്ത് വേദനിക്കുന്നേൽ എന്റെ മുഖത്തേക്ക് നോക്കാം" അധ്യാപകൻ പറഞ്ഞു.

പരീക്ഷ തുടങ്ങി അര മണിക്കൂർ ആകുന്നു, ചില കുട്ടികൾ വീണ്ടും കടലാസ് വാങ്ങിക്കുന്നു. അധ്യാപകൻ, ഇതിനോടകം തന്നെ പലരേയും വിളിച്ച് താക്കീതും കൊടുത്തു. ക്ലാസ്സിലെ മുഴുവൻ കുട്ടികളും അവരവരുടെ കടലാസിൽ നോക്കി ഇരിക്കുന്നു, ഒന്ന് തിരിഞ്ഞാലൊ മൂളിയാലൊ അധ്യാപകന്റെ ശ്രദ്ധയിൽ പെടുന്നത്, അവരിൽ ആശ്ചര്യവും കോപവും ഉണ്ടാക്കാൻ ഇടയാക്കീട്ടുണ്ട്. ഈ കോപത്തിന്റെ ഫലമായി ചിലർ എഴുത്ത് നിർത്തി, ഉത്തരക്കടലാസ് തിരികെ കൊടുത്ത്

ക്ലാസ്സ്മുറിയിൽ നിന്ന് പോകാൻ നോക്കിയെങ്കിലും, അധ്യാപകൻ അനുവദിച്ചില്ല. കൃത്യം രണ്ട് മണിയാകാതെ ആരേയും പുറത്ത് വിടില്ല എന്ന വാശിയിൽ അദ്ദേഹം ഉറച്ചുനിന്നു.

ചില കുട്ടികൾ എഴുത്ത് അവസാനിപ്പിച്ച് മേശയിൽ കിടപ്പും ആരംഭിച്ചു. അധ്യാപകന്റെ മുഖത്ത്, ഒരു പുച്ഛ ചിരി വിരിഞ്ഞു, അദ്ദേഹം തന്റെ നിരീക്ഷണം തുടർന്നു, എന്നാൽ പ്രശ്നക്കാർ എല്ലാവരും ഉറക്കം ആയതിനാൽ, തന്റെ നിരീക്ഷണത്തിൽ ചെറിയ ഇളവ് വരുത്തി. അധ്യാപകൻ ഇപ്പോൾ ക്ലാസ്സ്മുറിക്ക് പുറത്തേക്കും, മുകളിലേക്കും നോക്കി എന്തൊക്കെയൊ ആലോചിച്ചു രസിക്കുന്നുണ്ട്. സമയം പെട്ടെന്ന് നീങ്ങി, ക്ലാസ്സ്മുറി നിശബ്ദം ആയിരുന്നു, എന്നാൽ പെട്ടെന്ന് അധ്യാപകന്റെ ശ്രദ്ധയിൽ എന്തൊ പെട്ടു.

അധ്യാപകന്റെ മുഖത്ത് ഗൗരവ മനോഭാവം വന്നു, കസേരയിൽ നിന്ന് പതിയെ എണീറ്റ്, ഏറ്റവും പിറകിലെ ബെഞ്ചിൽ ഒറ്റയ്ക്ക് ഇരിക്കുന്ന ആൺകുട്ടിയുടെ അടുത്തേക്ക് ചെല്ലുന്നു. അവന്റെ ഉത്തരക്കടലാസ് പൊക്കി നോക്കുന്നു, ശേഷം അവനെ എണീപ്പിച്ച് വസ്ത്രം പരിശോധിക്കുന്നു. പിന്നീട് ബെഞ്ചും മേശയും പരിശോധിക്കുന്നു. അധ്യാപകൻ തിരികെ തന്റെ കസേരയിൽ ചെന്നിരുന്നു, എന്നാലും തന്റെ സംശയം തെറ്റാണെന്ന് അദ്ദേഹം കരുതുന്നില്ല. അവനെ സൂക്ഷ്മതയോടെ നോക്കുന്നു.

അൽപ്പസമയം കഴിഞ്ഞപ്പോൾ, വീണ്ടും തന്റെ നഷ്ടപ്പെട്ട ശ്രദ്ധ തിരികെ കിട്ടിയപ്പോൾ, അധ്യാപകൻ വീണ്ടും പിറകിലെ ബെഞ്ചിൽ ഇരിക്കുന്ന കുട്ടിയുടെ അടുത്തേക്ക് ചെന്നു, നേരത്തെ ചെയ്ത പോലെ പരിശോധനകൾ നടത്തുന്നു, ശേഷം പരാജയപ്പെട്ട് തിരികെ പോകുന്നു. പിന്നീടങ്ങോട്ട്, ഓരൊ മിനിറ്റ് ഇടവിട്ട്, അധ്യാപകൻ പിറകിലേക്ക് ചെന്നു, അവനാകട്ടെ കാട്ടുബുജ്ജികളെ പോലെ തകർത്ത്

എഴുതുകയാണ്. അധ്യാപകൻ പരിശോധനകൾ നടത്തിയില്ല. ചെല്ലുന്നു, തിരികെ വരുന്നു, ഇത്ര തന്നെ. കൃത്യം രണ്ട് മണി ആയപ്പോൾ, ഭൂരിപക്ഷം കുട്ടികളും ഉത്തരക്കടലാസ് അധ്യാപകനെ ഏൽപ്പിച്ച് പുറത്തേക്ക് പോയി.

പിറകിൽ ഇരുന്ന കുട്ടിയും, തന്റെ തൊട്ടു മുൻപിൽ മടി പിടിച്ച് ഉറങ്ങിക്കിടന്ന കുട്ടിയും, അവസാനം ഉത്തരക്കടലാസ് കൈമാറി പുറത്തേക്ക് പോയി. അവർ രണ്ട് പേരും പുറത്തിറങ്ങി ബാഗുമെടുത്ത് സ്കൂളിന് പുറത്തേക്ക് പോകുന്നു. തന്റെ മുൻപിൽ മടി പിടിച്ച് കിടന്ന കുട്ടി, തന്റെ പാന്റിന്റെ പിറകിൽ നിന്നും, അടിവസ്ത്രത്തിൽ നിന്നും ഒരു മൊബൈൽ ഫോൺ പൊക്കിയെടുക്കുന്നു, അത് തന്റെ കൂടെയുള്ളവന് കൊടുക്കുന്നു. രണ്ട് പേരും സന്തോഷത്തോടെ ചിരിക്കുന്നു. ക്ലാസ്സ്മുറിയിൽ ഇരുന്ന് ഉത്തരക്കടലാസ് എണ്ണി തിട്ടപ്പെടുത്തുന്ന ആ അധ്യാപകനാകട്ടെ നിർത്താതെ പൊട്ടിച്ചിരിക്കുന്നു.

34

പുതപ്പിൻവാരം

കൂരിരുട്ട് പരന്ന് കിടക്കുന്ന ഒരു രാത്രി. ഒരു രണ്ട് നില വീടിന്റെ മുകളിലത്തെ കിടപ്പുമുറിയിലെ ജനാലകൾ തുറന്ന് കിടക്കുന്നു. പതിനഞ്ച് വയസ്സിൽ താഴെ പ്രായം വരുന്ന ഒരു ആൺകുട്ടി, സുഖമായി പുതപ്പ് വിരിച്ച് കട്ടിലിൽ കിടക്കുന്നു. കഴുത്തിന്റെ അറ്റത്ത് വരെ പുതപ്പ് വിരിച്ചിട്ടുണ്ട്. തുറന്ന് കിടക്കുന്ന ജനാലകളിലൂടെ തണുത്ത കാറ്റ്, ആ മുറിയിൽ കയറി അവനെ തലോടുന്നു. കാറ്റിന്റെ സാന്നിധ്യം കൊണ്ടായിരിക്കാം കുട്ടി വിരിച്ചിരിക്കുന്ന പുതപ്പ് ചെറുതായി താഴേക്ക് വലിയാൻ തുടങ്ങി.

നേരത്തെ കഴുത്തിന്റെ അറ്റം വരെ പൊതിഞ്ഞ് കിടന്ന പുതപ്പ്, ഇപ്പോൾ വയറ്റിന് മുകളിൽ വരെ എത്തിനിൽക്കുന്നു. കാറ്റിന്റെ സാന്നിധ്യം ഇല്ലാതാകുന്നു. എങ്ങും നിശ്ചലമായ അനുഭവം, പെട്ടെന്ന്, കുട്ടിയുടെ പുതപ്പ് താഴേക്ക് വഴുതി വീഴുന്നു. ആരൊ വലിച്ച് താഴെയിട്ട പോലെയായിരുന്നു ആ രംഗം. എന്തായാലും കുട്ടി ഇതൊന്നും അറിയാതെ ഉറങ്ങുന്നു.

രാവിലെ ഏഴ് മണി സമയം, കുട്ടി ഇപ്പോഴും ഉറങ്ങുകയാണ്, എന്നാൽ താഴെ വീണ പുതപ്പ് കുട്ടിയുടെ പുറത്ത് തന്നെയുണ്ട്. ആരൊ കതകിൽ മുട്ടുന്ന ശബ്ദം കേട്ട് കുട്ടി എണീക്കുന്നു, പുതപ്പ് താഴെയിട്ട്, കട്ടിലിൽ നിന്നിറങ്ങി

കതക് തുറന്ന് പുറത്തുപോകുന്നു. ശേഷം കുളിച്ച് കുട്ടപ്പനായി മുറിയിലേക്ക് വരുന്നു. താൻ പോയപ്പോൾ താഴെയിട്ടുപോയ പുതപ്പ് കട്ടിലിൽ ഭംഗിയായി വിരിഞ്ഞ് കിടക്കുന്നു, എന്നാൽ ഈ കാര്യം, സ്കൂളിൽ പോകാനുള്ള തിരക്കിൽ കുട്ടിയുടെ ശ്രദ്ധയിൽ പെടുന്നില്ല. യൂണിഫോം ധരിച്ച്, ബാഗുമെടുത്ത് ഓടി സ്കൂൾ ബസ്സിൽ കയറി പോകുന്നു.

സമയം വൈകിട്ട് നാല് മണി ആയപ്പോൾ, കുട്ടി സ്കൂളിൽ നിന്ന് തിരികെയെത്തുന്നു. മുറിയിൽ കയറി വസ്ത്രങ്ങൾ മാറി, നല്ല ക്ഷീണമുള്ളത് കൊണ്ടാവണം, കുട്ടി അൽപ്പസമയം വിശ്രമിക്കാനായി കട്ടിലിൽ കിടക്കുന്നു. പുതപ്പിന്റെ മുകളിലാണ് ഇപ്പോൾ കിടത്ത. എന്നാൽ കുറച്ച് സമയം കഴിഞ്ഞപ്പോൾ, പുതപ്പ് പതിയെ താഴേക്ക് നീങ്ങാൻ തുടങ്ങി, ഒപ്പം പുതപ്പിന് മുകളിൽ കിടക്കുന്ന കുട്ടിയും. പെട്ടെന്ന് മുറിയുടെ വാതിൽ തുറന്ന്, അമ്മ അകത്തേക്ക് വരുന്നു, കുട്ടിയെ വിളിച്ചുണർത്തി ഭക്ഷണം കഴിക്കാനായി കൊണ്ടുപോകുന്നു.

ഡൈനിങ് മുറിയിൽ കുട്ടിയും അച്ഛനും അമ്മയും ഒരു മേശയുടെ ചുറ്റിനുമിരുന്ന് ഭക്ഷണം കഴിക്കാൻ തുടങ്ങുന്നു. എല്ലാവരുടെയും മുഖത്ത് നല്ല ക്ഷീണം കാണുന്നുണ്ട്.

അമ്മ: (അച്ഛനോട്) 'നിങ്ങളുടെ കണ്ണുകൾ എന്താ ചുവന്നിരിക്കുന്നത്? ഇന്നലെ ഉറങ്ങീലെ?'

അച്ഛൻ: 'ഏയ് അങ്ങനെ ഒന്നുമില്ല, ഈ കംപ്യൂട്ടറുമായി മല്ലിടുന്ന പണിയായി പോയില്ലെ, ഇതൊക്കെ സ്വാഭാവികം'

അമ്മ: 'മോനെ, സ്കൂൾ എങ്ങനെ ഉണ്ടായിരുന്നു, എന്തേലും രസമുള്ള സംഭവങ്ങൾ ഉണ്ടായോ?'

കുട്ടി: 'ഞങ്ങടെ കണക്ക് സാർ ഇന്ന് പിറകുവശം കീറിയ പാന്റുമായി ക്ലാസ്സിൽ വന്നു, ഞങ്ങളെല്ലാം കൂവിയപ്പോൾ സാർ ഓടിക്കളഞ്ഞു'

(അമ്മയും കുട്ടിയും ചിരിക്കുന്നു)

ആദ്യം ഭക്ഷണം കഴിച്ചു കഴിഞ്ഞ കുട്ടി, ടീവി കാണാനായി ലിവിംഗ് റൂമിലേക്ക് പോയി. അച്ഛനും അമ്മയും എന്തൊക്കെയോ സംസാരിക്കുന്നു. രണ്ട് മണിക്കൂർ ടീവി കണ്ട് കഴിഞ്ഞപ്പോൾ, അമ്മ കുട്ടിയെ വഴക്ക് പറഞ്ഞ്, ടീവി അണപ്പിച്ച്, മുറിയിലേക്ക് കൊണ്ടുപോയി, നന്നായിരുന്ന് ഇന്ന് പഠിപ്പിച്ചത് വായിച്ചു നോക്കാൻ പറയുന്നു. കുട്ടി ബാഗിൽ നിന്ന് പുസ്തകങ്ങൾ എടുത്ത് വായിക്കാൻ തുടങ്ങുന്നു. അമ്മ, മുറിയിലെ തുറന്നുകിടന്ന ജനാലകൾ അടയ്ക്കുന്നു, ശേഷം കുട്ടിക്ക് ഒരുമ്മയും സമ്മാനിച്ച് മുറിയിൽ നിന്ന് പോകുന്നു. പഠിക്കണമെന്ന് ആഗ്രഹം ഉള്ളതുകൊണ്ട് ആയിരിക്കാം, അമ്മ മുറിയിൽ നിന്ന് പുറത്ത് പോയിട്ടും, കുട്ടി രണ്ട് മണിക്കൂർ വായിച്ചിട്ടാണ് ലൈറ്റുകൾ അണച്ച് പുതപ്പും മൂടി ഉറങ്ങാൻ കിടന്നത്.

സമയം രണ്ട് മണി ആകുന്നു, തലേ ദിവസത്തെ അപേക്ഷിച്ച് ഇന്ന്, കുട്ടിയുടെ ഭവനത്തിന്റെ മുമ്പിലുള്ള മങ്ങിയ ലൈറ്റ് പ്രവർത്തനം ഉണ്ടായിരുന്നു. അണയ്ക്കാൻ മറന്ന് പോയതാണൊ എന്നതിൽ വ്യക്തതയില്ല. സമയം മൂന്ന് ആയപ്പോൾ, കഴിഞ്ഞ ദിവസത്തെ പോലെ പുതപ്പ് താഴേക്ക് വലിയാൻ തുടങ്ങി. പതിയെ താഴേക്ക് നീങ്ങിയിറങ്ങിയ പുതപ്പ് തന്റെ കാൽമുട്ടിന്റെ അടുത്തെത്തിയപ്പോൾ, കുട്ടി എഴുന്നേറ്റു, പുതപ്പിന്റെ അസ്വാഭാവിക സഞ്ചാരം കുട്ടിയുടെ ശ്രദ്ധയിൽപ്പെട്ടു. അമ്മ അടച്ചിട്ട ജനാലകൾ ഇപ്പോൾ തുറന്നിരിക്കുന്നു.

കുട്ടി എഴുന്നേറ്റത് വകവെയ്ക്കാതെ വീണ്ടും നീങ്ങിയ പുതപ്പ്, താഴെ പതിച്ചു. കുട്ടി എഴുന്നേറ്റ്, കട്ടിലിൽ മുട്ടുകുത്തി ഇരിക്കുന്നു, ശേഷം നീങ്ങി കട്ടിലിന്റെ അറ്റത്ത് ചെല്ലുന്നു, താഴെ കിടക്കുന്ന പുതപ്പിനെ നോക്കുന്നു, അതെടുക്കാനായി പതിയെ താഴേക്ക് കുനിയുന്നു. കൈകൾ തറയിൽ കുത്തുന്നു,

ഒരു കൈ ഉപയോഗിച്ച് പുതപ്പിനെ പിടിക്കുന്നു. എന്നാൽ പെട്ടെന്ന്, കുട്ടിയുടെ കണ്ണുകൾ കട്ടിലിന്റെ അടിയിലേക്ക് നോക്കുന്നു, പെട്ടെന്ന് എന്തൊ കട്ടിലിന്റെ അടിയിൽ നിന്നും കുട്ടിയെ പിടിച്ച് അടിയിലേക്ക് വലിച്ചെടുക്കുന്നു.

രാവിലെ, കുട്ടിയും പുതപ്പും കാണാനില്ല എന്നത് അച്ഛനും അമ്മയും അറിയുന്നു. വർഷങ്ങൾ നീണ്ടുപോയി, കുട്ടിയെ ഇതുവരെ കണ്ടെത്താൻ കഴിഞ്ഞിട്ടില്ല.

35

നല്ലവനായ ഉണ്ണിയുടെ അപ്പൂപ്പൻ

അതിസുന്ദരമായ ഒരു പ്രഭാതം. നഗരത്തിന്റെ ഹൃദയഭാഗത്തൂടെ വാഹനങ്ങൾ തലങ്ങും വിലങ്ങും പായുന്നു. ഇതൊരു ഞായറാഴ്ച ദിവസം ആയതിനാൽ, മറ്റ് ദിവസങ്ങളിൽ കാണുന്നത് പോലെ വെപ്രാളപാച്ചിൽ കാണാനില്ല, മറിച്ച് ശാന്തമായി, വളരെ പതുക്കെ, നഗരഭംഗി ആസ്വദിച്ചു പോകുന്ന വാഹനങ്ങൾ. ചില വാഹനങ്ങൾ കൂട്ടമായി ഒരു ചെറിയ വളവിൽ ചെന്ന്, ഇൻഡിക്കേറ്റർ ഇട്ട് നിൽക്കുന്നു, പതുക്കെ വളഞ്ഞ് പുതിയ വഴിയിൽ കയറുന്നു. ഈ വഴി സ്വീകരിച്ച എല്ലാ വാഹനങ്ങളും എത്തിപ്പെട്ടത് ഒരേ ലക്ഷ്യത്തിൽ, "ജോസഫ് ആൻഡ് ജേക്കബ് പാർക്ക്"

അതിവിശാലമായ പാർക്കിംഗ് മൈതാനിയിൽ, നിരവധി വാഹനങ്ങൾ വിശ്രമിക്കുന്നു. പുതുതായി എത്തിയ വാഹനങ്ങളും വിശ്രമം ആരംഭിക്കുന്നു, അതേസമയം അതിൽ സഞ്ചരിച്ചവർ വിശ്രമം നിർത്തി പുറത്തിറങ്ങുന്നു. ചിലരാകട്ടെ വാഹനങ്ങൾക്ക് ഒറ്റയ്ക്ക് കിടക്കുമ്പോൾ വിഷമം വരുമെന്നോർത്ത്, വാഹനത്തിൽ തന്നെ ഇരിക്കാൻ തീരുമാനിക്കുന്നു.

ഒരു ചെറിയ കാറിൽ നിന്നും, ഒരച്ഛനും മകനും ഇറങ്ങുന്നു, അവർ ചിരിച്ചുകൊണ്ട് പാർക്കിന്റെ മുമ്പിലേക്ക് ചെല്ലുന്നു. പ്രവേശന ഫീസായ ഇരുപത് രൂപയും കൊടുത്ത്, അകത്തേക്ക് കയറുന്നു. അത്രയും സമയം അച്ഛന്റെ കയ്യിൽ പിടിച്ചിരുന്ന കുട്ടി, ആ ബന്ധം മുറിച്ചുമാറ്റി വിനോദ ഉപകരണങ്ങൾ വച്ചിരിക്കുന്ന സ്ഥലത്തേക്ക് ഓടി പോകുന്നു. മുറിഞ്ഞുപോയ ബന്ധത്തെ പറ്റി ചിന്തിക്കാതെ, കുട്ടിയുടെ അച്ഛൻ, തന്റെ പോക്കറ്റിൽ നിന്നും മൊബൈൽ ഫോണെടുത്ത് ആരെയൊ വിളിച്ച് സംസാരിക്കാൻ തുടങ്ങുന്നു.

കയറുപൊട്ടിച്ചുപോയ കുട്ടി, ഊഞ്ഞാലുകളിൽ ചാടിക്കയറി ആടാൻ തുടങ്ങുന്നു, മറ്റു കുട്ടികൾ അവനെ ആട്ടുന്നു. കുട്ടി പൊട്ടിച്ചിരിച്ചുകൊണ്ട് ഊഞ്ഞാലാടി രസിക്കുന്നു. ഏകദേശം അരമണിക്കൂറോളം ആടിത്തളർന്ന ശേഷം, ഊഞ്ഞാലിൽ നിന്നിറങ്ങി മരത്തിൽ കയറാനുള്ള ശ്രമം ആരംഭിക്കുന്നു. കുട്ടികളുടെ ഇത്തരം കുസൃതികൾ വീക്ഷിക്കാൻ അവിടെ ആരും തന്നെ ഇല്ലായിരുന്നു. അച്ഛനാകട്ടെ ഫോണിൽ സംസാരിച്ചു തകർക്കുകയാണ്.

മരത്തിന് മുകളിൽ ഒരു കുരങ്ങനെ പോലെ ഇരിക്കുന്ന കുട്ടിയെക്കണ്ട്, മറ്റു കുട്ടികളും മരത്തിൽ ചാടിക്കയറാൻ ശ്രമിക്കുന്നു. ചില കുട്ടികളുടെ കടിഞ്ഞാൺ പിടിച്ചുകൊണ്ട് മാതാപിതാക്കൾ താഴെ വിശ്രമിച്ചിരുന്നത്, ആ കുട്ടികളെ മരത്തിൽ കയറുന്നതിൽ നിന്ന് പിന്മാറ്റി. എന്നാലും, ഈ മുതിർന്നവർക്ക് മറ്റ് കുട്ടികൾ മരത്തിൽ കയറാൻ ശ്രമിക്കുന്നത് കണ്ടുനിൽക്കാൻ യാതൊരു പ്രശ്നവും ഇല്ലായിരുന്നു എന്നത് ആശ്ചര്യം തന്നെ. മരത്തിന്റെ മുകളിൽ ഒരു രാജാവിനെ പോലെ ഇരിക്കുന്ന പ്രധാന കുട്ടി, ആവേശം മൂത്ത് അടുത്ത മരത്തിലേക്ക് ചാടുന്നു. വളരെ കഷ്ടപ്പെട്ടു എങ്കിലും, അടുത്ത മരത്തിലെ ശക്തി കുറഞ്ഞ കൊമ്പിൽ എങ്ങനെയൊ

അവൻ തൂങ്ങിക്കിടക്കുന്നു.

ദൈവം കൈപിടിച്ച് കയറ്റിയത് പോലെ കുട്ടി ഒരുവിധത്തിൽ ആ ചെറിയ മരക്കൊമ്പിൽ പിടിച്ചു കയറുന്നു. നന്നായി ക്ഷീണിച്ചതിനാൽ അവിടെ കുറച്ചു സമയം സ്വസ്ഥമായി ഇരിക്കുന്നു. അങ്ങനെ ഇരിക്കുമ്പോൾ ഒരു കാഴ്ച കുട്ടിയുടെ കണ്ണുകളിൽ പതിയുന്നു. അങ്ങ് ദൂരെ ഒരു ഒഴിഞ്ഞ സ്ഥലത്തെ ബെഞ്ചിൽ, ഒരു വൃദ്ധൻ ഒറ്റയ്ക്കിരിക്കുന്നു. കുട്ടിയുടെ മനസ്സിനെ ഈ കാഴ്ച എങ്ങനെയൊ ബാധിച്ചിട്ടുണ്ട്. ഒരുപക്ഷേ, വൃദ്ധനെ ബുദ്ധിമുട്ടിക്കാനൊ, അല്ലെങ്കിൽ അയാളെ സഹായിക്കാനൊ ആയിരിക്കാം മനസ്സിൽ. എന്തായാലും, മരത്തിൽ നിന്നും പതിയെ താഴെയിറങ്ങിയ കുട്ടി, വേഗത്തിൽ ഓടുന്നു.

ഊഞ്ഞാലുകൾക്ക് ഇടയിലൂടെയും, ചെറിയ മതിലുകളും താണ്ടി അവൻ ഓടുന്നു. ഏകദേശം ഒരു കിലോമീറ്ററോളം ഓടി, പാർക്കിന്റെ അതിർത്തിയിൽ നിൽക്കുന്ന കൂറ്റൻ മതിലും ചാടിക്കയറി, വൃദ്ധൻ ഇരിക്കുന്ന സ്ഥലത്ത് എത്തിച്ചേരുന്നു. വൃദ്ധൻ കുട്ടിയുടെ സാന്നിധ്യം മനസ്സിലാക്കുന്നു, അവനെ നോക്കി ചിരിക്കുന്നു. കുട്ടി വൃദ്ധനോട് എന്തൊക്കെയൊ ചോദിക്കുന്നു, പക്ഷെ വൃദ്ധൻ ഉത്തരം നൽകാതെ ഇരിക്കുന്നു. കുട്ടി, അവിടെ അടുത്ത് നിന്നിരുന്ന അവക്കാഡോ മരത്തിൽ ചാടിക്കയറി, അവക്കാഡോ പറിച്ചു താഴെയിട്ടു, ശേഷം അത് പെറുക്കി അയാൾക്ക് കൊടുത്തു. അയാൾ ഒന്നും മിണ്ടാതെ, അവക്കാഡോ തൊലി പൊളിച്ച് കഴിക്കാൻ തുടങ്ങുന്നു.

വൃദ്ധൻ ഇരിക്കുന്നതിന് അടുത്തായി ഒരു ചാക്ക് രിക്കുന്നത്. കുട്ടിയുടെ ശ്രദ്ധയിൽപ്പെടുന്നു. അവൻ ചാക്കെടുത്ത് നോക്കുന്നു, കുറച്ച് കരിയിലകൾ മാത്രമാണ് അതിലുള്ളത്. കുട്ടി വളരെ ഉത്സാഹത്തോടെ ചാക്കുമായി അവിടെ ഓടാൻ തുടങ്ങി, അദൃശ്യമായി കിടക്കുന്ന കരിയിലകൾ പോലും

തപ്പിപ്പെറുക്കി ചാക്കിൽ കുത്തി കയറ്റുന്നു, ശേഷം അത് വൃദ്ധന്റെ പക്കൽ കൊണ്ടുവയ്യ്ക്കുന്നു. വൃദ്ധൻ വീണ്ടും ചിരിക്കുന്നു, കുട്ടിയും ചിരിക്കുന്നു. പെട്ടെന്ന്, വൃദ്ധൻ തന്റെ വലത്തെ കൈ പൊക്കി, കുട്ടിയുടെ തലമണ്ടയിൽ അടിക്കുന്നു. ബോധം നഷ്ടപ്പെട്ട കുട്ടിയെ, കരിയില നിറച്ച ചാക്കിൽ തിരുകി കയറ്റി അയാൾ അവിടെ നിന്നും നടന്ന് പോകുന്നു. പാർക്കിനുള്ളിൽ കുട്ടിയുടെ അച്ഛൻ ഇപ്പോഴും സംസാരിച്ചു തകർക്കുകയാണ്.

36

ഇരുട്ടിന്റെ പഴം

എങ്ങും ഇരുട്ട് വ്യാപിച്ചു കിടക്കുന്ന ഒരു രാത്രി. വിജനമായ ഒരു റോഡ്, ഇരുവശത്തും ഭീകരത തുളുമ്പുന്ന കാടുകൾ, മിന്നാമിനുങ്ങ് വെളിച്ചം പോലെ കത്തുന്ന ചില പോസ്റ്റ് ലൈറ്റുകൾ അങ്ങിങ്ങായി നിൽക്കുന്നു. ഒരു ചെറിയ കാർ അങ്ങ് ദൂരത്ത് നിന്ന് വരുന്നു, കാറിനുള്ളിൽ സുന്ദരിയായ ഒരു യുവതി മാത്രമാണുള്ളത്. കാറിനുള്ളിൽ നല്ല ഉച്ചത്തിൽ പാട്ട് വച്ചിട്ടുണ്ട്, യുവതി പാട്ടുകൾ ഏറ്റുപാടുകയും ചെയ്യുന്നു.

യുവതിയുടെ മുഖത്ത് ഭയത്തിന്റെ ഒരു ചെറിയ കണികപോലും ഇല്ലെന്നത്, ഒരേസമയം അഹങ്കാരവും ധൈര്യവും എന്ന് പറയേണ്ടി വരും. പ്രവചനം പോലെ തന്നെ, യുവതി തന്റെ അഹങ്കാരത്തിന്റെ അളവ് ഇരട്ടിപ്പിക്കാൻ തന്നെ തീരുമാനിച്ചു. കാർ ഒരു വശത്തേക്ക് നിർത്തിയ ശേഷം, വാഹനം ഓഫാക്കാതെ, ചാടിയിറങ്ങി കാട്ടിനുള്ളിലേക്ക് പോകുന്നു. ഏകദേശം അൻപത് മീറ്ററെങ്കിലും കാടിനുള്ളിലേക്ക് ഓടിയ യുവതി, സ്വസ്ഥമായി ഇരുന്ന് മൂത്രമൊഴിച്ച ശേഷം, കാറിനടുത്തേക്ക് നടന്നുവരുന്നു. പെട്ടെന്ന് അപ്രതീക്ഷിതമായി, കാറിനടുത്ത് ഒരു മനുഷ്യ രൂപം നിൽക്കുന്നത് അവളുടെ ശ്രദ്ധയിൽപ്പെട്ടു.

ഇത്രേം സമയം തന്റെ ശരീരത്തിൽ തിളച്ചു തുളുമ്പി നിന്നിരുന്ന ധൈര്യമെല്ലാം ആ നിമിഷം ചോർന്നുപോയി. യുവതി തിരിഞ്ഞ് ഓടുന്നു, കുറച്ച് ദൂരം ഓടിയ ശേഷം വീണ്ടും കാറിലേക്ക് നോക്കുന്നു. നേരത്തെ കണ്ട ആ രൂപം തനിക്ക് നേരെ വരുന്നു എന്ന് അവൾ മനസ്സിലാക്കുന്നു. തന്നെ പിന്തുടരുന്നത് പ്രേതമാണൊ, അതൊ ഏതെങ്കിലും അക്രമിയാണൊ എന്നത് അവൾക്ക് നിശ്ചയമില്ല. ഹൃദയം അതിശക്തമായി ഇടിക്കുന്നുണ്ട്. ഒരുപാട് ദൂരം ഓടിയ ശേഷം യുവതിയുടെ അവശേഷിച്ച ഊർജ്ജവും തീർന്നു എന്നൊരു അവസ്ഥയിൽ വന്നെത്തുന്നു.

ഒരു വലിയ മരത്തിന്റെ മറവിൽ ഒളിച്ചു നിന്ന് അൽപ്പം ശ്വാസം തിരിച്ചുപിടിക്കാൻ അവൾ ശ്രമിക്കുന്നു. എങ്ങും കൂരിരുട്ടാണ്, ഒരു പ്രേതം വന്ന് മുമ്പിൽ നിന്നാൽ പോലും കാണാൻ കഴിയാത്ത സാഹചര്യം. എന്നാലും, തന്റെ അമിതമായി ഇടിക്കുന്ന ഹൃദയം തന്നെ ചതിക്കുമോ എന്ന ഭയം അവളെ വീണ്ടും ഓടിക്കാൻ തുടങ്ങി. ഏതൊക്കെയൊ വന്യ മൃഗങ്ങളുടെ ശബ്ദങ്ങൾ, മൂന്ന് ദിശകളിൽ നിന്ന് കേൾക്കുന്നുണ്ട് എങ്കിലും, അതൊന്നും ഗൗനിക്കാതെ, മരത്തിന്റെ മറവിൽ നിന്ന് പിറകിലേക്ക് നോക്കുന്നു. ഒന്നും തന്നെ കാണുന്നില്ല. അങ്ങ് ദൂരെ ഒരു കെടാവിളക്ക് കത്തി നിൽക്കുന്നുണ്ട്, തന്റെ കാറിന്റെ ഹെഡ് ലൈറ്റ് ആണെന്ന് അവൾ തീരുമാനിക്കുന്നു.

തിരിഞ്ഞോടാതെ, ഇടത്തേക്ക് ഓടാൻ തുടങ്ങുന്നു. നല്ല ദൂരം ഓടിയ ശേഷം വീണ്ടും റോഡ് ലക്ഷ്യമാക്കി ഓടുന്നു. തിരിഞ്ഞ് നോക്കാതെ, വളരെ വേഗത്തിൽ ഓടിയ യുവതി, തന്റെ കാറിന്റെ സമീപത്തെത്തുന്നു. തനിക്ക് ചുറ്റിനും നിരവധി തവണ നോക്കിയ ശേഷം, കാറിന്റെ അകത്തും അടിയിലും നോക്കുന്നു. വാഹനം ഓഫായി കിടക്കുകയാണ്. അതീവ ജാഗ്രതയോടെ കാറിനുള്ളിൽ പ്രവേശിച്ച യുവതി,

കാറിന്റെ താക്കോൽ തിരിച്ച് വണ്ടിക്ക് വീണ്ടും ജീവൻ നൽകാൻ ശ്രമിക്കുന്നു. യുവതിയുടെ ശരീരമാസകലം ഭയന്ന് വിറയ്ക്കുന്നതിനാൽ താക്കോലിൽ കൈ എത്തിക്കാൻ വളരെ പ്രയാസപ്പെടുന്നു.

ഒരുപാട് നേരത്തെ കഷ്ടപ്പാടുകൾക്കൊടുവിൽ താക്കോലിൽ സ്പർശിക്കുന്നു. എന്നാൽ, താക്കോൽ തിരിച്ചപ്പോൾ വാഹനം പ്രവർത്തനം ആരംഭിക്കുന്നില്ല. വല്ലാത്തൊരു ശബ്ദം പുറപ്പെടുവിപ്പിച്ച്, ഞാൻ പോവൂല എന്ന മട്ടിൽ കാർ, യുവതിയുടെ ഭയം നിറഞ്ഞ മുഖത്തെ കണ്ട് രസിക്കുന്നു. കാറിന്റെ എല്ലാ ലൈറ്റുകളും അണയുന്നു. ഇപ്പോൾ ആകെയുള്ള നുറുങ്ങുവെട്ടം വരുന്നത്, അൽപ്പം മാറി നിൽക്കുന്ന ഒരു കഞ്ഞി പോസ്റ്റിൽ നിന്നുമാണ്. യുവതി കാറിലിരുന്ന് ശബ്ദം വരാത്ത രീതിയിൽ വിങ്ങി കരയാൻ തുടങ്ങി. കാറിന്റെ പിറകിലെ സീറ്റിൽ പ്രേതം ഇരിപ്പുണ്ട്, അത് തന്റെ ഓരൊ ചുവടും സൂക്ഷ്മമായി കണ്ട് ആസ്വദിക്കുകയാണ് എന്നും അവൾ സ്വയം കരുതുന്നു.

ആയതിനാൽ, കാറിൽ പ്രവേശിച്ച സമയം മുതൽ ഇതുവരെ, യുവതി, പിറകിലെ ദൃശ്യങ്ങൾ കാണാവുന്ന കണ്ണാടിയുടെ ഇരുപതാം അയലത്ത് കൂടെ പോലും തന്റെ കണ്ണുകൾ കൊണ്ടുപോയിട്ടില്ല. പെട്ടെന്ന്, അപ്പുറത്തെ കണ്ണാടിയിൽ ഒരു രൂപം പ്രത്യക്ഷപ്പെട്ടു, യുവതി കാറിൽ നിന്നും ചാടി ചിതറിയോടി, അപ്പുറത്തെ കാട്ടിലേക്ക് പോകുന്നു. യുവതിയുടെ ഓട്ടം കണ്ടാൽ ഒരു കാര്യം ഉറപ്പിക്കാം, ഇനി കാറിനടുത്തേക്ക് ഒരു തിരിച്ചുവരവ് ഇല്ല എന്നത്.

കാറിന്റെ അടുത്ത് വന്ന ആ രൂപം, യുവതി തുറന്നിട്ടിട്ട് പോയ വാതിലിൽ കൂടെ കാറിന്റെ അകത്ത് പ്രവേശിക്കുന്നു, യുവതി കാറിൽ വച്ചിട്ടുപോയ മൊബൈൽ ഫോൺ കണ്ടെത്തിയ രൂപം, ഫോണെടുത്ത് നൂറ് ഡയൽ ചെയ്യുന്നു.

37

പത്രമയം മഹാമയം

രണ്ട് വാഹനങ്ങൾക്ക് കഷ്ടിച്ച് പോകാവുന്ന ഒരു റോഡ്, ആ റോഡിന്റെ ഇരുവശത്തും വീടുകൾ നിൽക്കുന്നു, എന്നാൽ വീടുകൾ മതിലുകൾ കൊണ്ട് അലങ്കരിച്ചിട്ടില്ല എന്നത് അവിടുത്തെ പ്രത്യേകതയായി കാണുന്നു. ഒരാൾ സൈക്കിളിൽ നിർത്താതെ ബെല്ലടിച്ചു വരുന്നു, ഇടതു കൈകൊണ്ട് ബെല്ലടിച്ചും, വലതു കൈകൊണ്ട് പിറകിൽ കെട്ടിവച്ചിരിക്കുന്ന പത്രങ്ങൾ ഓരോന്നായി വലിച്ചെറിഞ്ഞും അയാൾ പോകുന്നു. പത്രങ്ങൾ ഓരൊ വീടുകളിലും ചെന്ന് പതിക്കുന്നു, ചിലത് കാറിന്റെ മുകളിൽ, ചിലത് വരാന്തയിൽ, എന്നാൽ ചിലത് മരത്തിന്റെ മുകളിലും, വീടിന് മുകളിലും വീണിട്ടുണ്ട്.

ഒരു ചെറിയ വീട്ടിൽ മാത്രം മേൽപ്പറഞ്ഞതൊന്നും സംഭവിച്ചില്ല, മറിച്ച് വീടിന്റെ ഉടമസ്ഥന്റെ കയ്യിൽ പത്രം കിട്ടുന്നു. സൈക്കിൾ നിർത്തി അയാൾക്ക് കൊടുത്തതല്ല, പത്രക്കാരന്റെ ബെല്ലടി കേട്ട നിമിഷം മുതൽ, വീടിന്റെ ഉമ്മറത്ത് ഇറങ്ങി നിന്ന വീട്ടുടമ, തന്റെ വീട് ലക്ഷ്യം വച്ച് പറന്നുവന്ന പത്രത്തെ, ക്രിക്കറ്റ് ബോൾ പിടിക്കുന്ന പോലെ പിടിച്ചെടുത്തു, ശേഷം തന്റെ രണ്ട് കൈകളും ആകാശത്തേക്ക് ഉയർത്തി ആഹ്ളാദം പ്രകടിപ്പിക്കുന്നു.

പത്രവുമായി അകത്തേക്ക് ചെല്ലുന്നു.

അയാൾ പത്രം മേശപ്പുറത്ത് വച്ചിട്ട്, അടുക്കളയിലേക്ക് പോകുന്നു. ഒരു കപ്പ് ചായയും, ഒരു പാത്രം കായവറുത്തതും എടുത്തോണ്ട് വരുന്നു, മേശപ്പുറത്ത് വയ്യ്ക്കുന്നു. ശേഷം പത്രത്തിൽ തൊട്ടുതൊഴുത്, ഇരു കൈകളും കൊണ്ട് പത്രത്തെ എടുക്കുന്നു, ആദ്യത്തെ പേജ് മുതൽ വായന ആരംഭിക്കുന്നു. ഓരൊ തലക്കെട്ടുകൾ വായിക്കുമ്പോഴും അതിനൊത്ത മുഖഭാവങ്ങളും, പ്രതികരണവും ഉച്ചത്തിൽ പറയുന്നു, കൂടെ അൽപ്പം ചായയും കുടിച്ച് ഒരു പിടി കായവറുത്തതും കഴിക്കുന്നു. ഓരൊ വാർത്തകൾ വായിക്കുമ്പോഴും ഇതേ രീതിയിൽ കാര്യങ്ങൾ മുമ്പോട്ട് പോയി.

ചില വാർത്തകൾക്ക് ലഭിച്ച പ്രതികരണം വളരെ രസമുള്ളതായിരുന്നു: “ഓഹ്” എന്ന് ഉറക്കെ പറഞ്ഞു കൊണ്ട് മേശയിൽ മൂന്ന് തവണ ഇടിക്കുക, കസേരയിൽ നിന്നെണീറ്റ് തറയിൽ ആഞ്ഞ് ചവിട്ടുക, ഒരു പിടി കായ വറുത്തത് വലിച്ചെറിയുക, ഓരൊ തുള്ളി ചായ വിരലിൽ പുരട്ടി കണ്ണിന്റെ അടിഭാഗത്ത് തേയ്ക്കുക എന്നിട്ട് അൽപ്പസമയം കണ്ണുകൾ അടച്ചിരിക്കുക, മേശപ്പുറത്ത് വലിഞ്ഞ് കയറി നൃത്തം ചെയ്യുക, ചില പേജുകൾ വലിച്ച് കീറുക, എന്നിങ്ങനെ പോകുന്നു അയാളുടെ കോപ്രായങ്ങൾ.

കായികവാർത്ത പേജ് എത്തിയപ്പോഴാണ് ഏറ്റവും വലിയ പ്രതികരണങ്ങൾ വന്നത്. ടീവിയിൽ തത്സമയം മത്സരങ്ങൾ കാണുന്നത് പോലെ, ഓരൊ കായിക വാർത്തകൾ വായിക്കുമ്പോഴും, അവ തത്സമയം നടക്കുകയാണ് എന്നത് പോലേ അയാൾ കാണുന്നു. “അയ്യോ പോയേ... അവനും പോയൊ... യേ സിക്സർ... അവസാന ഓവർ... രണ്ട് റൺസ്... യേ വിക്ടറി” ശേഷം കായ വറുത്തത് തലയുടെ മുകളിലേക്ക് എറിയുന്നു. ഇങ്ങനെ ഓരൊ വാർത്തയും ആഘോഷിച്ചു

വായിക്കുന്നു. തറയിൽ മുഴുവൻ കായ വറുത്തത് നിറഞ്ഞു.

രണ്ട് മണിക്കൂർ നീണ്ട പത്രം വായന അവസാനിപ്പിച്ച്, പത്രം മേശപ്പുറത്ത് വച്ച് അയാൾ തന്റെ മുറിയിലേയ്ക്ക് പോകുന്നു. ആകെ ഒരു കിടപ്പുമുറി മാത്രമാണ് അവിടെയുള്ളത്. ഉടുപ്പൊക്കെ മാറ്റി, അഭിമുഖത്തിന് പോകാൻ എന്നത് പോലെ വസ്ത്രം ധരിക്കുന്നു. ടൈയ്യും കെട്ടി, ഷൂസും കയറ്റി, ഉടുപ്പും പാന്റ്സിന്റെ ഇടയിൽ കുത്തി തിരുകി, പോരാത്തതിന് നല്ല മുന്തിയ ഇനം സ്പ്രേയും പൂശി, മുറിയുടെ മൂലയിൽ പമ്മിയിരിക്കുന്ന, കണ്ടാൽ എടുത്തിട്ട് ഒരാഴ്ച എങ്കിലും ആയെന്ന് തോന്നിക്കുന്ന ബാഗും കയ്യിലെടുത്ത്, എങ്ങോട്ടോ പോകാൻ തുടങ്ങുന്നു.

വീടിന്റെ പുറത്തേക്ക് ഇറങ്ങാൻ കാലെടുത്തു വച്ചതും, എന്തൊ ഓർമ്മയിൽ വരുന്നു, വീട്ടിലേക്ക് തിരിച്ചു കയറുന്നു. നേരെ അടുക്കളയിലേക്ക് ഓടുന്നു, അവിടെ നിന്നും ഒരു മൂർച്ചയുള്ള കത്തിയെടുത്ത് ബാഗിന്റെ ആദ്യത്തെ ഉറയിൽ വയ്ക്കുന്നു. അയാളുടെ മുഖത്ത് നല്ല സന്തോഷമുണ്ട്. അയാൾ വീടിന്റെ പുറത്തേക്ക് പോകുന്നു, ഗേറ്റ് തുറന്ന് പുറത്തിറങ്ങി, വേഗം നടന്ന് തൊട്ടടുത്ത വീട്ടിലെ ഗേറ്റ് തുറന്ന് കയറുന്നു. വീടിന്റെ കോളിംങ് ബെല്ലിൽ രണ്ട് തവണ അമർത്തുന്നു.

അൽപ്പസമയം കഴിഞ്ഞപ്പോൾ ആരൊ വന്ന് വാതിൽ തുറക്കുന്നു. പത്രപ്രിയൻ കൈകൾ കൂപ്പി അയാൾക്ക് നമസ്കാരം നൽകുന്നു, ശേഷം ബാഗിൽ നിന്നും കത്തി പുറത്തെടുത്ത് അയാൾക്ക് നേരെ ചാടുന്നു, തിരിഞ്ഞോടാൻ ശ്രമിച്ച അയാളുടെ മുതുകിൽ കത്തി കുത്തിയിറക്കുന്നു. രക്തം വാർന്നൊഴുകുന്ന അയാളുടെ ശരീരം വീടിനുള്ളിലെ ഒരു മൂലയിലേക്ക് നീക്കിയിട്ട ശേഷം, കതക് പൂട്ടി പുറത്തിറങ്ങി, സ്വന്തം വീട്ടിൽ പോകുന്നു. വീട്ടിൽ ചെന്നയുടൻ ഫോണെടുത്ത് പോലീസ് സ്റ്റേഷനിൽ വിളിക്കുന്നു,

ആരെയൊ കൊന്നു എന്ന് പറയുന്നു, ശേഷം വീടിന്റെ അഡ്രസ്സ് പറഞ്ഞു കൊടുക്കുന്നു. ഫോൺ വച്ച ശേഷം, മുകളിലേക്ക് നോക്കി ചിരിക്കുന്നു, കൈകൾ കൂട്ടി ഉരയ്ക്കുന്നു, എന്തൊ പാരിതോഷികം കിട്ടാൻ പോകുന്നത് പോലെ.

38

പ്രിയപ്പെട്ട നാട്ടുകാർ

ഇരുണ്ട മേഘങ്ങൾ കൂട്ടംകൂടി നിന്ന് പ്രഭാത സൂര്യകിരണങ്ങളെ തടഞ്ഞ് നിർത്തിയിരിക്കുന്നു. ഒരു ചെറി പഴത്തിന്റെ അത്രയും വിസ്തീർണ്ണം വരുന്ന മഴത്തുള്ളികൾ ഭൂമിയിലേക്ക് പതിക്കാൻ തുടങ്ങുന്നു. വരാൻ പോകുന്ന മഴയുടെ ഭീകരത മുന്നിൽക്കണ്ടാവണം, നിരത്തിൽ വാഹനങ്ങൾ കുറവാണ്, എന്നാൽ ഒരു രണ്ട് നില വീടിന് ചുറ്റിനും വാഹനങ്ങൾ തേനീച്ചക്കൂട്ടം പോലെ പറ്റിപ്പിടിച്ച് നിൽക്കുന്നു. വാഹനങ്ങൾക്ക് പുറമെ നിരവധി കുടകളും അവിടെ നിൽക്കുന്നു. ഓരൊ കുടയുടെ കീഴിലും രണ്ടും മൂന്നും മനുഷ്യർ നിൽക്കുന്നു. എല്ലാവരുടെയും മുഖത്ത് വിഷാദം കൂടുകെട്ടി കിടക്കുന്നു, എന്നാൽ ചിലരൊക്കെ എന്തൊക്കെയൊ ഫലിതങ്ങൾ പറഞ്ഞ് രസിക്കുകയും ചെയ്യുന്നു.

പെട്ടെന്ന് അവിടേക്ക് ഒരു ആംബുലൻസ് വണ്ടി വരുന്നു, കൂട്ടംകൂടി നിന്നവരെല്ലാം ആംബുലൻസ് വണ്ടിക്ക് വഴിമാറി കൊടുക്കുന്നു. വീടിന്റെ മുൻവശത്തായി വണ്ടി നിർത്തിയിട്ട ശേഷം, പിൻവാതിൽ തുറന്ന് മൃതദേഹം പുറത്തേക്ക് എടുക്കുന്നു. ആംബുലൻസിന്റെ അകത്തൊരു യുവാവും യുവതിയും, പിന്നെയൊരു വൃദ്ധയും ഉണ്ടായിരുന്നു.

അവരെല്ലാം വിങ്ങി കരഞ്ഞുകൊണ്ട് മൃതദേഹത്തിനൊപ്പം ഇറങ്ങുന്നു. തൊണ്ണൂറ് വയസ്സിനടുപ്പിച്ച് പ്രായം തോന്നിക്കുന്ന ഒരു വൃദ്ധന്റെ മൃതദേഹമായിരുന്നു അത്.

മൃതദേഹം പൊതുദർശനത്തിനായി വീടിന്റെ വരാന്തയിൽ വച്ചിരിക്കുന്ന കട്ടിലിൽ വയ്ക്കുന്നു. ശേഷം മരണക്രിയകൾ ആരംഭിക്കാമെന്ന് കർമ്മി പറയുന്നു. കർമ്മങ്ങൾ ചെയ്യാനായി മകൻ തോർത്തും ധരിച്ച് വരുന്നു. ആദ്യമായി ബന്ധുക്കളും നാട്ടുകാരും മൃതദേഹത്തിന് അന്ത്യാഞ്ജലി അർപ്പിക്കാൻ തുടങ്ങുന്നു. പെട്ടെന്ന്, പുഷ്ക്കരൻ എന്ന മധ്യവയസ്കന്റെ ഭാവം മാറുന്നു. അയാൾ ഒരു ഭ്രാന്തനെപ്പോലെ ചാടാൻ തുടങ്ങുന്നു. എല്ലാവരുടെയും ശ്രദ്ധ അയാളിൽ പതിയുന്നു. ഭ്രാന്താട്ടം കൂടാതെ സംസാരിക്കാനും തുടങ്ങുന്നു.

പുഷ്ക്കരൻ: 'ഇതൊക്കെ ചെയ്യ്താൽ ഞാൻ തിരിച്ച് വരുമോടാ! ഈ പൂവും പഴവും പുല്ലുമൊക്കെ എനിക്ക് സ്വർഗ്ഗത്തിൽ കിട്ടുമൊ! എങ്കിൽ എന്റെ വായിൽ അൽപ്പം വിസ്കി കൂടി ഒഴിക്കെടാ! എവിടെ! വിസ്കി എവിടെ! ഒരു നൂറു കുപ്പി പോരട്ടെ'

നാട്ടുകാരൻ: 'ആ കുടിയനെ ആരേലും അവിടുന്ന് പിടിച്ച് മാറ്റാമൊ! ഓരൊ മാരണങ്ങൾ വന്ന് കേറിക്കോളും!'

പുഷ്ക്കരൻ: 'എന്റെ കണക്കിൽ കവിഞ്ഞ സ്വത്തുക്കൾ എല്ലാം ഞാനീ നല്ലവരായ നാട്ടുകാർക്ക് കൊടുക്കുവാണെ!'

എല്ലാവരും ഞെട്ടിത്തരിക്കുന്നു, പുഷ്ക്കരൻ തുള്ളുന്നു.

പുഷ്ക്കരൻ: 'ഈ നല്ലവരായ നാട്ടുകാർ ഇല്ലായിരുന്നേൽ ഞാനെന്നെ തട്ടി പോയെനെ! എന്റെ എല്ലാം അവർക്കുള്ളതാണെ! പ്രത്യേകിച്ച് എന്റെ ആജന്മ സുഹൃത്ത് പുഷ്ക്കരൻ'

നാട്ടുകാരുടെ മുഖത്ത് സന്തോഷം വിരിഞ്ഞു, എന്നാൽ കർമ്മം ചെയ്യാനായി തോർത്തുമുടുത്ത് നിന്ന മകൻ, ദേഷ്യം കൊണ്ട് തിളയ്ക്കാൻ തുടങ്ങി. അവൻ പുഷ്ക്കരനെ അവിടെ

നിന്ന് തള്ളി പുറത്താക്കാൻ ശ്രമിക്കുന്നു, എന്നാൽ നാട്ടുകാർ ഇടപെടുന്നു.

നാട്ടുകാരൻ: 'കാര്യം നിന്റെ അച്ചഛൻ പറഞ്ഞതിലും കാര്യമുണ്ട്. നീയും നിന്റെ ഭാര്യയും വർഷങ്ങളോളം വിദേശത്ത് അല്ലായിരുന്നൊ, ഭാസ്കരൻ ചേട്ടന്റെ എല്ലാം നോക്കിയത് ഞങ്ങള് നാട്ടുകാരാ'

നാട്ടുകാരൻ: 'അച്ചഛന് ബാക്കി പറയാനുള്ളത് കൂടി പറയട്ടെ, നീ കൂടുതൽ അഭ്യാസമൊന്നും എടുക്കാൻ നിൽക്കേണ്ട. പറ ഭാസ്കരൻ മാമാ'

പുഷ്ക്കരൻ: 'എന്റെ കർമ്മം എന്റെ നല്ലവരായ നാട്ടുകാർ ചെയ്യ്താൽ മതി, എന്റെ എല്ലാ സ്വത്തും അവർക്കുള്ളതാ, ഇല്ലെങ്കിൽ എന്റെ ആത്മാവിന് മോക്ഷം കിട്ടൂല'

ഇതും കൂടി കേട്ടപ്പോൾ യുവാവായ മകന്റെ നിയന്ത്രണം നഷ്ടപ്പെട്ടു, അവൻ പുഷ്ക്കരന്റെ കഴുത്തിൽ പിടിച്ച് ഞെരിക്കാൻ തുടങ്ങി, നാട്ടുകാർ അവനെ പിന്തിരിപ്പിക്കാൻ കഠിനമായി ശ്രമിക്കുന്നു.

മകൻ: 'എടൊ നന്ദിയില്ലാത്തവനെ! ഞാനും എന്റെ പെങ്ങളും കഷ്ടപ്പെട്ട് അധ്വാനിച്ച് ഉണ്ടാക്കിയ പണവും ഇതിനകത്ത് ഉണ്ടെടാ, താനിവിടെ അമ്മയേയും മറന്ന്, വേലക്കാരികളുമായി അഴിഞ്ഞാടി തിമിർത്തിട്ട്, ഇപ്പോൾ തനിക്ക് തന്റെ സ്വത്തെല്ലാം ഈ പട്ടികൾക്ക് കൊടുക്കണം അല്ലേടൊ!'

നാട്ടുകാർ ഒരുവിധത്തിൽ യുവാവിന്റെ കൈകളിൽ നിന്ന് പുഷ്കരനെ രക്ഷിച്ചു. വെള്ളത്തിൽ വീണ പൂച്ചയെപ്പോലെ പുഷ്ക്കരൻ മുട്ടുക്കുത്തി ഓടി, തന്റെ തുരുമ്പെടുത്ത സൈക്കിളും പൊക്കിയെടുത്ത് എങ്ങോട്ടെന്നില്ലാതെ ഓടുന്നു. അതേസമയം മരണവീട്ടിൽ ഭാസ്കരൻ ചേട്ടന്റെ പോസ്റ്റ് മോർട്ടം നടത്തണം എന്നാരോപിച്ച് പ്രതിഷേധം തുടങ്ങുന്നു.

39

സ്വപ്നപ്പുര

സൂര്യൻ കത്തിജ്വലിക്കുന്ന നട്ടുച്ച സമയം. എങ്ങും വിജനത, ഇടയ്ക്കിടെ ഒന്നുരണ്ട് കാറുകൾ പോകുന്നു. എന്നാൽ ഈ നട്ടുച്ചയ്ക്കും പുരുഷ അധ്യാപകൻ സുരേഷിന്റെ ഭവനത്തിന്റെ മുൻവശത്തായി കുറച്ച് കുട്ടികൾ കൂട്ടംകൂടി നിൽക്കുന്നു. ചിലർ മതിലിന്റെ മുകളിൽ കയറി ഇരിക്കുന്നു, ചിലർ ഗേറ്റ് തുറന്ന് അകത്തുകയറി വീക്ഷിക്കുന്നു. സുരേഷിന്, കുട്ടികൾ തന്റെ വീട്ടിൽ കയറി നിൽക്കുന്നതിന് കുഴപ്പമില്ലായിരുന്നു, കാരണം അയാളുടെ മുഴുവൻ ശ്രദ്ധയും, തന്റെ രണ്ട് നില വീടിന് മുമ്പിലായി വിശാലമായി പരന്ന് കിടക്കുന്ന പറമ്പിൽ, മറ്റൊരു വീട് നിർമ്മിക്കുന്നതിൽ മുഴുകിയിരുന്നു.

വെറും കല്ലും മണ്ണും കട്ടയും കൊണ്ട് നിർമ്മിക്കുന്ന ഒന്നല്ല സുരേഷ് നിർമ്മിക്കുന്നത്, മറിച്ച്, താൻ തന്റെ ജീവിതകാലം മുഴുവനും വായിച്ചുതീർത്ത പുസ്തകങ്ങൾ കൊണ്ടൊരു വീടുണ്ടാക്കുന്ന തിരക്കിലാണ്. കുട്ടികൾ സഹായം വാഗ്ദാനം ചെയ്തെങ്കിലും, സുരേഷ് നിരസിച്ചു. ഓരോ പുസ്തകവും പെറുക്കിയെടുത്ത്, ശക്തിയുള്ള പശ ഉപയോഗിച്ചാണ് നിർമ്മാണം. എന്താണ് ഇങ്ങനൊരു നിർമ്മാണത്തിന് വഴിവച്ചത് എന്നത് സുരേഷിനൊഴികെ മറ്റാർക്കും അറിയില്ല

എന്നത്, തന്റെ വീടിന് ചുറ്റും തടിച്ചു കൂടി നിൽക്കുന്നവരുടെ മുഖഭാവം ശ്രദ്ധിച്ചാൽ തന്നെ മനസ്സിലാകും.

സൂര്യന്റെ ശൗര്യം സുരേഷിനെ വിയർപ്പിൽ കുളിപ്പിച്ചുകൊണ്ടിരുന്നു, എന്നാൽ ഇന്നത്തെ ദിവസം തന്നെ തന്റെ സ്വപ്ന നിർമ്മിതിയുടെ പണി തീർക്കണം എന്ന നിലപാടിൽ അയാൾ ഉറച്ചുനിന്നു. ഏകദേശം ഒരു ഫാമിലി കട്ടിലിന്റെ അത്രയും ചുറ്റളവിലാണ് തന്റെ പുസ്തക മാളിക പണിതുയർത്തുന്നത്. സായാഹ്നം എത്തിച്ചേർന്നപ്പോൾ നാല് വശങ്ങളും കെട്ടിത്തീർന്നു. മേശപ്പുറത്തും ഏണിപ്പുറത്തും മാറിമാറി കയറിയാണ് ഇതുവരെ പണി തീർത്തത്. ഇനിയുള്ളത് മേൽക്കൂര എങ്ങനെ പണിയും എന്നതാണ്. അതിലേക്ക് കടക്കാതെ, ഒരു മൂലയ്ക്ക് ചുരുട്ടി വച്ചിരിക്കുന്ന നീല ടാർപ്പായ ഉപയോഗിച്ച് തന്റെ നിർമ്മിതിയെ മൂടിവച്ച ശേഷം, സുരേഷ് തന്റെ യഥാർത്ഥ വീട്ടിലേക്ക് ചെല്ലുന്നു. കാണികളെല്ലാം ഇതിനോടകം പിരിഞ്ഞു പോയിരുന്നു.

വീടിന്റെ അകത്തേക്ക് പോയ അയാൾ, പിന്നെ പുറത്തേക്ക് വന്നത് അടുത്ത ദിവസമാണ്. അതിരാവിലെ തന്നെ തന്റെ പുതിയ പുസ്തക മാളികയുടെ നിർമ്മാണം തുടങ്ങിയ സുരേഷ്, ഫോണിൽ ആരെയൊ വിളിക്കുന്നു, പെട്ടെന്ന് വരാൻ ആവശ്യപ്പെടുന്നു. അര മണിക്കൂർ കഴിഞ്ഞപ്പോൾ, നാല് തൊഴിലാളികൾ അവിടെ എത്തുന്നു, ശേഷം പുസ്തക വീടിന്റെ മേൽക്കൂരയ്ക്ക് വേണ്ടി തട്ടടിക്കാൻ തുടങ്ങുന്നു. കമ്പികൾ കൊണ്ട് തട്ടടിച്ച ശേഷം, പുസ്തകങ്ങൾ അതിന് മുകളിൽ ശക്തിയായി ഒട്ടിച്ചുവയ്ക്കുന്നു. ഇത് കൂടാതെ, നല്ല കട്ടിയുള്ള പ്ലാസ്റ്റിക് കവറുകൾ മേൽക്കൂരയിൽ ഒട്ടിക്കുന്നു. “വെള്ളം വീണ് നശിക്കാതിരിക്കാനാണ്” സുരേഷ് പറയുന്നു.

സായാഹ്നമായപ്പോൾ പണി പൂർത്തിയായി, ജോലിക്കാരെ പറഞ്ഞയച്ച ശേഷം, പുസ്തക വീടിന്റെ ഗ്രഹപ്രവേശനം നടത്താതെ, സുരേഷ് ഓടി തന്റെ രണ്ട് നില വീട്ടിൽ കയറുന്നു.

ഏകദേശം ഒരു മണിക്കൂർ കഴിഞ്ഞപ്പോൾ, കുളിച്ച് കുട്ടപ്പനായി നല്ല വസ്ത്രങ്ങളും ധരിച്ച് അയാൾ പുറത്തേക്ക് വന്നു, ശേഷം വീടിന്റെ മുൻപിൽ വച്ചിരിക്കുന്ന സ്കൂട്ടറുമെടുത്ത് പുറത്തേക്ക് പോകുന്നു. ഒരു പഴകിയ കെട്ടിടത്തിന് മുമ്പിലായി വണ്ടി നിർത്തി, കെട്ടിടത്തിന്റെ അകത്തേക്ക് കയറി ചെല്ലുന്നു. കുറച്ച് ബെഞ്ചും ഡെസ്കുകളും ഇട്ടിരിക്കുന്ന ഒരു മുറിയിലേക്ക് ചെല്ലുന്നു, അവിടെ കുട്ടികൾ ഇരിപ്പുണ്ട്. ഒരു ട്യൂഷൻ സെന്റർ.

സുരേഷ് സാറിനെ കണ്ടപാടെ കുട്ടികളുടെ മുഖത്ത് ആശ്ചര്യ ഭാവം വന്നു. അവർ പരസ്പരം എന്തൊക്കെയൊ പിറുപിറുക്കുന്നു. അധ്യാപകൻ ഇത് ശ്രദ്ധിക്കുന്നു.

സുരേഷ്: 'എന്താ ഒരു പിറുപിറുക്കൽ? എന്തേലും ചോദിക്കാനുണ്ടോ?'

ആദ്യത്തെ ബെഞ്ചിലിരുന്ന കുട്ടി എഴുന്നേറ്റ് ചോദിക്കുന്നു.

കുട്ടി: 'സാർ, പുസ്തകങ്ങൾ കൊണ്ട് വീടുണ്ടാക്കി അതിനകത്ത് താമസിക്കുമൊ?'

സുരേഷ്: 'താമസിക്കാനല്ലെ വീടുണ്ടാക്കുന്നത്, അല്ലേ? സംശയം തീർന്നൊ?'

കുട്ടി: 'അതിന് സാറിന് വീടുണ്ടല്ലൊ, പിന്നെ എന്തിനാണ് ഇങ്ങനെയൊരു വീട്?'

മറ്റൊരു കുട്ടി: 'സാറെ അത് പട്ടിക്കൂടല്ലെ?'

സുരേഷ്: (ചിരിക്കുന്നു) 'എന്റെ കുട്ടിക്കാലം മുതൽ എന്നോടൊപ്പം കളിച്ചു വളർന്ന പുസ്തകങ്ങളാണ് അതെല്ലാം. എന്റെ ഓരൊ പ്രായത്തിലേയും ഓർമ്മകളും, ആത്മാവിന്റെ കണികകളും അവയിൽ ചേർന്നിട്ടുണ്ട്. കുട്ടികളെ, നമ്മളെ സന്തുഷ്ടരാക്കാൻ നമ്മുക്ക് മാത്രമെ സാധിക്കു. കൂടാതെ, നമ്മുടെ സന്തോഷത്തിന്റെ താക്കോൽ മറ്റുള്ളവരെ ഏൽപ്പിക്കുന്നതിലും വലിയ തെറ്റ് വേറെയില്ല. എന്നെ ശിഷ്ടകാലം സന്തോഷവാനായി വയ്ക്കാൻ ആ പുസ്തക

വീടിനെ സാധിക്കു. ഞാനത്രയുമെ ചെയ്യ്തുള്ളു. നിങ്ങൾ കുട്ടികളല്ലെ, എന്റെയത്രയും പ്രായമാകുമ്പോൾ നിങ്ങൾക്ക് മനസ്സിലാകും ഞാൻ എന്താണിപ്പം പറയുന്നതും ചെയ്യുന്നതുമെന്ന്"

ഇത്രയും പറഞ്ഞ ശേഷം, സുരേഷ് സാർ ക്ലാസ്സ് എടുക്കുന്നു. രണ്ട് മണിക്കൂർ പഠിപ്പിച്ച ശേഷം, വളരെ സന്തോഷത്തോടെ വീട്ടിലേക്ക് പോകുന്നു. എന്നാൽ വീടെത്തിയപ്പോൾ സുരേഷ് തകർന്നു പോയി, തന്റെ പുസ്തക വീട് അഗ്നിയുടെ കോപത്തിൽ കത്തിജ്വലിക്കുന്നു. നാട്ടുകാർ വീടിന് ചുറ്റിനും നിന്ന് ആ അഗ്നിഗോള കാഴ്ച ആസ്വദിക്കുന്നു. ഹൃദയം തകർന്നുപോയ സുരേഷ് ഓടിച്ചെന്ന് കത്തിജ്വലിക്കുന്ന പുസ്തക വീട്ടിൽ കയറി പുസ്തക കതക് അടയ്ക്കുന്നു.

40

പൊൻചീറ്റ

ഒരു ചുവന്ന സ്കൂട്ടറിൽ, ഒരച്ഛനും മകളും എങ്ങോട്ടോ പോകുന്നു. മകളുടെ മുഖത്ത് നല്ല സന്തോഷം കാണാനുണ്ട്, സ്കൂളിലേക്കല്ല എന്നത് തീർച്ച. അച്ഛനും സന്തോഷത്തിലാണ്. റോഡിൽ ട്രാഫിക്കിന് ശമനമില്ലെങ്കിലും, കാറുകൾക്കും ബസുകൾക്കും ഇടയിലൂടെ സാഹസികമായി അച്ഛൻ സ്കൂട്ടർ ഓടിച്ച് പോകുന്നു. ഈ സാഹസികത മകളെ വളരെയധികം സന്തോഷിപ്പിച്ചു.

സാഹസിക യാത്ര അവസാനിച്ചത് ഒരു മൃഗശാലയുടെ മുമ്പിലാണ്. സ്കൂട്ടർ ഒരു മൂലയ്ക്ക് വച്ചശേഷം, അമ്പത് രൂപ കൊടുത്ത് പ്രവേശന ടിക്കറ്റ് വാങ്ങി, അച്ഛനും മകളും മൃഗശാലയിലേക്ക് പ്രവേശിക്കുന്നു. വിവിധ തരം മൃഗങ്ങളുടെ ഗർജ്ജനം, മകളിൽ കൗതുകം ഇരട്ടിപ്പിക്കുന്നു. കുട്ടി ആദ്യമായാണ് മൃഗശാലയിൽ വരുന്നത് എന്ന് തീർച്ച.

വിവിധ തരം മൃഗങ്ങളെ കണ്ടും, അവരോട് സംസാരിച്ചും, ഉമ്മകൾ പറത്തിയെറിഞ്ഞും, അച്ഛനും മകളും ആനന്ദിക്കുന്നു. ഇതിനിടയിൽ, സിംഹത്തിന്റെ കൂട്ടിനരികിൽ നിന്ന് അച്ഛൻ, സിംഹവുമായി മല്ലിടാൻ പോകുന്നത് പോലെ ആംഗ്യം കാണിക്കുന്നു. സിംഹമാകട്ടെ ഇതൊന്നും ഗൗനിക്കാതെ തെക്ക് വടക്ക് നടക്കുന്നു.

അച്ഛൻ: 'കണ്ടോ മോളെ, അവൻ പേടിച്ചുപോയി, ഇനി ഈ ഏരിയലേക്ക് വരില്ല'

(മകൾ പ്രൗഢിയോടെ ചിരിക്കുന്നു)

മകൾ: 'അച്ഛൻ സൂപ്പർ, അച്ഛൻ തല്ല് കൂടാതിരിക്കാനാണല്ലേ ഇവരെ കൂട്ടിൽ ഇട്ടേക്കുന്നത്'

അച്ഛൻ: 'പിന്നല്ലാതെ, എന്റെ ഒരു കയ്യ്ക്കില്ല ഇവന്മാരൊന്നും'

അവർ കൊച്ചു വർത്തമാനങ്ങൾ നിർത്തി വീണ്ടും സന്ദർശനം ആരംഭിക്കുന്നു. കുറച്ച് സമയം നടന്നപ്പോൾ, ഒരു കൂട്ടിന് മുൻപിൽ ആളുകൾ തടിച്ചുകൂടി നിൽക്കുന്നത് അവരുടെ ശ്രദ്ധയിൽപ്പെടുന്നു. എന്താണെന്ന് അന്വഷിക്കാൻ അവർ ചെല്ലുന്നു, ഒരു ചീറ്റപ്പുലിയുടെ കൂടിന് ചുറ്റുമാണ് ഈ ബഹളം. കൂടിനകത്ത് പുലിയോടൊപ്പം ഒരു മനുഷ്യനും നിൽപ്പുണ്ട്, അയാൾ മൃഗശാലയിൽ ജോലി ചെയ്യുന്നയാളല്ല എന്നത് തീർച്ച.

കൂട്ടിനകത്ത് സുഖമായി വിഹരിക്കുന്ന പുലി, അയാളെ തുറിച്ചു നോക്കി നിൽക്കുന്നു, എന്നാൽ അയാളും ചില്ലറക്കാരനല്ല. പുലി അയാൾക്ക് നേരെ പാഞ്ഞ് വന്നപ്പോൾ, ഒറ്റ ചാട്ടത്തിന് കൂടിന്റെ മേൽക്കൂര കമ്പിയിൽ ചാടിപ്പിടിക്കുന്നു, ശേഷം അത് വഴി തൂങ്ങി കൂടിന്റെ പുറത്തേക്ക് വരുന്നു. കൂടിന്റെ അടുത്ത് നിൽക്കുന്ന മൃഗശാല തൊഴിലാളി, അയാൾക്ക് രണ്ടായിരം രൂപ കൊടുക്കുന്നു.

അച്ഛനും മകളും കാര്യം തിരക്കുന്നു. ചീറ്റപ്പുലിയെ തോൽപ്പിച്ചാൽ അഞ്ച് ലക്ഷവും, കൂട്ടിൽ ഒരു മിനിറ്റ് തികച്ച് നിന്നാൽ രണ്ടായിരം രൂപയും പാരിതോഷികം ലഭിക്കുന്ന ഭ്രാന്തൻ മത്സരം. കൂടാതെ, ഇതുവരെ പതിനഞ്ച് മനുഷ്യരെ ഈ പുലി കൊന്നിട്ടുണ്ട് എന്ന സൂചന ബോർഡും അവിടെ വച്ചിട്ടുണ്ട്. ആരെങ്കിലും മത്സരിക്കുന്നത് കാണാൻ കാത്തുനിന്ന അച്ഛനോട്, കൂട്ടിൽ കയറി പുലിയെ

തറപറ്റിക്കാൻ മകൾ നിർദേശം കൊടുക്കുന്നു.

"എന്റെ അച്ഛന് ഇതൊക്കെ നിസ്സാരം, സിംഹത്തെ പോലും വിറപ്പിക്കുന്ന ആളാണ് എന്റെ അച്ഛൻ" മകൾ അഹങ്കാരത്തോടെ പറയുന്നു. ഇത് കേട്ടതും അവിടെ കൂടി നിന്നവരെല്ലാം അച്ഛന് വേണ്ടി ആർപ്പുവിളിക്കാൻ തുടങ്ങി. ആർപ്പു വിളികൾ കൂടാതെ അവരെല്ലാം കൂടിച്ചേർന്ന്, അച്ഛനെ കൂട്ടിലേക്ക് തള്ളിവിടുന്നു. കൂട്ടിൽ കയറിയ നിമിഷം തന്നെ പകുതി മൂത്രം പോയ അച്ഛൻ, അനങ്ങാതെ നിൽക്കുന്നു. എന്നാൽ ചീറ്റപ്പുലി അച്ഛന് നേരെ ചാടിവീഴുന്നു. അച്ഛനെ തറയിൽ തറച്ച് വയ്ക്കുന്നു, ചെറുതായി അനങ്ങാൻ പോലും സമ്മതിക്കുന്നില്ല.

മകളാണേൽ കൂടിന്റെ പുറത്ത് നിന്ന് "അച്ഛാ എണീക്ക്, അതിനെ ചവിട്ടി തെറിപ്പിക്ക്" എന്ന് ആവർത്തിച്ച് പറയുന്നു. ചീറ്റപ്പുലി, അച്ഛന്റെ കഴുത്തിൽ കടിക്കാനായി തുനിയുന്നു, എന്നാൽ പെട്ടെന്ന് തന്നെ മനസ്സുമാറി അയാളെ വെറുതെ വിടുന്നു. ശരീരമാസകലം വിറച്ചു കൊണ്ട് അയാൾ കൂടിന്റെ പുറത്തേക്ക് ഇഴഞ്ഞിറങ്ങുന്നു. കൂടിന് പുറത്ത് നിൽക്കുന്നവർ മൂക്ക് പൊത്തുന്നു. അച്ഛൻ മകളെ കെട്ടിപ്പിടിച്ച് കരയുന്നു.

പെട്ടെന്ന് അവിടേക്ക് ഒരാൾ വരുന്നു, തനിക്കൊപ്പം മറ്റൊരാളും പിറകിലുണ്ട്. പിറകിൽ വരുന്ന യുവാവിന്റെ കഴുത്തിൽ, പട്ടികളുടെ കഴുത്തിൽ കിടക്കുന്ന പോലൊരു ബെൽറ്റ് കെട്ടിയിട്ടുണ്ട്. ഈ ബെൽറ്റിന്റെ ഒരറ്റം, മുന്നിൽ നടക്കുന്ന മധ്യവയസ്കന്റെ കയ്യിലാണ്. ചീറ്റപ്പുലി കൂടിന്റെ അടുത്തെത്തി അവർ നിൽക്കുന്നു, അച്ഛനേയും മകളേയും പുച്ഛത്തോടെ നോക്കുന്നു. മധ്യവയസ്കൻ തന്റെ കയ്യിൽ മുറുക്കി പിടിച്ചിരിക്കുന്ന ബെൽറ്റിന്റെ പിടി വിടുന്നു. ബെൽറ്റ് കഴുത്തിൽ കെട്ടിയ യുവാവ് കൂട്ടിലേക്ക് കയറിച്ചെന്നു. രണ്ട് കാലിൽ നിൽക്കുന്നതിന് പകരം നാല് കാലിൽ നിൽക്കുന്ന

യുവാവിന് നേരെ പുലി ഓടിവന്നു, ഒരു നിമിഷം പോലും പതറാതെ നിന്ന യുവാവ് പുലിയുമായി മല്ലിടുന്നു, തനിക്ക് മുറിവുകൾ കിട്ടിയെങ്കിലും, പുലിയെ അവൻ തറയിലേക്ക് മറിച്ചിടുന്നു, ശേഷം അതിന്റെ മുഖത്ത് പ്രഹരങ്ങൾ കൊടുക്കുന്നു.

യുവാവ് വിജയിക്കുന്നു. കൂട്ടിൽ നിന്ന് കയ്യടികൾ സ്വീകരിച്ച് പുറത്തേക്ക് വരുന്നു. മധ്യവയസ്കൻ, യുവാവിന്റെ കഴുത്തിലെ ബെൽറ്റിൽ പിടിക്കുന്നു.

41

ഒറ്റയാനെത്തേടി

ഒരു യുദ്ധഭൂമി. എങ്ങും വിവിധതരം കെട്ടിടങ്ങളുടെ അവശിഷ്ടങ്ങൾ മലപോലെ കെട്ടിക്കിടക്കുന്നു. അന്തരീക്ഷം നിറയെ കറുത്ത പുകയിൽ ഉണ്ടായിവന്ന കാർമേഘങ്ങൾ നിറഞ്ഞു കിടക്കുന്നു. കത്തിജ്വലിക്കുന്ന സൂര്യൻ കോപം തുള്ളി ആകാശത്ത് നിൽക്കുന്നുണ്ട് എങ്കിലും, പുക പൊടിപടലങ്ങൾ, വെടിമരുന്ന്, രക്തക്കറകൾ, എന്നിവയുടെ രൂക്ഷഗന്ധം ചേർന്നുണ്ടായ ഒരു വൻമതിൽ സൂര്യനെ നിഷ്പ്രയാസം തോൽപ്പിച്ച്, യുദ്ധഭൂമിക്ക് ഊർജ്ജം നൽകിക്കൊണ്ടിരുന്നു.

വെടിയൊച്ചകൾ അങ്ങിങ്ങായി കേൾക്കുന്നുണ്ട്. അൽപ്പസമയം കഴിഞ്ഞപ്പോൾ അവിടെങ്ങും ഒരു നിശബ്ദത കൈവന്നു. പകുതി പൊളിഞ്ഞ ഒരു കെട്ടിടത്തിന്റെ നടുക്ക്, വലിയൊരു കോൺക്രീറ്റ് പാളിയുടെ മറവിലായി രണ്ട് പട്ടാളക്കാർ ഇരിക്കുന്നു. രണ്ട് പേരുടേയും കയ്യിൽ തോക്കുകളുണ്ട്, ഒരാളുടെ കയ്യിൽ എ.കെ തോക്കും, മറ്റെയാളുടെ കയ്യിൽ ദൂരെ നിൽക്കുന്ന ശത്രുക്കളെ കണ്ടെത്തി ഇല്ലാതാക്കാൻ പറ്റുന്ന തോക്കാണ്. അവർ ബൈനാക്കുലാർ ഉപയോഗിച്ച് അവർക്ക് ചുറ്റിനും വീക്ഷിക്കുന്നുണ്ട്. ശത്രുക്കൾ ആരെയും കാണുന്നില്ല.

ഒരു മണിക്കൂർ നേരം അവിടെത്തന്നെ കാത്തിരുന്ന ശേഷം, വയർലെസ് എടുത്ത് നിർദേശം ചോദിക്കുന്നു. തിരികെ ക്യാമ്പിലേക്ക് വരാനുള്ള അനുമതി ചോദിക്കുന്നു, എന്നാൽ അവരോട് നിലവിലുള്ള സ്ഥലത്ത് തന്നെ നിൽക്കാൻ നിർദേശം കൊടുക്കുന്നു.

: 'ഇവിടെ ഇനി ആരെ കാണാൻ ഇരിക്കുവാ! വെറുതെ നമ്മളെ ബുദ്ധിമുട്ടിക്കാൻ പറയുന്നതാ'

: 'എന്താണേലും അനുസരിച്ചല്ലേ പറ്റു, കുറച്ചൂടെ ക്ഷമിക്കാം'

: 'ഇനി എത്ര ക്ഷമിക്കാനാ! ഇവിടെ പൊടിയും തിന്നിരിക്കാൻ തുടങ്ങീട്ട് നാല് ദിവസമായി, അവസാനമായൊരു വെടിയൊച്ച കേട്ടിട്ട് രണ്ട് ദിവസമായി'

: 'എല്ലാം നമ്മുടെ രാജ്യത്തിന് വേണ്ടിയല്ലേ, നീ സമാധാനിക്ക്. വല്ലപ്പോഴുമൊക്കെയല്ലേ ഇത്തരം പണിയൊക്കെ വരുന്നത്, ഇതിനൊക്കെ ചേർത്തുള്ള പ്രതിഫലമാ നമ്മുക്ക് മാസാമാസം തരുന്നത്'

: 'ഹാ! ഒരു സമാധാനത്തിന് ഞാൻ എന്തേലും പറഞ്ഞോട്ടെന്നെ! താനിങ്ങനെ ക്ലാസ്സ് എടുക്കേണ്ട കാര്യമില്ല'

അവർ സമാധാനത്തോടെ ഇരിക്കുന്നു, മാറിമാറി ബൈനാക്കുലാറിൽ നിരീക്ഷിച്ചിരിക്കുന്നു. പെട്ടെന്ന്, അയാൾ എന്തൊ കാണുന്നു, വിശ്രമിച്ചിരിക്കുന്ന രണ്ടാമനെ വിളിച്ചുണർത്തി, ബൈനാക്കുലാർ കൊടുക്കുന്നു.

: 'അവിടെയാ ചുവന്ന ഫ്രിഡ്ജ് കണ്ടോ? അതിന്റെ അടുത്തൊരു തകർന്ന ശില്പം കണ്ടില്ലേ, മറ്റെ പക്ഷീടെ, അതിന്റെ മറവിൽ ഒരാൾ ഇരിക്കുന്നത് കണ്ടില്ലേ?'

ബൈനാക്കുലർ വാങ്ങിച്ച് നോക്കിയ അദ്ദേഹം, തന്റെ കൂട്ടാളീടെ സംശയം ശരി വയ്ക്കുന്നു.

: 'ശരിയാണ്. അവിടെ ഒരാൾ ഇരിപ്പുണ്ട്. എന്നാലും നമ്മുടെ കണ്ണുവെട്ടിച്ച് എങ്ങനെ ഇത്രയും ദൂരം... ഇനി

പിന്നിൽ വല്ല സൈന്യവും ഒളിച്ചിരിപ്പുണ്ടോ!'

: 'അയാൾക്ക് ചലനമുണ്ടോ?'

: 'തല ചെറുതായി അനങ്ങുന്നുണ്ട്, അവൻ ആരോടോ സംസാരിക്കുവാന്ന് തോന്നുന്നു. എന്തൊ അക്രമം ആസൂത്രണം ചെയ്യുവാ. നീ പെട്ടെന്ന് ക്യാമ്പിൽ അറിയിക്ക്'

പട്ടാളക്കാരൻ വയർലെസ് എടുത്ത് ക്യാമ്പിലെ ഉന്നത ഉദ്യോഗസ്ഥരെ വിവരം ധരിപ്പിച്ചു.

: 'അഞ്ച് മണിക്കൂറിൽ സേന എത്തും, അതുവരെ അവരെ നിരീക്ഷണത്തിൽ വയ്ക്കാൻ പറഞ്ഞു'

: 'നമ്മുക്ക് അഞ്ച് മണിക്കൂർ കിട്ടുമോന്ന് സംശയമാ. അയാൾ ദേ തല കുലുക്കി കളിക്കുന്നു. എന്തൊ കാര്യമായി സംവദിക്കുന്നുണ്ട്'

: 'നമ്മുക്ക് വെടിവച്ചാലൊ?'

: 'അവരെത്ര പേരുണ്ടെന്ന് പറയാൻ പറ്റില്ല. അവൻ മാത്രമായിരുന്നേൽ എപ്പോഴെ കാച്ചിയേനെ. കൃത്യമായി തല മാത്രം പുറത്ത് കാണിച്ച് നിൽക്കാൻ മാത്രം മണ്ടനൊ!'

: 'ഇനി വല്ല ചാവേറുമാണൊ? നമ്മളിവിടെ ഉണ്ടോന്നറിയാൻ തലയും പുറത്തിട്ട് ഇരിക്കുവാണേലൊ!'

: 'എത്രയെണ്ണത്തിനെ കൊന്ന് തള്ളിയതാ! ഇതിനൊരു അന്ത്യമില്ലെ! നമ്മള് പട്ടാളക്കാരുടെ കരുത്ത്, ഇത്രയും കിട്ടിയിട്ട് ഇവന്മാർക്ക് മനസ്സിലായില്ലെ!'

: 'എടൊ ആ ബൈനാക്കുലർ മാറ്റാതെ സംസാരിക്ക്. നിരീക്ഷണം ശക്തമാക്കണം'

: 'എത്രയെന്ന് വച്ചാ ഈ സാധനോം നോക്കി ഇരിക്കുന്നത്. തോക്കും ബോംബുമൊക്കെ നമ്മടെ പക്കലും ഉണ്ടല്ലൊ, ഇങ്ങ് വരട്ടെ... ഓഹ്! അവനെവിടെ പോയി!'

: 'പറഞ്ഞതല്ലെ എപ്പോഴും നിരീക്ഷണം വേണമെന്ന്, നന്നായി നോക്ക്'

: 'ആരെയും കാണാനില്ല, ശ്ശെടാ! ഇനി വല്ല പ്രേതമൊ മറ്റൊ ആയിരുന്നൊ?'

: 'എന്തായാലും ഒന്നവിടെവരെ പോയി നോക്കാം. എത്രയെന്ന് വച്ചാ ഇതും നോക്കി ഇരിക്കുന്നത്. വാ, പോയി തീർത്തിട്ട് വരാം'

അവർ രണ്ട് പേരും വളരെ ശ്രദ്ധയോടെ താഴെയിറങ്ങുന്നു, ശബ്ദമുണ്ടാക്കാതെ, കെട്ടിട അവശിഷ്ടങ്ങളെ മറയാക്കിക്കൊണ്ട്, ശത്രുവിന്റെ ഒളിസ്ഥലത്ത് എത്തുന്നു. ശത്രുവിന്റെ, നെഞ്ചത്ത് തുളവീണ ശവശരീരം, ഒരു കഴുകൻ കടിച്ചു പറിച്ചു തിന്നുന്ന രംഗമാണ് അവർക്ക് കാണാൻ കഴിഞ്ഞത്.

42

ഭാഗ്യമുട്ട

രാവിലെ പതിനൊന്ന് മണി. കുട്ടികൾ ആസ്വദിച്ചു സംസാരിച്ചിരിക്കുന്ന ഒരു ക്ലാസ്സ്മുറി. പെട്ടെന്ന് തന്നെ ക്ലാസ്സ്മുറിയെ നിശബ്ദമാക്കി ഒരു അധ്യാപകൻ വരുന്നു. കുട്ടികളെല്ലാവരും എഴുന്നേറ്റ് ആദരവ് കാണിക്കുന്നു, എല്ലാവരോടും ഇരിക്കാൻ അദ്ദേഹം പറയുന്നു. അപ്പോഴാണ് മേശപ്പുറത്ത് വിശ്രമിച്ചിരിക്കുന്ന കോഴിമുട്ട മാഷിന്റെ ശ്രദ്ധയിൽപ്പെടുന്നത്. അത് കണ്ടയുടൻ തന്നെ ചിരിച്ച അദ്ദേഹം, കോഴിമുട്ട തന്റെ വലത് കയ്യിലെടുത്ത്, അത് പതിയെ തന്റെ തലയുടെ അടുത്തേക്ക് കൊണ്ടുചെല്ലുന്നു. ക്ലാസ്സ്മുറി ചിരികൾ കൊണ്ട് നിറഞ്ഞു.

അധ്യാപകന്റെ മൊട്ടത്തലയെ കളിയാക്കാനായി കുട്ടികൾ ചെയ്യ്ത കുസൃതിയാണ് ഇപ്പോൾ കണ്ടത്. എന്നാൽ കുട്ടികളോട് ദേഷ്യമൊന്നും കാണിക്കാതെ, ചിരിച്ചുകൊണ്ട് ആ കോഴിമുട്ട ജനാലയിലൂടെ പുറത്തേക്ക്, ശക്തിയായി എറിയുന്നു. ക്ലാസ്സ്മുറി നിശബ്ദമായി, അധ്യാപകൻ ക്ലാസ്സ് എടുക്കാൻ തുടങ്ങുന്നു. പതിനഞ്ച് മിനിറ്റ് പഠിപ്പിച്ച് കഴിഞ്ഞയുടൻ തന്നെ, തലേ ദിവസം പഠിപ്പിച്ച കാര്യങ്ങൾ ചോദിക്കുന്നു, ഉത്തരം പറയാത്തവരെ വടികൊണ്ട് പെരുമാറുന്നു. ചില കുട്ടികൾ വേദന കൊണ്ട് കരയാനും

തുടങ്ങി.

കുട്ടികളുടെ ചെറിയ കുസൃതി വളരെ ശാന്തമായി കൈകാര്യം ചെയ്യ്ത്, ക്ലാസ്സുമെടുത്ത് സ്റ്റാഫ് റൂമിൽ എത്തിയ അധ്യാപകൻ, വളരെ വിഷമിച്ച് തന്റെ കസേരയിൽ ഇരിക്കുന്നു. അയാൾ ഫോണെടുത്ത് ആരെയൊ വിളിക്കുന്നു, ശേഷം ഉച്ചഭക്ഷണം കഴിക്കാനായി കൈകഴുകി വരുന്നു. അപ്പോഴേക്കും തന്റെ അടുത്തിരിക്കുന്ന അധ്യാപിക, അവരുടെ ഭക്ഷണപാത്രം തുറന്ന് കഴിക്കാനായി തുടങ്ങുന്നു. അവരുടെ പാത്രത്തിൽ പൊരിച്ച മുട്ട ഇരിക്കുന്നത് കാണുന്ന അധ്യാപകന്, ആ മുട്ട തന്നെ കളിയാക്കുകയാണ് എന്ന് തോന്നുന്നു, ആയതിനാൽ പെട്ടെന്ന് തന്നെ ബാഗുമെടുത്ത് കാറിലേക്കോടി, സ്കൂളിൽ നിന്ന് പോകുന്നു.

സ്കൂളിൽ നിന്ന് ദേഷ്യപ്പെട്ട് ഇറങ്ങിയ അധ്യാപകൻ, നേരെ ചെന്നത് ഒരു സലൂണിലേക്കാണ്. അവിടെ കടക്കാരൻ തനിക്കായി കാത്ത് നിൽക്കുന്നു.

അധ്യാപകൻ: 'ഈ പ്രാവശ്യമെങ്കിലും വല്ലതും സംഭവിക്കണം, കേട്ടല്ലൊ!'

കടക്കാരൻ: 'ഈ തവണ ഉറപ്പായും വളരും സാറെ, ഇത് സാധനം അന്താരാഷ്ട്രമാണ്, സാറ് ഇത്രയും നാൾ നക്കാപ്പിച്ച കാശിനല്ലെ ചെയ്യ്തോണ്ടിരുന്നത്, അതാ ഇതുവരെ ഒന്നും ശരിയാവാതിരുന്നത്. ഇത് കലക്കും, ഞാൻ ഗ്യാരണ്ടി'

അധ്യാപകൻ മുടിവെട്ട് കസേരയിൽ ഇരിക്കുന്നു, തനിക്ക് മുമ്പിലുള്ള കണ്ണാടിയിൽ നോക്കുന്നു. തന്റെ മൊട്ടത്തലയിൽ വെളിച്ചം വന്നിടിച്ച് തിളങ്ങുന്നത് അയാൾ ശ്രദ്ധിക്കുന്നു. അയാൾ കണ്ണടച്ചിരിക്കുന്നു.

കടക്കാരൻ: 'സാറെ! ദേ ഇത് കണ്ടായിരുന്നൊ?'

അധ്യാപകൻ: 'എന്ത്?'

കടക്കാരൻ: 'ദേ, ഒരു മുടി, സൂപ്പർമാനെക്കാൾ ശക്തി തോന്നിക്കുന്ന ഒരു അടാർ സാധനം'

അധ്യാപകൻ: 'എനിക്ക് കാണാൻ പറ്റുന്നില്ലല്ലൊ'

കടക്കാരൻ: 'സാറിന്റെ കണ്ണിനിതെന്തോന്ന്'

കടക്കാരൻ തന്റെ ഫോണെടുത്ത്, അതിലെ ക്യാമറ തുറന്ന് മുടിയുടെ ഫോട്ടൊ എടുത്ത ശേഷം അധ്യാപകനെ കാണിക്കുന്നു. അധ്യാപകൻ ചിരിക്കുന്നു.

കടക്കാരൻ: 'സാറിനൊരു കാര്യം അറിയാമൊ? ഇങ്ങനെ ഒറ്റമുടി വരുന്നത് ഭാഗ്യം വരാൻ പോകുന്നതിന്റെ ലക്ഷണമാണെന്നാ പറയുന്നത്'

അധ്യാപകൻ: 'അങ്ങനേയുമുണ്ടൊ? ഹാ എന്തായാലും താൻ തന്റെ അന്താരാഷ്ട്ര സാധനം തേയ്ക്കാൻ തുടങ്ങിക്കൊ'

ഇത്രയും പറഞ്ഞ് അധ്യാപകൻ കസേരയിൽ ചാരി ഉറങ്ങാൻ തുടങ്ങുന്നു. കടക്കാരൻ, അധ്യാപകൻ അറിയാതെ അയാളുടെ മൊട്ടത്തല വീണ്ടും ഫോട്ടൊ എടുക്കുന്നു, ശേഷം ഫേസ്ബുക്കിൽ പോസ്റ്റ് ചെയ്യുന്നു.

ഏകദേശം മുക്കാൽ മണിക്കൂർ കഴിഞ്ഞപ്പോൾ, കടക്കാരൻ തന്റെ ജോലി പൂർത്തിയാക്കി. അധ്യാപകൻ സന്തോഷത്തോടെ എഴുന്നേറ്റു. കടക്കാരൻ തന്റെ ഫോണെടുത്ത് എന്തൊ നോക്കുന്നു.

കടക്കാരൻ: 'അയ്യോ! സാറെ, സാറിന്റെ ഒറ്റമുടിക്ക് ഒരാൾ ഇരുപത് ലക്ഷം രൂപ തരാമെന്ന് പറയുന്നു!'

അധ്യാപകൻ: 'ഇനി ഇതും സഹിക്കണൊ!'

കടക്കാരൻ: 'സാറെ, ഇത് തമാശയല്ല. സാറിന്റെ മുടിയുടെ പൈസയുമായി അയാൾ ദേ വരുന്നെന്ന്! ഈ സലൂണിലേക്ക്!'

പെട്ടെന്ന് കടയുടെ വാതിൽ തുറന്ന്, ഒരു ബാഗും കയ്യിൽ പിടിച്ച് ഒരാൾ നടന്നുവരുന്നു. അയാൾ ഒന്നും മിണ്ടാതെ തന്റെ പക്കലുള്ള ബാഗ് തുറന്നു കാണിക്കുന്നു. അതിൽ നിറയെ പണക്കെട്ടുകൾ. അധ്യാപകനും കടക്കാരനും ഞെട്ടുന്നു. പണമടങ്ങിയ ബാഗ് അയാൾ അധ്യാപകന് കൊടുക്കുന്നു,

ശേഷം കൈ നീട്ടുന്നു. അധ്യാപകൻ കടക്കാരനോട് മുടി മുറിച്ച് കൊടുക്കാൻ പറയുന്നു. ശേഷം തല കുനിച്ചു കൊടുക്കുന്നു. കടക്കാരൻ കത്രികയെടുത്ത് അയാളുടെ ഒറ്റമുടി വെട്ടിയ നിമിഷം, അധ്യാപകൻ കുഴഞ്ഞു വീഴുന്നു. പണം നൽകിയ വ്യക്തി മുടിനാരുമായി പോകുന്നു. കടക്കാരൻ എത്ര ശ്രമിച്ചിട്ടും അധ്യാപകൻ എണീക്കുന്നില്ല.

43

രണ്ടാം വരവ്

വളരെ പ്രത്യേകതകൾ തോന്നിപ്പിക്കുന്ന ഒരു അർദ്ധരാത്രി. കോടമഞ്ഞ് പൊതിഞ്ഞ് മൂടിക്കിടക്കുന്ന ഒരു ശ്മശാനം. ഇരുട്ടിന്റെ മറവിൽ ശാന്തമായി ഉറങ്ങുന്ന ഒരു കൂട്ടം കല്ലറകൾ. പെട്ടെന്ന് അത് സംഭവിക്കുന്നു, ചെകുത്താന്റെ പ്രവൃത്തി എന്ന് നിസ്സംശയം പറയാം. ഒരു കല്ലറ തനിയെ തുറക്കുന്നു, അതിൽ നിന്നും അഴുകിയ ഒരു ശവശരീരം പുറത്തേക്ക് വരുന്നു. വർഷങ്ങളായി ജയിലിൽ കിടന്നിട്ട് പുറത്തേക്ക് വരുന്ന ഒരാൾ പെരുമാറുന്നത് പോലെയാണ് യക്ഷിയും ചെയ്യുന്നത്. ആദ്യം തന്നെ ഒരു ദീർഘശ്വാസം എടുക്കുന്നു, പുരാണകഥകളിൽ രാക്ഷസന്മാർ ചിരിക്കുന്നത് പോലെ ചിരിക്കുന്നു, കൈകൾ മുകളിലേക്കും താഴേക്കും ശക്തിയായി വീശിക്കൊണ്ട് നടക്കാൻ തുടങ്ങുന്നു.

ശ്മശാന മൂകതയിൽ നിന്ന് സ്വതന്ത്രമായ യക്ഷി, നടന്നുനടന്ന് പ്രധാന റോഡുകളിൽ എത്തിച്ചേരുന്നു. യക്ഷി എന്തൊ അന്വേഷിച്ച് നടക്കുകയാണെന്നത് തീർച്ച. അർദ്ധരാത്രി ആയതിനാൽ റോഡിലെങ്ങും ആരേയും കാണാനില്ല. പെട്ടെന്നാണ്, അങ്ങ് ദൂരെ നിന്നൊരു പെൺകുട്ടി യക്ഷിക്ക് നേരെ നടന്നുവരുന്നത് ശ്രദ്ധയിൽപ്പെടുന്നത്. പെൺകുട്ടിയെ കണ്ടപാടെ ഇഷ്ടം വന്നതുപോലെ യക്ഷി

സന്തോഷിക്കുന്നു. കുറച്ച് സമയം അനങ്ങാതെ നിന്ന് ചിന്തിച്ച ശേഷം, തന്റെ രണ്ട് കൈകളും മുകളിലേക്ക് ഉയർത്തിപ്പിടിച്ച്, ആ പെൺകുട്ടിക്ക് നേരെ ഓടാൻ തുടങ്ങുന്നു.

പെൺകുട്ടിയെ പേടിപ്പിക്കാനായി ഓടിച്ചെന്ന യക്ഷിയെ, ബാഗിൽ നിന്നെടുത്ത ഏതൊ വൈദ്യുതി ഉപകരണം ഉപയോഗിച്ച് വൈദ്യുതാഘാതം ഏൽപ്പിക്കുന്നു അവൾ. ശേഷം ഒരു ഭാവവ്യത്യാസവും കാണിക്കാതെ അവൾ നടന്നുപോകുന്നു. തനിക്ക് ലഭിച്ച ആഘാതത്തിൽ മനംനൊന്ത യക്ഷി, അവിടെ തറയിലിരിക്കുന്നു. യക്ഷിക്ക് ചുറ്റിനുമായി ഒരു നീല പുക പരക്കാൻ തുടങ്ങി. ഒരു കണ്ണാടിയെടുത്ത് സ്വയം നോക്കിയാൽ ഭയന്നുപോകുന്ന മാതിരിയുള്ള തന്നെ കണ്ടിട്ട്, പെൺകുട്ടി പുല്ലുവില തന്നതിനെ ഓർത്ത് വിഷമിച്ചിരിക്കുമ്പോൾ, അതാ കടന്നുവരുന്നു മറ്റൊരു മനുഷ്യൻ.

ഒരു മധ്യവയസ്കൻ, മദ്യപിച്ചിട്ടുണ്ട് എന്നത് തീർച്ച, എന്നാലും തന്റെ ശരീരം സ്വയം നടത്തി വീട്ടിലെത്തിക്കാനുള്ള ആരോഗ്യം ആ ശരീരത്തിൽ ഇപ്പോഴുമുണ്ട്. യക്ഷി തറയിലിരിക്കുന്നത് കണ്ടിട്ട്, അയാൾ അതിന്റെ അടുത്തേക്ക് ചെല്ലുന്നു. യക്ഷി അയാളെ നോക്കുന്നു.

അയാൾ: 'അയ്യോ യക്ഷി!'

യക്ഷി: 'അതേടാ യക്ഷി! നിന്റെ രക്തമെല്ലാം ഞാനിപ്പോൾ കുടിച്ച് വറ്റിക്കുമെടാ!'

അയാൾ: 'അത് കലക്കി, എന്റെ ഏറ്റവും വലിയ ആഗ്രഹമായിരുന്നു നിന്നെയൊന്ന് കാണണമെന്ന്. ആൾക്കാര് ചെറ്റകൾ പറയുന്ന പോലെയല്ല, നീ സുന്ദരിയാണ്, ഇതാ എന്റെ രക്തവും മാംസവും ആത്മാവും നീ എടുത്തൊ!'

യക്ഷിക്ക് ആകെ ദേഷ്യം വരുന്നു. അയാളെ ആക്രമിക്കാൻ തുനിയുന്നു. എന്നാൽ അയാൾ യക്ഷിയെ കടന്നുപിടിച്ച്, ലൈംഗീകമായി ഉപദ്രവിക്കാൻ ശ്രമിക്കുന്നു. ഒരു വശത്ത്

യക്ഷി അയാളെ വേദനിപ്പിക്കുന്നു, മറുവശത്ത് യക്ഷിയെ ലൈംഗീകമായി പീഡിപ്പിക്കുന്നു അയാൾ. എന്തായാലും, അൽപ്പസമയം കഴിഞ്ഞപ്പോൾ, അയാൾ ബോധം നഷ്ടപ്പെട്ട് തറയിൽ പതിക്കുന്നു. യക്ഷി അവിടെ നിന്നും ഓടുന്നു.

യക്ഷി ശ്മശാനത്തിൽ തിരികെയെത്തി, തന്റെ കല്ലറ കണ്ടെത്താൻ വെപ്രാളം പിടിച്ചോടുന്നു. ശ്മശാനത്തിന്റെ നടുക്കായി തീയും കൂട്ടി, അതിൽ കോഴിയേയും ചുട്ട് ഉല്ലസിച്ചു മദ്യപിക്കുന്ന ഒരു കൂട്ടം പുരുഷന്മാരും സ്ത്രീകളുടെയും മുമ്പിൽ ചെന്ന് പെടുന്നു. യക്ഷി, അവർ തന്നെ കണ്ടിട്ടില്ല എന്ന വിശ്വാസത്തിൽ, ഒളിച്ചു മാറാൻ ശ്രമിക്കുന്നു, എന്നാൽ അവർ കൈകൊട്ടി അങ്ങോട്ട് ചെല്ലാൻ ആവശ്യപ്പെടുന്നു. യക്ഷി പതുക്കെ അങ്ങോട്ട് ചെല്ലുന്നു.

അവർ: 'എവിടെ പോകുവാ? നിന്റെ കൂട്ടുകാരി തീരാറായി, സാധനം ഇനിയും ബാക്കിയുണ്ട്, ഞങ്ങൾ എന്ത് ചെയ്യണമെന്ന് നീ പറ'

യക്ഷി മറുപടി പറയാതെ നിൽക്കുന്നു.

അവർ: 'അയ്യോ, പാവത്തിന് മനസ്സിലായില്ലെന്ന് തോന്നുന്നു, ആ മുഖമൊന്നു കാണിച്ചെ മോളെ'

അവർ: 'എടാ ഇവളെ എവിടെയൊ കണ്ട് നല്ല പരിചയം, എടാ കഴിഞ്ഞ ആഴ്ച ഇതിനെപ്പോലെ ഒരെണ്ണത്തിനെയല്ലെ നമ്മൾ അകത്താക്കിയത്. ഉഫ്, എന്നാ ടേസ്റ്റായിരുന്നു'

യക്ഷിക്ക് കാര്യങ്ങൾ ഏതാണ്ട് പിടികിട്ടുന്നു, അവിടെ നിന്നും ഉള്ള ജീവനും കൊണ്ടോടുന്നു. ഓടിയോടി ഒരു കാട്ടിലെത്തുന്നു, ഒരു ചെറിയ കുടിലിന് മുൻപിലെത്തുന്നു, അവിടെ ഭക്ഷണം കഴിച്ച് പുറത്തിരുന്ന ഒരു കുടുംബത്തിന് നേരെ യക്ഷി ചെല്ലുന്നു. തന്റെ ഭീകരരൂപം, കുടുംബത്തിലെ ആറ് വയസ് പ്രായമുള്ള കുട്ടിയെ മാത്രമാണ് പേടിപ്പിച്ചത്.

യക്ഷി തന്റെ ദുഃഖം അവരോട് പറയുന്നു. ഒരു സ്ത്രീ, യക്ഷിയെ കുടിലിന്റെ അകത്തേക്ക് കൊണ്ടുപോകുന്നു. രാത്രി

പൂർത്തിയാക്കി പകൽ വന്നെത്തി. കുടിലിൽ നിന്നും പുരുഷനും സ്ത്രീയും പുറത്തേക്ക് വരുന്നു, കയ്യിൽ രണ്ട് ചൂണ്ടയുമുണ്ട്, അടുത്തുള്ള പുഴയിലേക്ക് ചെല്ലുന്നു. അവരുടെ പോക്കറ്റിൽ നിന്നും അഴുകിയ മാംസകഷ്ണങ്ങൾ പുറത്തെടുത്ത്, ചൂണ്ടയിൽ കൊളുത്തി കാത്തിരിക്കുന്നു.

44

മൂലയിലിരുന്ന്

ഇരുട്ടിൽ മൂടിക്കെട്ടിയ ഒരു രാത്രി. നഗരത്തിൽ നിന്ന് വിട്ടുമാറി ഒരു ചെറിയ ഇടവഴി. മനുഷ്യർ ഇപ്പോഴും സഞ്ചാരത്തിലുണ്ട്. ചിലർ നടക്കുന്നു, ചിലർ വാഹനങ്ങളിൽ ഒഴുകി പോകുന്നു. രണ്ട് ബാഗുകൾ ഇരുകൈകളിലും തൂക്കി, ഒരു യുവാവ് നടന്നുവരുന്നു. പെട്ടെന്ന് വീടെത്താനുള്ള കൊതി മുഖത്ത് കാണാം. കണ്ണുകളിൽ ക്ഷീണം തളംകെട്ടി കിടക്കുന്നത് വ്യക്തമായി കാണാം. കണ്ണുകൾ ചെറുതായി അടയുന്നുമുണ്ട്, തുറന്ന കണ്ണുകളുമായി അയാൾ വീടെത്തുമൊ എന്ന് പോലും സംശയമുണ്ട്.

ബാഗുകളിൽ നല്ല ഭാരമുള്ളതിനാൽ തന്നെ, തോളുകൾ താഴോട്ട് വലിഞ്ഞ് കിടക്കുന്നു, ഊരി പോകുമൊ എന്ന് സംശയം തോന്നിയാൽ തെറ്റില്ല. ഏകദേശം രണ്ടുമൂന്ന് കിലോമീറ്റർ നടന്ന യുവാവ്, അവസാനം തന്റെ ലക്ഷ്യസ്ഥാനത്ത് എത്തുന്നു. ഇരുട്ട് മൂടി കിടക്കുന്ന ഒരു ചെറിയ വീട്. വീടിന് ചുറ്റുമുള്ള നല്ലവരായ അയൽക്കാരുടെ വെളിച്ചത്തിൽ, അവൻ അകത്തേക്ക് കയറുന്നു. പോക്കറ്റിൽ നിന്ന് താക്കോൽ എടുക്കാനായി കയ്യിട്ട് തിരയുന്നു, കിട്ടുന്നില്ല. ഒട്ടും പരിഭ്രാന്തനാകുന്നില്ല.

വീടിന്റെ കതകിൽ ചെറുതായി തള്ളുന്നു, അത് നിഷ്പ്രയാസം തുറക്കുന്നു. വീടിനുള്ളിൽ മറ്റാരെയും കാണാനില്ല. വീടിനുള്ളിൽ കാലെടുത്ത് വച്ച നിമിഷം തന്നെ, കയ്യിൽ പിടിച്ചിരുന്ന ബാഗുകൾ താഴെയിടുന്നു. ഉടുപ്പും പാന്റ്സും ഊരി താഴെയിടുന്നു. ആകെയുള്ള മുറിയിൽ നിന്നുമൊരു തോർത്തുമുടുത്ത് കുളിക്കാൻ പോകുന്നു. തണുത്തുറഞ്ഞ വെള്ളം തലവഴി വീണിട്ടും, തന്റെ കണ്ണുകളിലെ വീക്കം മാറുന്നില്ല, കുളിമുറിയുടെ ചുവരിൽ ചാരിനിന്ന് അയാൾ ഉറങ്ങുന്നു. അരമണിക്കൂർ നീണ്ട വല്ലാത്തൊരു കുളി അവസാനിപ്പിച്ച് യുവാവ് പുറത്തേക്ക് വരുന്നു, മുറിയിലേക്ക് പോകുന്നു.

മുറിയിൽ ചെന്ന് മുടി നന്നായി തോർത്താൻ ശ്രമിക്കുന്നു, എന്നാൽ തന്റെ തളർന്ന കൈകൾ അതിന് സമ്മതിക്കുന്നില്ല. പകുതി നനഞ്ഞ മുടിയുമായി, അടിവസ്ത്രം മാത്രം ധരിച്ച് കിടക്കാനായി കട്ടിലിലേക്ക് വീഴുന്നു. ജീവനില്ലാത്ത ഏതൊരു വസ്തുവും വീഴുന്നത് പോലെയായിരുന്നു അവന്റെയും വീഴ്ച്ച. ലൈറ്റുകൾ അണയ്ക്കാനുള്ള ഊർജ്ജം പോലും അവനിൽ ബാക്കിയില്ല, എന്തിനേറെ പറയുന്നു, വീടിന്റെ മുൻവാതിൽ പോലും തുറന്ന് കിടക്കുകയാണ്. നാളെ നേരം വെളുക്കാതെ താൻ കട്ടിലിൽ നിന്നെണീക്കില്ല എന്ന നിലപാടിൽ കിടക്കുകയാണ് അവൻ.

മണിക്കൂറുകൾ കടന്നുപോയി. അർദ്ധരാത്രി സമയം വന്നെത്തി. മൂങ്ങകളുടെ ഭീതി ഉണർത്തുന്ന കൂട്ടകരച്ചിലുകൾ എങ്ങും പ്രതിധ്വനിക്കുന്നു. മൂങ്ങകരച്ചിൽ കേട്ടത് കൊണ്ടാവണം, യുവാവിന് ബോധം വരുന്നു. ചെറിയ തോതിൽ ശരീരം അനങ്ങുന്നു. ഒരു സമയത്ത് യുവാവിന്റെ കിടപ്പ് മൃതദേഹങ്ങൾക്ക് സമാനമായിരുന്നു. ഉറക്കത്തിൽ നിന്ന് ചെറുതായി ഉണർന്ന യുവാവ്, ചെറുതായി തിരിയുന്നു. നല്ലൊരു നിദ്രസ്ഥാനം കണ്ടെത്തിയ ശേഷം കണ്ണുകൾ

അടയ്ക്കുന്നു, ഒപ്പം കൈ നീട്ടി, കട്ടിലിനോട് ചേർന്ന് പിടിപ്പിച്ചിട്ടുള്ള ലൈറ്റിന്റെ സ്വിച്ചും അണയ്ക്കുന്നു.

അൽപ്പസമയം കഴിഞ്ഞപ്പോൾ, യുവാവ് വീണ്ടും ഉറക്കത്തിൽ നിന്നെണീറ്റ് മുറിയിൽ വീണ്ടും വെളിച്ചം നിറയ്ക്കുന്നു. തന്റെ മുഖത്ത് ഭയത്തിന്റെ കിരണങ്ങൾ പതിഞ്ഞിട്ടുണ്ട്, അതിന് കാരണം പ്രേതമൊ ഭൂതമൊ ഒന്നുമല്ല, ഭിത്തിയുടെ ഏറ്റവും മുകൾഭാഗത്ത് സമാധാനിയായി ഇരിക്കുന്ന ഒരു എട്ടുകാലി. യുവാവിന്റെ കൈപ്പത്തിയുടെ അത്രയും വീതിയുള്ള ഈ ചിലന്തി, യാതൊരു ചലനവുമില്ലാതെ അവനെ നോക്കി ഇരിക്കുന്നു. ഇപ്പോൾ, യുവാവും അതിനെ തുറിച്ചു നോക്കി കിടക്കുകയാണ്.

ഏകദേശം അഞ്ച് മിനിറ്റോളം അതിനെ വീക്ഷിച്ച ശേഷം, യുവാവ് വീണ്ടും ലൈറ്റ് അണയ്ക്കുന്നു. എന്നാൽ വളരെ പെട്ടെന്ന് തന്നെ ലൈറ്റ് വീണ്ടും പ്രവർത്തിപ്പിക്കുന്നു. ചിലന്തിയെ കാണാനില്ല! യുവാവ് പരിഭ്രാന്തനാകുന്നു, കട്ടിലിൽ നിന്ന് ചാടിയെണീക്കുന്നു. ഒളിവിൽ പോയ ചിലന്തിയെ കൂടാതെ, തന്റെ കട്ടിലിന്റെ തൊട്ടരികിൽ തന്നെ സുഖമായിരുന്ന് വിശ്രമിക്കുന്ന രണ്ട് മുഴുത്ത എലികൾ അവന്റെ ശ്രദ്ധയിൽപ്പെടുന്നു.

യുവാവ് മുറിയിൽ നിന്ന് ചാടിയിറങ്ങുന്നു. വീടിന്റെ മുൻവശത്ത് തുറന്ന് മലർന്നു കിടക്കുന്ന വാതിലിലൂടെ കടന്നു വന്ന ഒരു ചേര, അവിടെ ഒരു മൂലയിൽ ചുരുണ്ട് കൂടുന്നതും അവൻ കാണുന്നു. വെറും അടിവസ്ത്രം മാത്രം ധരിച്ച്, വീട്ടിൽ നിന്നിറങ്ങി ഓടിയ യുവാവിന്റെ പിറകെ, പട്ടിസംഘം കുരച്ചുകൊണ്ട് ഓടുന്നു. യുവാവിനെ ആ വീട്ടിൽ പിന്നെ കണ്ടിട്ടില്ല.

45

സാമൂഹിക അകലം

ഇരുപത്തിയൊന്ന് നിലകളുള്ള ഒരു ഭീമൻ കെട്ടിടം, നഗരത്തിന്റെ ഹൃദയഭാഗത്ത് നിൽക്കുന്നു. കെട്ടിടത്തിന് ചുറ്റിനും നൂറിലേറെ പാർക്കിംഗ് കെട്ടിടങ്ങളും നിൽപ്പുണ്ട്. എത്രയൊക്കെ പാർക്കിംഗ് സൗകര്യം ഉണ്ടെങ്കിലും, കെട്ടിടത്തിന് മുൻപിൽ വണ്ടിയിട്ട് യാതൊരു കൂസലുമില്ലാതെ പോകാൻ പറ്റുന്ന നിരവധി മനുഷ്യർ ആ കെട്ടിടത്തിലും എത്തിയിരുന്നു. അങ്ങനെയെത്തുന്ന നിരവധി വാഹനങ്ങളെ, സെക്യൂരിറ്റി സേന യുദ്ധം ചെയ്യ്ത് കീഴ്പ്പെടുത്തി തിരികെ അയക്കും.

അങ്ങനെയുള്ള അവിടേക്ക് ഒരാൾ തന്റെ ചെറിയ കാറിൽ എത്തുന്നു. കെട്ടിടത്തിന്റെ തൊട്ടടുത്ത് വണ്ടി നിർത്തി, യാതൊരു മുഖഭാവവും കാണിക്കാതെ കെട്ടിടത്തിലേക്ക് നടന്നുപോകുന്നു. സെക്യൂരിറ്റി സേന അയാളെ നോക്കുന്നില്ല. കെട്ടിടത്തിന്റെ മുതലാളി അല്ലെങ്കിൽ അയാളുടെ മകൻ. പക്ഷെ, ഇത്രയും വലിയ കോടീശ്വരൻ എന്തിനാണ് വളരെ വിലകുറഞ്ഞ കാറുമോടിച്ച് നടക്കുന്നത്. അതുപോലെ തന്നെ, അങ്ങനെ ഒരാളെന്തിനാണ് മറ്റ് ജോലിക്കാർ വർക്ക് ചെയ്യുന്ന ക്യൂബിക്കൾ അധവാ മേൽക്കൂരയില്ലാ പെട്ടിക്കടയിൽ കയറിയിരുന്ന് ജോലി എടുക്കുന്നത്. അയാൾ എന്തിനാണ്

ജോലി തന്നെ എടുക്കുന്നത്!

അവിടെ ജോലി ചെയ്യുന്ന പലരും, ജോലി സംബന്ധമായ കാര്യങ്ങൾ ചർച്ചചെയ്യാൻ അയാളുടെ പെട്ടിയിൽ വരാറുണ്ട്, എന്നാൽ അങ്ങനെ വരുമ്പോഴും രണ്ട് കൈ അകലം അവർ കാത്ത് സൂക്ഷിക്കുന്നത് പതിവാണ്. അയാളോട് ആരും കൂടുതൽ അടുത്തുനിന്ന് സംസാരിക്കുന്നത് കണ്ടിട്ടില്ല. ഏതൊ ഒരുതരം അദൃശ്യ ശക്തി അയാളുടെ ചുറ്റിനും ഉണ്ടെന്നതിൽ സംശയമില്ല. ഇനി പണം കൊണ്ട് നേടേണ്ടതെല്ലാം നേടിയ ശേഷം, ഇനിയെന്ത് ചെയ്യും എന്ന തോന്നലിൽ ഉണ്ടായ ബുദ്ധിയാണൊ ഈ തൊഴിലാളി ജീവിതം, എന്നും സംശയമുണ്ട്.

ഭക്ഷണം കഴിക്കുമ്പോഴും അയാൾ ഒറ്റയ്ക്കാണ്, എന്നാൽ കഴിക്കുന്ന ഭക്ഷണം കഞ്ഞിയും പയറും തന്നെ. മറ്റുള്ളവരെ നിറ പുഞ്ചിരിയോടെ വരവേൽക്കും എന്നുള്ളത് അയാളുടെ വലിയ ഗുണമായി കാണാം. ആ പുഞ്ചിരിസ്നേഹം കൊണ്ടാവണം അടുത്ത ദിവസം താൻ ഓഫീസിൽ എത്തിയപ്പോൾ, കെട്ടിടത്തിന്റെ അകം മനോഹരമായി അലങ്കരിച്ചിരിക്കുന്നത് കാണുന്നു. വളരെ അപ്രതീക്ഷിതമായി, അയാൾക്ക് ചുറ്റും അവരെല്ലാം കൂടിനിന്ന് "ഹാപ്പി ബർത്ത്ഡേ അരുൺ" എന്ന് ഉറക്കെ പറയുന്നു. അയാൾ സന്തോഷത്തോടെ ചിരിക്കുന്നു, എന്നാൽ അപ്പോഴും ആരും അയാളുടെ അടുത്തേക്ക് ചെന്ന് കൈ കൊടുക്കാനൊ, കെട്ടിപ്പിടിക്കാനൊ, രണ്ട് കൈ അകലത്തിന് അപ്പുറം ചെല്ലാനൊ ധൈര്യപ്പെടുന്നില്ല.

മറ്റുള്ളവരെല്ലാം തന്നോടിങ്ങനെ അകൽച്ച കാണിക്കുന്നതിന് അയാൾക്കും ഒരു കുഴപ്പവും ഉണ്ടായിരുന്നില്ല എന്നത് ആശ്ചര്യം. അയാളുടെ മട്ടും ഭാവവും കണ്ടാൽ, അയാൾ സന്തോഷത്തോടെ പറഞ്ഞിട്ടാണ് അവർ അകൽച്ച കാണിക്കുന്നത് എന്ന് തോന്നും.

എന്തായാലും, പിറന്നാൾ ആഘോഷത്തിന്റെ ഭാഗമായി ഈ ദിവസത്തെ ഉച്ചഭക്ഷണം അയാൾ വാഗ്ദാനം ചെയ്യുന്നു. എല്ലാവരും കയ്യടിച്ചു പ്രോത്സാഹിപ്പിക്കുന്നു. ശേഷം പിറന്നാൾ മത്സരങ്ങളിലേക്ക് കടക്കുന്നു. തികച്ചും ഒരോണാഘോഷ രീതിയിൽ കാര്യങ്ങൾ വളരാൻ തുടങ്ങുന്നു. കസേരകളി, സുന്ദരിക്ക് പൊട്ട് തൊടീൽ, കബഡി കളി എന്നിങ്ങനെ പലതരം വിനോദങ്ങളിൽ ഏർപ്പെടുന്നു. അവരെല്ലാം അവിടെ ജോലി ചെയ്യാൻ വന്നവരാണ് എന്ന് പാടെ മറക്കുന്നു. കമ്പനി മാനേജർ അവിടെ ഉണ്ടായിരുന്നേൽ, വിലപ്പെട്ട സമയം ഒരു ചിത്രത്തിൽ പൊട്ട് തൊട്ട് കളയുന്നതിനെ ചൊല്ലി തർക്കവും, ചിലരുടെ ജോലി വരെ പോക്കിയേനെ!

മത്സരങ്ങളും ഭക്ഷണം കഴിപ്പും അവസാനിച്ചു. തന്റെ വളരെ പ്രധാനപ്പെട്ട ഒരു ദിവസം ആയിരുന്നിട്ട് കൂടി, ആരും തന്റെയടുത്ത് വന്നില്ല എന്നതിന് പിന്നിൽ, വളരെ നിഗൂഢമായ ഏതൊ രഹസ്യമുണ്ടെന്നും, ആ രഹസ്യം അയാൾക്കും മറ്റുള്ളവർക്കും അറിയാമെന്നും അവരുടെ മുഖഭാവങ്ങൾ പറയും. മറ്റൊരു പ്രത്യേകത എന്തെന്നാൽ, അയാൾക്ക് ചുറ്റിനും അവർ പണിഞ്ഞ് വച്ചിട്ടുള്ള ആ അദൃശ്യ കവചം, എപ്പോഴെങ്കിലും അവർ അറിയാതെ മറികടന്നാൽ, അവർ അപ്പോൾത്തന്നെ അത് മനസ്സിലാക്കി മാറ്റം വരുത്തുകയും ചെയ്യുന്നു എന്നതാണ്.

പിറന്നാൾ പ്രസംഗം നടത്താനായി അയാൾ ഒരു മേശയുടെ മുകളിൽ കയറി നിൽക്കുന്നു.

"എന്റെ സഹപ്രവർത്തകരോട് എനിക്ക് ഒരായിരം നന്ദി. നിങ്ങൾ എനിക്ക് നൽകുന്ന ബഹുമാനവും സ്നേഹവും, മറ്റെവിടെ നിന്നും ഞാൻ അനുഭവിച്ചിട്ടില്ല. എന്നേയും നിങ്ങളിൽ ഒരാളായി കണ്ടതിന് വീണ്ടും ഒരായിരം നന്ദി"

അയാൾ തന്റെ പ്രസംഗം നിർത്തുന്നു. പിറന്നാൾ കേക്ക് മുറിക്കാനായി മറ്റൊരു മേശയിലേക്ക് സ്വയം നടന്നുപോകുന്നു. കേക്കിന്റെ മുകളിലായി ഒരു മെഴുകുതിരി ഏകാന്തനായി നിന്നെരിയുന്നു. അയാൾ കേക്ക് മുറിക്കാൻ കത്തിയുമെടുത്ത് കേക്കിനടുത്ത് നിൽക്കുന്നു. മെഴുകുതിരി ഊതിക്കെടുത്താൻ കുനിയുന്നു. ചിലരുടെ മുഖഭാവത്തിൽ മാറ്റം വരുന്നു. മെഴുകുതിരി അണയ്ക്കാൻ ഊതിയ അയാളുടെ ശരീരമാസകലം തീ പിടിക്കുന്നു, താഴെ വീണ് കത്തിയമരുന്നു.

46

മലക്കുട

തണുത്ത കാറ്റ് പൊതിഞ്ഞ് കിടക്കുന്ന ഒരു പ്രദേശം. മഞ്ഞിൽ മൂടിക്കിടക്കുന്ന തറയിലൂടെ നടന്ന് ഒരു സംഘം മനുഷ്യർ, അങ്ങ് ദൂരെ കാണുന്ന കൂറ്റൻ മഞ്ഞുമല ലക്ഷ്യമാക്കി നടക്കുന്നു. അവർ ഉല്ലാസയാത്രയ്ക്ക് വന്നതാണ് എന്ന് തോന്നുന്നു. എല്ലാവരുടേയും തോളിൽ നല്ല കനമുള്ള ബാഗുകൾ തൂക്കിയിട്ടിട്ടുണ്ട്. അവർ പതിയെ നടന്നുനടന്ന്, ഒടുവിൽ മഞ്ഞുമലയുടെ തൊട്ടുതാഴെ എത്തുന്നു.

ഈ മഞ്ഞുമലയുടെ പ്രത്യേകത എന്തെന്നാൽ, മലയുടെ മുകളിൽ നിന്നും ഓരോ മണിക്കൂർ ഇടവിട്ട്, കൂറ്റൻ മഞ്ഞ് ഗോളങ്ങൾ താഴേക്ക് ഉരുണ്ടുവരും എന്നതാണ്. ഇത്തരം മഞ്ഞ് ഗോളങ്ങൾ താഴെ വന്നിടിച്ച് ചിന്നിച്ചിതറുന്നത് കാണാൻ, ഒരേസമയം ആസ്വാദകരവും അപകടകരവുമായ ഒന്നാണ്. മലയുടെ തൊട്ട് താഴെ എത്തിയപ്പോഴാണ് അവർ ആ ഞെട്ടിക്കുന്ന കാഴ്ച്ച കാണുന്നത്. വെറുമൊരു മഞ്ഞുമല അല്ലായിരുന്നു അവിടെ നിന്നിരുന്നത്, മറിച്ച് ആയിരക്കണക്കിന് മനുഷ്യർക്ക് അഭയം നൽകുന്ന വളരെ വിശിഷ്ടമായ ഉത്ഭവം.

കിലോമീറ്റർ ചുറ്റളവുള്ള മഞ്ഞുമലയുടെ ചുറ്റിനും, മരത്തടികളും കല്ലും മണ്ണും എന്നിങ്ങനെയുള്ള വസ്തുക്കൾ

ഉപയോഗിച്ച് നിർമ്മിച്ച അനേകം ഭവനങ്ങൾ സ്ഥിതി ചെയ്യുന്നു. ആശ്ചര്യം എന്തെന്നാൽ, ഒരു ചെറിയ കാറ്റിന്റെ കോപം പോലും സഹിക്കാൻ പറ്റാത്ത രീതിയിൽ നിൽക്കുന്ന ആ ഭവനങ്ങൾക്ക്, അവരുടെ ശിരസ്സുകൾക്ക് മുകളിൽ നിൽക്കുന്ന പടുക്കൂറ്റൻ മഞ്ഞ്-രാക്ഷസന്റെ ഇടയ്ക്കിടെയുള്ള, ഭൂമികുലുക്കത്തെ വെല്ലുന്ന കാർന്യത്തിൽ പറഞ്ഞുവിടുന്ന സമ്മാന ഗോളങ്ങൾ, യാതൊരു ബുദ്ധിമുട്ടും സമ്മാനിച്ചിരുന്നില്ല എന്നതാണ്.

ഉല്ലാസയാത്ര സംഘം, മലയുടെ മുകളിൽ നിന്നും ഒരു കൂറ്റൻ മഞ്ഞ്-ഗോളം ഉരുണ്ട് വരുന്നത് കാണുന്നു, അടുത്ത നിമിഷം ജീവനും കൊണ്ട് ചിതറിയോടിയ അവർ, മഞ്ഞുമല വാസികളുടെ ഭവനങ്ങളിൽ കയറി ചെല്ലുന്നു. അവരവരുടെ ഭവനങ്ങളിൽ സ്വസ്ഥമായി വിശ്രമിക്കുന്ന മലവാസികൾക്ക്, അവരുടെ ഭവനത്തിലേക്ക് യാത്രാസംഘം തള്ളിക്കയറി ചെന്നത് ബുദ്ധിമുട്ടാക്കീല. മഞ്ഞുഗോളം താഴെവീണു പൊട്ടിത്തെറിച്ചിട്ടും, ഒരു തുള്ളി മഞ്ഞുപോലും വീടുകളിലേക്ക് തെറിച്ചില്ല എന്നത് യാത്രാസംഘത്തിന് അത്ഭുതമായി തോന്നി.

ഒരു വൃദ്ധൻ മാത്രമുള്ള ഭവനത്തിൽ കയറിപ്പറ്റിയ യുവാവ്, ഒരു ചാരുകസേരയിൽ ശാന്തമായിരുന്ന് വിശ്രമിക്കുന്ന അദ്ദേഹത്തോട് കാര്യങ്ങൾ തിരക്കാൻ തുടങ്ങുന്നു.

യുവാവ്: 'എന്താണിവിടെ സംഭവിക്കുന്നത്! നിങ്ങളൊക്കെ ആരാണ്!'

വൃദ്ധൻ: 'ഇത് മോനൊട് ഞാൻ അങ്ങോട്ട് ചോദിക്കേണ്ട ചോദ്യമല്ലെ?' (ചിരിക്കുന്നു)

യുവാവ്: 'ക്ഷമിക്കണം അപ്പൂപ്പാ, ഞങ്ങളെ സഹായിക്കണം'

വൃദ്ധൻ: 'എന്ത് സഹായമാണ് മോനെ ഞാൻ ചെയ്യേണ്ടത്?'

യുവാവ്: 'ഈ മലയെ പറ്റി പഠിക്കാനായി എത്തിയവരാണ് ഞങ്ങൾ, എന്നാൽ ഇപ്പോൾ അതിനുള്ള ധൈര്യം ഞങ്ങൾക്കുണ്ടെന്ന് തോന്നുന്നില്ല. ദയവായി ഈ മലയെ സംബന്ധിച്ചുള്ള അപ്പൂപ്പന്റെ അറിവുകൾ എനിക്ക് പറഞ്ഞുതരണം'

വൃദ്ധൻ: 'ഇത് വെറുമൊരു മലയല്ല മകനെ, ഈ മലയുടെ ഏറ്റവും മുകളിൽ ഈശ്വരൻ കുടിയിരിക്കുന്നു. അദ്ദേഹത്തിന്റെ ഐശ്വര്യത്തിന്റെ കുടയുടെ കീഴിലായി, ആർക്കുമറിയാതെ ജീവിച്ചു പോകുന്ന കുറച്ചു സാധു മനുഷ്യർ ഞങ്ങൾ'

യുവാവ്: 'നിങ്ങളൊക്കെ അപ്പോൾ എങ്ങനാ ഇവിടെ ആദ്യമായി എത്തിയത്?'

വൃദ്ധൻ: 'എനിക്ക് ഓർമ്മയില്ല മോനെ'

യുവാവ്: 'ഭക്ഷണ കാര്യങ്ങളൊക്കെ എങ്ങനാ?'

വൃദ്ധൻ: 'ഇതുവരെ വിശപ്പ് അനുഭവിച്ചിട്ടില്ല'

(വല്ലാത്തൊരു നിശബ്ദത)

യുവാവ്: 'മലയുടെ മുകളിൽ നിന്നുരുണ്ട് വരുന്ന മഞ്ഞുഗോളങ്ങൾ? അവ എന്തുകൊണ്ടാണ് നിങ്ങളെ സ്പർശിക്കാത്തത്?'

വൃദ്ധൻ: 'ഞാൻ പറഞ്ഞില്ലെ മോനെ, മുകളിലിരിക്കുന്ന ഈശ്വരൻ, അദ്ദേഹമാണ് ഞങ്ങളെ കാത്ത് സൂക്ഷിക്കുന്നത്'

യുവാവ് ഒന്നും മിണ്ടാതെ നിൽക്കുന്നു. അൽപ്പസമയം കഴിഞ്ഞപ്പോൾ, മലവാസികളുടെ ഭവനങ്ങളിൽ ഒളിച്ചവരെല്ലാം പുറത്തേക്ക് വരാൻ തുടങ്ങുന്നു. ഒരാളെ മാത്രം കാണാനില്ല, നേരത്തെ വൃദ്ധനുമായി സംവദിച്ച യുവാവ്. അവർ അവനെ തിരയുന്നു. യുവാവ് ഈശ്വരനെ കാണാൻ പോയെന്ന് വൃദ്ധൻ മറുപടി കൊടുത്തു. അവരെല്ലാം അൽപ്പം മാറിനിന്ന്, മഞ്ഞുമലയുടെ മുകളിലേക്ക് നോക്കുന്നു, പതിയെ പതിയെ മല കയറുന്ന യുവാവിനെ അവർ കാണുന്നു,

ആർപ്പുവിളിക്കുന്നു.

ചീറ്റപ്പുലിയെ പോലെ പാഞ്ഞുവന്ന മഞ്ഞുഗോളത്തിന് പോലും അവനെ കീഴ്പ്പെടുത്താൻ കഴിഞ്ഞില്ല. മണിക്കൂറുകൾ പിന്നിട്ടപ്പോൾ യുവാവ് മുകളിലെത്തുന്നു. എന്നാൽ കൈകൾ കൂപ്പി പ്രാർത്ഥിക്കുന്നതിന് പകരം, മലയുടെ മുകളിൽ കാലുകൾ കൂട്ടിക്കെട്ടി ഇരുന്നിട്ട്, കൈകൾ നീട്ടി മലയുടെ താഴെ നിൽക്കുന്നവർക്ക് അനുഗ്രഹം കൊടുക്കുന്നു.

47

കുസൃതിത്തോക്ക്

ഒരു ചിൽഡ്രൻസ് പാർക്ക്. സമയം രാവിലെ പതിനൊന്ന് മണി. കുട്ടികളെ തോളിലേറ്റിയും, കൈവണ്ടിയിൽ ഇരുത്തിയും, കൈ പിടിച്ചു നടത്തിച്ചും മാതാപിതാക്കൾ പാർക്കിലേക്ക് വരുന്നു. പാർക്കിലുള്ള വിവിധതരം ഉപകരണങ്ങളിൽ ഉല്ലസിച്ചു നടക്കുന്ന കുട്ടികളെ നോക്കി അവരുടെ കുട്ടിക്കാലം ഓർത്തിരിക്കുന്ന മാതാപിതാക്കൾ. പാർക്കിൽ, കൂട്ടുകാരുമായി ചേർന്ന് പലതരം മത്സരങ്ങൾ കളിക്കുന്ന കുട്ടികൾക്ക് പുറമേ, ഒറ്റ സൈന്യമായി വിഹരിക്കുന്ന ചില കുട്ടികൾ, മാതാപിതാക്കൾക്ക് എപ്പോഴും തലവേദന സൃഷ്ടിക്കുന്നത് പതിവാണല്ലോ.

അത്തരത്തിലൊരു കുട്ടി അവിടെയും തന്റെ ഒറ്റയാൻ പോരാട്ടം ആരംഭിക്കുന്നു. പാർക്കിലൂടെ തലങ്ങും വിലങ്ങും ഓടുന്നു, മറ്റു കുട്ടികളെ ചെന്നിടിച്ച് വീഴ്ത്തി യാതൊരു കൂസലുമില്ലാതെ വീണ്ടും ഓടുന്നു. ചില കുട്ടികളുടെ അച്ഛനമ്മാർ “ഡാ!” എന്ന് കോപസ്വരത്തിൽ വിളിച്ചപ്പോൾ “നീ പോടാ കുടവയറാ!” എന്ന് മറുപടി നൽകി ചിരിച്ചുകൊണ്ട് ഓടുന്നു. അൽപ്പദൂരം ഓടിത്തളർന്ന ശേഷം കുട്ടി ക്ഷീണം മാറ്റാനായി നിൽക്കുന്നു, എന്നാൽ അപ്പോഴും തന്റെ തിളയ്ക്കുന്ന രക്തം അൽപ്പം മര്യാദ കാണിക്കാൻ അവനെ

അനുവദിക്കുന്നില്ല.

തറയിൽ മുട്ടുകുത്തിയിരുന്ന്, ഇരുകൈകളിലും മണ്ണ് വാരിയെടുത്ത്, ഉയർന്ന് ചാടി, ആകാശത്തേക്ക് എറിയുന്നു, ശേഷം വീണ്ടും ഓട്ടം തുടങ്ങുന്നു. ആകാശത്ത് നിന്ന് പെയ്ത മണൽമഴയിൽ കുട്ടികളും മുതിർന്നവരും ദേഷ്യപ്പെടുന്നു. തന്റെ കുസൃതികളിൽ എത്രമാത്രം ഇരകളെ കിട്ടി എന്നതിന് വില കൊടുക്കാതെ, കുട്ടി ഓടിക്കൊണ്ടേയിരുന്നു. പാർക്കിന്റെ വളരെ ഉയരത്തിൽ കെട്ടിവച്ചിട്ടുള്ള മതിലും ചാടി, നഗരഭാഗത്തൂടെ ഓട്ടം തുടർന്ന കുട്ടി, റോഡ്, തന്റെ പിതാവ് തനിക്കായി നിർമ്മിച്ചുതന്ന കളിസ്ഥലമാണെന്ന മട്ടിൽ പെരുമാറാൻ തുടങ്ങുന്നു. ഏതൊക്കെയൊ വിദഗ്ധ ഡ്രൈവറുമാരുടെ കാരുണ്യത്തിൽ, കുട്ടി റോഡിന്റെ അപ്പുറത്തെ വശത്തെത്തുന്നു. ഇത്രയും ദൂരം ഓടിയ ക്ഷീണം മാറ്റാനായി വീണ്ടും തറയിൽ മുട്ടുകുത്തിയിരിക്കുന്നു.

വിവിധതരം ആവശ്യങ്ങൾക്കായി പോകുന്ന നിരവധി സാധാരണക്കാർ കുട്ടിയെ മറികടന്ന് പോകുന്നു, അൽപ്പംമാറി പോലീസ് ഉദ്യോഗസ്ഥരും നിൽപ്പുണ്ട്. എന്നാൽ, ധീരത തലയ്ക്ക് പിടിച്ച കുട്ടി, ഇരുകൈകളും ആകാശത്തേക്ക് വീശി, ഉയർന്നുചാടുന്നു. തന്റെ രണ്ട് കൈകളിലും പിടിച്ചിരുന്ന പെരുത്തിരിക്കുന്ന പ്ലാസ്റ്റിക് കവറുകൾ, ആകാശത്തേക്ക് ചെല്ലുന്നു, ശേഷം അതിൽ നിന്നും ദുർഗന്ധം പിടിച്ച മാലിന്യമഴ പെയ്തിറങ്ങുന്നു. അതുവഴി നടന്നുപോയ മനുഷ്യർ, തലയിൽ കൈവച്ച് കുട്ടിയെ പച്ചത്തെറി വിളിക്കുന്നു.

കുട്ടി അതിവേഗത്തിൽ ഓടുന്നു, ഒരു ചെറിയ കുട്ടയിൽ കപ്പലണ്ടി പൊതികളുമായി നടന്നുപോയ യുവാവായിരുന്നു തന്റെ അടുത്ത ഇര. നടപ്പാത മുഴുവൻ കപ്പലണ്ടി പരന്നു, കുട്ടി നിർത്താതെ ഓടുന്നു. മറ്റുപല മനുഷ്യരുടേയും ശരീരത്തിൽ തന്റെ വേഗമേറിയ ശരീരം കൊണ്ടിടിച്ചിടിച്ച്

കുട്ടി, എല്ലാവർക്കും വളരെ മോശമായൊരു ദിവസം നേർന്ന് മുന്നേറി. ചായക്കറ നിറഞ്ഞ വസ്ത്രങ്ങൾ, താഴെവീണു പൊട്ടിയ വിലപിടിപ്പുള്ള മൊബൈൽ ഫോണുകൾ, കാഴ്ച്ച പരിമിതിയുള്ള പാവങ്ങളുടെ കണ്ണടകൾ, തോളുകളിൽ സൂക്ഷിച്ച് കൊണ്ടുപോയ ഹോട്ടൽ സാധനങ്ങൾ, എന്നിങ്ങനെ പോകുന്നു കുട്ടിയുടെ ഇരകൾ.

ലോകം മുഴുവൻ തന്റെ കളിക്കളം എന്ന മട്ടിൽ ഓടുന്ന കുട്ടിയെ, ഒരു പോലീസ് ഉദ്യോഗസ്ഥൻ കൗതുകത്തോടെ നോക്കുന്നു. കുട്ടിയുടെ കുസൃതി കണ്ട് ആസ്വദിച്ചു നിൽക്കുന്ന അയാൾ, ചെറുതായി ചിരിക്കുന്നു. കുട്ടിയാകട്ടെ, പൊതുജനങ്ങളെ ഉപദ്രവിക്കുന്നത് തൽക്കാലം മതിയാക്കി, ഒരു കടയിലേക്ക് ഓടിക്കയറുന്നു, ഒരു കളിപ്പാട്ടക്കട. കടയുടെ പുറത്തായി നിരവധി കളിപ്പാട്ടങ്ങൾ കെട്ടിത്തൂക്കിയിട്ടിട്ടുണ്ട്, അതെല്ലാം കണ്ട് കണ്ണുമഞ്ഞളിച്ച് കയറിയതാണ് കുട്ടി.

കുട്ടിയുടെ സാന്നിധ്യം കടക്കാരൻ മനസ്സിലാക്കുന്നു, അയാൾ കുട്ടിയെ സൂക്ഷിച്ചു നോക്കുന്നു. ശരീരമാസകലം ഭക്ഷണ അവശിഷ്ടങ്ങളും, ചെളിയും മണ്ണും എന്നിങ്ങനെ എല്ലാ ചവറും ഒട്ടിപ്പിടിച്ചിരിക്കുന്ന, ഒരു സഞ്ചരിക്കുന്ന മാലിന്യ സംഭരണി. കുട്ടി കളിപ്പാട്ട കൂട്ടത്തിലൂടെ കണ്ണുകൾ ഓടിക്കുന്നു, ഓറഞ്ച് നിറത്തിലുള്ള ഒരു പ്ലാസ്റ്റിക് മുത്തടി തോക്കിൽ അവന്റെ കണ്ണുകൾ പതിയുന്നു. കടക്കാരൻ ഇത് ശ്രദ്ധിക്കുന്നു.

കടക്കാരൻ: 'എന്താ മോനെ? ഈ തോക്ക് ഇഷ്ടപ്പെട്ടോ? ഒരെണ്ണം എടുക്കട്ടെ?'

കുട്ടി മറുപടി കൊടുക്കാതെ നിൽക്കുന്നു. കടക്കാരൻ കവറുപൊട്ടിച്ച് പ്ലാസ്റ്റിക് തോക്ക് പുറത്തെടുക്കുന്നു, കുട്ടിയുടെ കൈകളിൽ വച്ച് കൊടുക്കുന്നു.

കടക്കാരൻ: 'സന്തോഷമായില്ലെ കുട്ടാ?'

കുട്ടി ഒന്നും മിണ്ടാതെ, തോക്ക് കിട്ടിയ സന്തോഷവും മുഖത്ത് വിതറി കടയിൽ നിന്നും പുറത്തേക്കോടുന്നു. പട്ടാളക്കാർ തോക്കുപിടിച്ച് ഓടുന്നത് പോലെ കുട്ടി തന്റെ മുത്തടി തോക്കുമായി നടപ്പാതയിലൂടെ ഓടുന്നു.

(വെടിയൊച്ച)

കുട്ടി നിലത്ത് ബോധം നഷ്ടപ്പെട്ട് കിടക്കുന്നു. ചുറ്റിനും രക്തം പടരുന്നു. പോലീസ് ഉദ്യോഗസ്ഥൻ ചിരിച്ചുകൊണ്ട് തന്റെ തോക്ക് തിരികെ അരയിലേക്ക് വയ്ക്കുന്നു.

48

വൃദ്ധമേഘലം

സായാഹ്ന സമയം. ഗാംഭീര്യ താളത്തിൽ തിരമാലകളെ ഇളക്കിവിട്ട് രസിക്കുന്ന അനന്തമായ കടൽ. ആ കടലിന്റെ ചെറിയൊരു തീരത്തായി നിരവധി മുതുക്ക് പാറക്കല്ലുകൾ മലകൂട്ടി വച്ചിരിക്കുന്നു. ഈ പാറക്കെട്ടുകൾക്ക് മുകളിലായി കോൺക്രീറ്റ് ചെയ്യ്ത് കുട്ടപ്പനായി വച്ചിരിക്കുന്ന ഒരു നടപ്പാതയും, കുറച്ച് ബെഞ്ചുകളും. കടൽഭംഗി ആസ്വദിക്കാൻ വന്നവർ, വിവിധ ജീവിത സമ്മർദ്ദങ്ങളിൽ നിന്നും അൽപ്പസമയത്തേക്ക് എങ്കിലും രക്ഷപെടാൻ വന്നവർ, പ്രേമത്തിന്റെ മധുരം ഒന്നിച്ച് ആസ്വദിക്കാനും, അതോടൊപ്പം അവരുടെ ജീവിതത്തിൽ ഒന്നിച്ചുനിന്ന് ചെയ്യാനുള്ള അനന്തമായ സ്വപ്നങ്ങളെ പറ്റി ചിന്തിക്കാനും എത്തിയവർ. അങ്ങനെയങ്ങനെ കാരണങ്ങൾ പലതാണ്.

ഉപ്പിന്റെ രുചിയുള്ള കാറ്റിനു പുറമെ, വറചട്ടിയിൽ കിടന്ന് പുളയുന്ന കപ്പലണ്ടി സുഗന്ധവും, വളരെ ഉന്മേഷം എല്ലാവർക്കും നൽകുന്നുണ്ട്. ഒറ്റയ്ക്ക് ഇരിക്കുന്നവർ കുറവാണെങ്കിലും, ചിലർ അങ്ങിങ്ങായി ഇരിപ്പുണ്ട്. ഇവർ കടലിന്റെ നൃത്തച്ചുവടുകൾ കണ്ട് രസിക്കാൻ എത്തിയവരല്ല, മറിച്ച് കടലിനെ സാക്ഷിയാക്കി അവരവരുടെ മൊബൈൽ ഫോണുകളിൽ തോണ്ടി രസിക്കുന്നു. അങ്ങനെയുള്ള

ഒറ്റപ്പെട്ടവരുടെ കൂട്ടത്തിൽ നിന്നുമൊരു യുവാവ്, കടൽത്തീരത്തോട് ഗുഡ് ബൈ പറഞ്ഞു പോകുന്നു. എന്നാൽ പെട്ടെന്ന് തന്നെ അവൻ നിൽക്കുന്നു, ഒരു ചെറിയ ബെഞ്ചിൽ ഒറ്റയ്ക്കിരുന്ന് ആകാശത്തെ വീക്ഷിക്കുന്ന വൃദ്ധന്റെ തലയുടെ പിൻഭാഗത്തേക്ക് തുറിച്ചു നോക്കി അവൻ നിന്നു.

യുവാവ് പതിയെ നടന്ന് വൃദ്ധന്റെ അടുത്തേക്ക് ചെല്ലുന്നു, അയാളുടെ അടുത്തിരിക്കുന്നു, ശേഷം വൃദ്ധന്റെ കണ്ണുകൾ കൃത്യമായി എങ്ങോട്ടാണൊ നോക്കുന്നത്, അതേഭാഗത്തേക്ക് അവനും നോക്കുന്നു. ഏകദേശം ഒരു മിനിറ്റോളം നോക്കിയ ശേഷം, യുവാവ് തന്റെ ശ്രമം ഉപേക്ഷിക്കുന്നു.

യുവാവ്: 'ഹലൊ സാർ... ഞാൻ എപ്പോൾ ഇവിടെ വന്നാലും, അങ്ങ് ആകാശത്തേക്ക് നോക്കിയിരിക്കുന്നത് കാണുന്നുണ്ടല്ലൊ. എന്താണത്? അവിടേക്ക് നോക്കിയാൽ എങ്ങനെയാണ് അങ്ങയുടെ മുഖത്ത് ഈ ചിരി വിരിയുന്നത്?'

വൃദ്ധൻ ഒന്നും മിണ്ടാതെ, ഒരു യുവാവ് തന്റെ അടുത്ത് വന്നിരുന്നു എന്ന് പോലും ശ്രദ്ധിക്കാതെ, തന്റെ തുറിച്ച് നോട്ടത്തിൽ മുഴുകിയിരിക്കുന്നു.

യുവാവ്: 'അങ്ങയുടെ സന്തോഷത്തെ ചോദ്യം ചെയ്യാൻ വന്നതല്ല ഞാൻ, ക്ഷമിച്ചാലും, പക്ഷെ അങ്ങയുടെ കണ്ണുകളിൽ ഞാൻ കാണുന്ന ഈ കറകളഞ്ഞ സന്തോഷം, ഇവിടെയിരുന്ന് ഉച്ചത്തിൽ ചിരിക്കുന്നവരിൽ പോലും ഞാൻ കാണുന്നില്ല. അങ്ങാരാണ്?'

വൃദ്ധൻ തന്റെ ശ്രദ്ധ ഉപേക്ഷിച്ച്, യുവാവിനെ നോക്കുന്നു, ചിരിക്കുന്നു.

വൃദ്ധൻ: 'ഞാൻ വെറുമൊരു വൃദ്ധൻ, മോന്റെ ചോദ്യങ്ങൾ ഞാൻ കേട്ടു, എങ്ങനെ മറുപടി തരണമെന്നറിയില്ല. മോൻ ദേ ആ കാണുന്ന ഭാഗത്തേക്ക് ഒന്ന് സൂക്ഷിച്ചു നോക്കിക്കെ, എന്തെങ്കിലും കാണാൻ പറ്റുന്നുണ്ടൊ?'

യുവാവ്: ‘മേഘങ്ങൾ, അല്ലാതെ ഒന്നും കാണുന്നില്ല. അങ്ങ് എന്താണ് കാണുന്നത്?’

വൃദ്ധൻ: ‘ആ കാണുന്ന വലിയ മേഘത്തിന്റെ നടുക്കായി, സൂര്യന്റെ വെളിച്ചത്തെ സ്വാഗതം ചെയ്യ്ത് കടത്തിവിടുന്ന ഒരു ദ്വാരം, മോൻ കാണുന്നില്ലെ?’

യുവാവ് അൽപ്പസമയം ആകാശത്തേക്ക് സൂക്ഷിച്ച് നോക്കുന്നു.

യുവാവ്: ‘ഇപ്പോൾ കണ്ടു, അതിൽ എന്താണ് ഇത്ര കാണാനുള്ളത്?’

വൃദ്ധൻ: ‘ഞാൻ ഇവിടെ വരാൻ തുടങ്ങിയിട്ട് വർഷങ്ങളായി, എന്ന് വന്നാലും ആ കാണുന്ന ദ്വാരം അവിടെത്തന്നെ കാണും. ചിലപ്പോൾ വലുത് ചിലപ്പോൾ ചെറുത്, ചില സമയം അതിൽ നിന്നും അദൃശ്യ രൂപങ്ങൾ പുറത്തേക്ക് വരുന്നതായും കണ്ടിട്ടുണ്ട്. വിങ്ങിക്കരയുന്ന ഈ കടലിൽ നിന്നും, അദൃശ്യ ശക്തികൾ ആവിരൂപം പ്രാപിച്ച്, മേഘദ്വാരത്തിൽ ചെല്ലുന്നതും കണ്ടിട്ടുണ്ട്. ദ്വരത്തിനുള്ളിൽ വളരെ മനോഹരമായി പൂത്തുലഞ്ഞു നിൽക്കുന്നൊരു പൂന്തോട്ടം ഞാൻ കണ്ടിട്ടുണ്ട്. ആ പൂന്തോട്ടത്തിൽ ആടിപ്പാടി നടക്കുന്ന കുരുന്നുകളെ ഞാൻ കണ്ടിട്ടുണ്ട്. ശാന്തമായി ഉറങ്ങുന്ന ചെമ്മരിയാട്ടിൻ കൂട്ടത്തെ ഞാൻ കണ്ടിട്ടുണ്ട്. വളരെ ചുരുക്കം സന്ദർഭങ്ങളിൽ, മേഘദ്വാരത്തിന്റെ അറ്റത്തിരുന്ന്, വളരെ സൗന്ദര്യവാനായ ഒരു പുരുഷൻ, എന്നെ കൈവീശി കാണിക്കാറുണ്ട്, ഞാൻ ചിരിയിലൂടെ മറുപടി കൊടുക്കും’

യുവാവ് ആകാശത്തേക്ക് തന്നെ തുറിച്ചുനോക്കി ഇരിക്കുന്നു, എന്നാൽ അവന്റെ മുഖത്ത് നീരസം പ്രകടമായിരുന്നു. വൃദ്ധന് ഭ്രാന്താണൊ എന്ന മട്ടിൽ അവൻ അയാളുടെ മുഖത്തേക്ക് നോക്കുന്നു, ശേഷം ബെഞ്ചിൽ നിന്നും പതിയെ എണീക്കുന്നു.

യുവാവ്: 'താൻ പറഞ്ഞതൊന്നും ഞാൻ കണ്ടില്ലല്ലോ! തന്റെ കണ്ണിന് എന്തെങ്കിലും പ്രശ്നമുണ്ടോ!'

വൃദ്ധൻ: 'എന്നോടിങ്ങനെ പലരും ചോദിക്കാറുണ്ട്. മറുപടി എനിക്കറിയില്ല. ഒരു കാര്യം തീർച്ച, എന്റെ സുഹൃത്ത് ഒരിക്കലും ഇങ്ങനെ ചോദിക്കില്ല'

വൃദ്ധൻ ആകാശത്തേക്ക് നോക്കി പുഞ്ചിരിക്കുന്നു. യുവാവ് ഒന്നും പറയാതെ നടന്നുപോയി.

49

കുറ്റബോധനൃത്തം

ഒരു രണ്ട് നില വീടിന്റെ മുമ്പിലായി നിരവധി മനുഷ്യർ കൂട്ടം കൂടി നിൽക്കുന്നു. വാർത്താ ചാനലുകളുടെ വാഹനങ്ങളും അവിടെ കാത്തുകെട്ടി കിടപ്പുണ്ട്. രണ്ട് പോലീസ് വണ്ടികളും കിടപ്പുണ്ട്, അധികം താമസിയാതെ തന്നെ നാല് പോലീസ് വാഹനങ്ങൾ പിന്നെയുമെത്തി. പോലീസ് കമ്മീഷണറും എത്തിച്ചേർന്നു, പോലീസ് സേനയോടൊപ്പം വീട്ടിലേക്ക് കയറുന്നു. അടുക്കളയിൽ, രക്തം വാർന്ന് മരിച്ച് കിടക്കുന്ന ഒരു പെൺകുട്ടി, മുപ്പത് വയസ്സ് പ്രായം വരും.

കമ്മീഷണർ: 'എന്ത് തരം ആയുധം കൊണ്ടാ?'

വിദഗ്ധൻ: 'മാഡം, പേന കത്തി ഉപയോഗിച്ചാ കൊലപ്പെടുത്തിയത്. പ്രതിയെ ഇരയ്ക്ക് പരിചയമുണ്ടായിരിക്കണം. അടുക്കളയിൽ നിന്ന് ഒരു ഗ്ലാസ് വെള്ളം എടുത്ത് തിരിഞ്ഞപ്പോൾ ആയിരിക്കാം ആക്രമണം ഉണ്ടായത്'

കമ്മീഷണർ: 'അയൽവാസികൾ എന്താ പറയുന്നത്?'

ഓഫീസർ: 'രണ്ട് മണിക്കൂർ മുൻപാണ് സംഭവം നടന്നത് എന്നാണ് അവർ കരുതുന്നത്. കാരണം, ആ സമയം ഒരു ഗ്ലാസ് നിലത്ത് വീണ് പൊട്ടിയ ശബ്ദം അവർ കേട്ടു എന്ന് മൊഴി തന്നിട്ടുണ്ട്'

കമ്മീഷണർ: 'ഇവിടെ അടുത്തെങ്ങും ക്യാമറ ഇല്ലേ?'

ഓഫീസർ: 'ഇവിടുന്ന് നാലാമത്തെ വീട്ടിൽ ക്യാമറ നിരീക്ഷണമുണ്ട് മാഡം, ദൃശ്യങ്ങൾ എടുക്കാൻ പോയിട്ടുണ്ട്, ഉടനെ കിട്ടും'

കമ്മീഷണർ: 'മരിച്ച യുവതിയുടെ കോൾ ഡീറ്റെയിൽസ് എടുക്കണം. അടുത്ത കൂട്ടുകാർ, ബന്ധുക്കൾ എല്ലാരെയും വിളിച്ച് വരുത്തണം'

ഓഫീസർ: 'ശരി മാഡം'

കമ്മീഷണർ വീടും പരിസരവും നന്നായി പരിശോധിക്കുന്നു. വീടിന് ചുറ്റും പുല്ല് വളർന്ന് കിടപ്പുണ്ട്, രണ്ട് ദിവസമായി അതുവഴി ആരും നടന്നിട്ടില്ല എന്ന് അവർ ഉറപ്പിക്കുന്നു. അക്രമി മുന്നിലത്തെ വാതിലിലൂടെ തന്നെയാണ് വന്നത് എന്ന് ഉറപ്പാക്കുന്നു. ക്യാമറ ദൃശ്യങ്ങളുമായി മറ്റൊരു ഓഫീസർ വരുന്നു. ലാപ്ടോപിലെ ദൃശ്യങ്ങൾ മാഡത്തിനെ കാണിക്കുന്നു. എല്ലാവരും ഞെട്ടുന്നു.

ദൃശ്യങ്ങളിൽ ഒരു യുവാവ്, കൃത്യം രണ്ട് മണിക്കൂർ മുൻപ്, വളരെ ലാഘവത്തോടെ, കയ്യിലും ഉടുപ്പിലും രക്തക്കറയും പുരട്ടി നടന്ന് പോകുന്നത് അവർ കാണുന്നു. കുറച്ച് സമയം പിന്നിലേക്ക് പോയപ്പോൾ, യുവാവ് ആക്രമിക്കാനായി നല്ല വസ്ത്രങ്ങൾ ധരിച്ച് വരുന്നതും കാണാം, മുഖം വ്യക്തമായി കാണാം.

കമ്മീഷണർ: 'ഇവൻ ആരാണെന്ന് കണ്ടുപിടിക്ക്'

പെട്ടെന്ന് കമ്മീഷണർക്ക് മറ്റൊരു കോൾ വരുന്നു, അവർ പരിഭ്രാന്തരാകുന്നു. പെട്ടെന്ന് വണ്ടിയുമെടുത്ത് മറ്റൊരു സ്ഥലത്തേക്ക് ചെല്ലുന്നു. മറ്റൊരു കൊലപാതകവും സംഭവിച്ചിരിക്കുന്നു, നേരത്തെ സംഭവിച്ച അതെ രീതിയിൽ, എന്നാൽ ഇത്തവണ ഒരു യുവാവാണ് കൊല്ലപ്പെട്ടത്. എന്നാൽ കൊലപാതകങ്ങൾ നടന്ന രണ്ട് സ്ഥലങ്ങൾ തമ്മിൽ ഏതാണ്ട് ഇരുപത് കിലോമീറ്റർ ദൂരമുണ്ട്. കമ്മീഷണർ ക്യാമറ

പരിശോധിക്കാൻ ഓഫീസറെ നിർദ്ദേശിക്കുന്നു.

ക്യാമറ ദൃശ്യങ്ങൾ പരിശോധിച്ചപ്പോൾ, പാന്റ്സും ടീഷർട്ടും ധരിച്ച ഒരു യുവതി, തന്റെ മുഖത്ത് മുഴുവൻ രക്തം പുരട്ടിക്കൊണ്ട്, സന്തോഷത്തിൽ ആർപ്പുവിളിച്ചു കൂവിക്കൊണ്ട് നടന്ന് പോകുന്നത് കാണുന്നു. എന്തൊ പന്തികേട് മനസ്സിലാക്കിയ കമ്മീഷണർ, മുഴുവൻ പോലീസ് സേനയേയും ഈ വിഷയത്തിൽ ഇറക്കാൻ ഉത്തരവിടുന്നു. രണ്ട് അക്രമിക്കൾക്കായി ജില്ലയുടെ എല്ലാ മുക്കും മൂലയും അന്വേഷിക്കാൻ തുടങ്ങുന്നു.

ഇതേസമയം, എല്ലാ ജില്ലകളിൽ നിന്നും സമാനമായ കൊലപാതകങ്ങൾ റിപ്പോർട്ട് ചെയ്യുന്നു. കമ്മീഷണർ വാർത്ത ചാനലുകളെ വിളിച്ച്, ജനങ്ങൾക്ക് ജാഗ്രത നിർദ്ദേശം നൽകാൻ പറയുന്നു. പ്രതികളുടെ രേഖാചിത്രങ്ങൾ എല്ലാ മുക്കിലും മൂലയിലും ഒട്ടിക്കുന്നു. രണ്ട് മണിക്കൂർ കൂടി പിന്നിട്ടപ്പോൾ, ആ സന്തോഷ വാർത്ത കമ്മീഷണറുടെ ചെവികളിൽ എത്തി, ആദ്യത്തെ കൊലപാതകം ചെയ്യ്ത യുവാവിനെ അറസ്റ്റ് ചെയ്തു.

കമ്മീഷണർ അതിവേഗത്തിൽ പോലീസ് സ്റ്റേഷനിൽ എത്തുന്നു. മറ്റ് പോലീസുകാർ നന്നായി പെരുമാറി ഒരു പരുവത്തിലാക്കിയ പ്രതി, വയ്യാതെ കസേരയിൽ ഇരിക്കുന്നു.

പ്രതി: 'ഞാൻ എന്ത് തെറ്റ് ചെയ്യ്തിട്ടാ നിങ്ങളിങ്ങനെ... എല്ലാവരെയും ഞാൻ കോടതി കയറ്റും... നോക്കിക്കൊ'

കമ്മീഷണർ: 'നിർത്തെടാ! ഒരു പാവം പെൺകുട്ടിയെ ക്രൂരമായി കൊന്നിട്ട്, നിന്ന് ചിലക്കുന്നോടാ!'

കമ്മീഷണർ അവന്റെ തള്ളവിരൽ പിടിച്ച് തിരിക്കുന്നു. അവൻ അലറിക്കരയുന്നു.

പ്രതി: 'അതിന് അവളെ കൊല്ലാൻ സർക്കാർ എനിക്ക് അനുവാദം തന്നിരുന്നല്ലോ! പിന്നെന്താ കുഴപ്പം'

കമ്മീഷണർ അവനെ കൂടുതൽ ചോദ്യം ചെയ്യുന്നു. അവന്റെ പോക്കറ്റിൽ നിന്നും ഒരു പേനയും, ചെറിയ കടലാസും കിട്ടുന്നു. വളരെ മൂർച്ചയേറിയ മുനമ്പുള്ള ഈ പേനയാണ്, കൊല നടത്താൻ പ്രതി ഉപയോഗിച്ചത് എന്ന് പ്രതി തന്നെ പറയുന്നു. ചുരുട്ടി വച്ചിരുന്ന കടലാസ് തുറന്ന് വായിക്കുന്നു.

"ഈ പേനയുടെ മഷി തീരുംവരെ ഉപയോഗിച്ചാൽ, ഈ പേനയുടെ ഉടമസ്ഥന് തന്റെ ശത്രുവിനെ ഇല്ലാതാക്കാനുള്ള അനുമതി കിട്ടും. പാപികളെ ഭൂമിയിൽ നിന്ന് തുടച്ചുനീക്കാൻ സർക്കാരിന്റെ പുതിയ ശത്രുസംഹാര പദ്ധതിയാണിത്. വിജയാശംസകൾ"

കമ്മീഷണർ: 'എടാ എടാ മരക്കഴുതെ! നിന്നെയൊക്കെ പറഞ്ഞിട്ടെന്തിനാ! ഇതിനും മാത്രം എന്ത് പാപമാടാ ആ കുട്ടി നിന്നോട് ചെയ്യ്തത്?'

പ്രതി: 'അവൾക്ക് ഭയങ്കര ജാഡയാ, എനിക്ക് ഇഷ്ടമല്ല'

50

ദൃശ്യവിസ്മയം

ബഹിരാകാശത്തൂടെ ഒഴുകി പോകുന്നൊരു പേടകം, അതിനകത്ത് മനുഷ്യന്റെ ശരീരഘടന തോന്നിക്കുന്നതും, നീല നിറത്തിലുള്ള എന്തൊ സാമഗ്രികൾ കൊണ്ട് നിർമ്മിച്ച വസ്ത്രം ഉപയോഗിച്ച് തല മുതൽ കാൽ വരെ മറച്ച ചില രൂപങ്ങൾ. കണ്ടാൽ വളരെ പ്രത്യേകതകൾ തോന്നിക്കുന്ന ആ വസ്ത്രത്തിനുള്ളിൽ മനുഷ്യനാണൊ മൃഗമാണൊ അതൊ മറ്റെന്തെങ്കിലുമാണൊ എന്നറിയില്ല. എന്തായാലും, ഇങ്ങനെ വസ്ത്രം ധരിച്ച നിരവധി ജീവികൾ ആ പേടകത്തിൽ വ്യവഹരിക്കുന്നു.

വിവിധതരം മുറികളാൽ അലങ്കരിക്കപ്പെട്ട ആ പേടകത്തിന്റെ ഏറ്റവും വലിയ മുറിയിൽ, പതിനായിരക്കണക്കിന് ജീവികൾ ഇരിക്കുകയും നിൽക്കുകയും ചെയ്യുന്നു. അവരെല്ലാം ഒരു ഭീമൻ ടീവിയിൽ നോക്കിയിരിപ്പാണ്. കൗതുകം എന്തെന്നാൽ, ടീവിയിൽ പ്രദർശിപ്പിക്കുന്ന ദൃശ്യങ്ങൾ, ഭൂമിയിൽ നടക്കുന്ന ചില സംഭവ വികാസങ്ങളാണ്. എല്ലാവരും ദൃശ്യങ്ങൾ കണ്ട് ചിരിക്കുന്നുണ്ട്, അവരുടെ ചിരി കീരികളുടെ ശബ്ദം പോലെയാണ്.

ടീവിയിൽ ഇടതടവില്ലാതെ എന്തൊക്കെയൊ കാണിക്കുന്നു. ഒരാൾ ഒരാളെ തല്ലുന്നത്, ഒരാൾ സ്വയം മരിക്കുന്നത്, ഒരാൾ മറ്റൊരാളെ കുഴിയിൽ തള്ളിയിടുന്നത് എന്നിങ്ങനെ ഭീകര ദൃശ്യങ്ങളാണ്. പെട്ടെന്ന് ടീവിയുടെ മുമ്പിലേക്ക് കയറിച്ചെന്ന ഒരു ജീവി, എന്തൊക്കെയൊ ശബ്ദങ്ങൾ ഉണ്ടാക്കുന്നു. പെട്ടെന്ന് എല്ലാവരുടേയും ശ്രദ്ധ മുറിയുടെ വാതിലിലേക്ക് മാറുന്നു. കണ്ടാൽ അൽപ്പം ചെറിയ ശരീരമുള്ള, മറ്റുള്ളവരെ പോലെയൊരു നീല ജീവി അകത്തേക്ക് നടന്നുവരുന്നു. എല്ലാവരും സന്തോഷത്തിന്റെ ശബ്ദം മുഴക്കുന്നു.

പുതുതായി കടന്നുവന്ന ജീവിയും മറ്റുള്ളവരെപ്പോലെ, ഒരു കസേരയിൽ ഇരിക്കുന്നു, തന്റെ മുൻപിലുള്ള മേശയുടെ മുകളിലായി രണ്ട് നിറത്തിലുള്ള ചതുരങ്ങൾ പതിച്ചിരിക്കുന്നത് കാണാം, നീലയും മഞ്ഞയും. എല്ലാവരുടെയും ശ്രദ്ധ ഭീമൻ ടീവിയിലേക്ക് മാറുന്നു. ദൃശ്യങ്ങൾ കാണിക്കാൻ തുടങ്ങുന്നു.

ദൃശ്യം ഒന്ന്: ഒരു ഹോട്ടലിന്റെ പുറത്ത് ഒറ്റയ്ക്കിരുന്ന് ഭക്ഷണം കഴിക്കുന്ന പുരുഷൻ. അയാൾ ആസ്വദിച്ചു ഭക്ഷണം കഴിക്കുന്നു. പെട്ടെന്ന് അതുവഴി നടന്നുപോയ ഒരാൾ, അയാളുടെ കാലിൽ ചവിട്ടുന്നു.

(ദൃശ്യം നിൽക്കുന്നു)

ടീവിയുടെ മുന്നിൽ നിൽക്കുന്ന ജീവി എന്തൊക്കെയൊ പറയുന്നു. മുറിയിൽ ശ്രദ്ധയോടെ കണ്ടിരുന്ന എല്ലാവരും നീല ചതുരത്തിൽ കൈ വയ്ക്കുന്നു. പുതുതായി വന്ന ജീവി ഒന്നും ചെയ്യാതിരിക്കുന്നു. എല്ലാവരും സന്തോഷത്തിൽ ചിരിക്കുന്നു. വലിയ ടീവിയുടെ തൊട്ടടുത്തായി നീണ്ട വീതിയില്ലാത്ത ടീവിയിൽ, ഒരു വെളിച്ചം ഉദിക്കുന്നു, ആ വെളിച്ചം ടീവിയുടെ കാൽഭാഗം വരെ ഉയരുന്നു.

(ദൃശ്യം തുടരുന്നു)

—ഭക്ഷണം കഴിച്ചിരുന്ന വ്യക്തി, തന്റെ അരയിൽ സൂക്ഷിച്ചിരുന്ന തോക്കെടുത്ത് ചവിട്ടിയവനെ വെടിവെച്ച് കൊല്ലുന്നു.

എല്ലാവരും സന്തോഷത്തോടെ ചിരിക്കുന്നു. അടുത്ത ദൃശ്യം കാണിക്കുന്നു.

ദൃശ്യം രണ്ട്: ഒരു തുറന്ന പ്രകൃതി സുന്ദരമായ സ്ഥലം, അതുവഴി ഒരു യുവതി നടന്നു പോകുന്നു, പെട്ടെന്ന് അതുവഴി പോയ യുവാവിന്റെ കൈ, അവളുടെ കയ്യിൽ തട്ടുന്നു.

ദൃശ്യങ്ങൾ നിൽക്കുന്നു. എല്ലാവരും നീലയിൽ തൊടുന്നു. പുതുതായി വന്ന ജീവി ഒന്നും ചെയ്യുന്നില്ല. ദൃശ്യങ്ങൾ തുടരുന്നു. യുവതി അയാളെ ചവിട്ടി താഴെയിട്ട ശേഷം, നിർത്താതെ ചവിട്ടുന്നു. എല്ലാവരും സന്തോഷത്തോടെ ചിരിക്കുന്നു. ടീവിയുടെ മൂലയ്ക്ക് കാണിക്കുന്ന നീണ്ട ടീവിയിലെ പച്ച വെളിച്ചം പകുതിയോളം ഉയരുന്നു. മൂന്നാമത്തെ ദൃശ്യം കാണിക്കാൻ തുടങ്ങുന്നു.

ദൃശ്യം മൂന്ന്: ഒരു വീടിനുള്ളിൽ അമ്മയും കുഞ്ഞും സമാധാനത്തോടെ ഭക്ഷണം കഴിക്കുന്നു. അമ്മ കുഞ്ഞിന് ഭക്ഷണം വാരിക്കൊടുക്കുന്നു. അമ്മയും അതേഭക്ഷണം കഴിക്കുന്നുണ്ട്. പെട്ടെന്ന്, കുഞ്ഞിന്റെ കയ്യിലിരുന്ന ചെറിയ പന്ത്, ഭക്ഷണ പാത്രത്തിൽ വീഴുന്നു.

ദൃശ്യങ്ങൾ നിൽക്കുന്നു. എല്ലാവരും നീല ചതുരത്തിൽ കൈ വയ്യ്ക്കുന്നു. പുതുതായി വന്ന ജീവി മാത്രം മഞ്ഞ ചതുരത്തിൽ കൈ വയ്യ്ക്കുന്നു. എല്ലാവരും നിശബ്ദരാകുന്നു. നീണ്ട ടീവിയിലെ പച്ച വെളിച്ചം വീണ്ടും അടിത്തട്ടിൽ എത്തുന്നു. ഒരു ജീവി നടന്നുവന്ന്, മഞ്ഞചതുരത്തിൽ കൈവച്ച ജീവിയെ അവിടെ നിന്നും എണീപ്പിച്ച് പുറത്തേക്ക് കൊണ്ടുപോകുന്നു. നിശബ്ദത തീരുന്നില്ല.

51

മീൻഹൃദയം

വാഹനങ്ങൾ കൊണ്ട് വീർപ്പുമുട്ടി കിടക്കുന്ന ഒരു സൂപ്പർ മാർക്കറ്റ് പാർക്കിംഗ് സ്ഥലം. പുതുതായി വരുന്ന വാഹനങ്ങൾ, കുറഞ്ഞത് ഒരു മണിക്കൂറെങ്കിലും കാത്ത് കിടക്കേണ്ട അവസ്ഥ. പതിനഞ്ച് സെക്യൂരിറ്റിമാർ ഓടിനടന്ന് പട്ടിപ്പണി എടുക്കുന്നുണ്ട് എങ്കിലും, വാഹനങ്ങൾ കരിപുരണ്ട് കിടക്കുന്നു, അതിന്റെ ഭാഗമായി അവിടെങ്ങും തിളയ്ക്കുന്ന പുക മൂടുന്നു. എന്നാൽ ചില "മിടുക്കന്മാർ" സെക്യൂരിറ്റിമാരുടെ കണ്ണുവെട്ടിച്ച്, യാതൊരു ശ്രദ്ധയും കൊടുക്കാതെ വല്ലവരുടെയും വണ്ടിയുടെ മുമ്പിൽ കൊണ്ട് വാഹനം നിർത്തിയിട്ട് പോകുന്നു, ഇവരെ കാരണം വഴിയും തടസ്സപ്പെടുന്നു, ഒപ്പം നിലവിൽ പാർക്ക് ചെയ്ത വണ്ടികൾക്ക് പോകാനും കഴിയാത്ത അവസ്ഥ ഉണ്ടാകുന്നു.

അങ്ങനെയൊരു വാഹന യുദ്ധഭൂമിയായ സ്ഥലത്തേക്ക്, ഒരു ചെറിയ സ്കൂട്ടറുമായി ഒരു പുരുഷൻ വരുന്നു. സ്കൂട്ടർ പാർക്ക് ചെയ്യാൻ പ്രത്യേകം സ്ഥലമുണ്ടെങ്കിലും, ചില "മിടുക്കന്മാർ" അവിടേയും കാർ നിർത്തിയിട്ടിട്ടുണ്ട്, ചിലരാണേൽ സ്കൂട്ടറുകളെ ഇടിച്ചു വീഴ്ത്തി അതിന് മുകളിലേക്ക് ഓടിച്ചുകയറ്റി വച്ചിരിക്കുന്നു. സ്കൂട്ടറുമായി പതുക്കെ പോയ പുരുഷൻ, മിടുക്കന്മാരിൽ മിടുക്കരെ

പോലെ, തന്റെ വാഹനം സൂപ്പർ മാർക്കറ്റിലേക്ക് ഓടിച്ച് കയറ്റുന്നു. എന്നിട്ട് നേരെ പച്ചക്കറികൾ വച്ചിരിക്കുന്ന സ്ഥലത്തേക്ക് പോകുന്നു.

സെക്യൂരിറ്റികൾ അയാളെ പിടിക്കാനായി വരുന്നു, തന്റെ സ്കൂട്ടറിന്റെ ഇടയിൽ ഘടിപ്പിച്ചിരിക്കുന്ന കുട്ടയിൽ, അവിടെ നിന്ന് പച്ചക്കറി വാരിയിട്ട ശേഷം, സ്കൂട്ടറുമായി കുതിക്കുന്നു. മാർക്കറ്റിന്റെ അകത്തൂടെ മത്സരയോട്ടം നടത്തുന്നു. പല സാധനങ്ങളും തട്ടിമറിച്ചിടുന്നു. കടയിൽ തിരക്ക് കൂടുതലുള്ളതിനാൽ, നിർത്താതെ ഹോൺ അമർത്തി, ആൾക്കാരെ തട്ടിമാറ്റി അയാൾ പാഞ്ഞു. ശേഷം മത്സ്യങ്ങൾ വച്ചിരിക്കുന്ന സ്ഥലത്തേക്ക് ചെല്ലുന്നു. ഒരു ചെറിയ കവറിൽ ജീവനോടെ കിടക്കുന്ന അയല മീനിനെ കവറോടെ തൂക്കി കുട്ടയിൽ ഇടുന്നു. ഇന്നത്തെ സാധനം വാങ്ങൽ അവസാനിപ്പിച്ച്, സ്കൂട്ടറുമായി പുറത്തേക്ക് പോകുന്നു.

റോഡ് നിയമങ്ങൾ ഒന്നും തന്നെ അനുസരിക്കാതെ ചീറിപ്പായുന്ന അയാൾ, പെട്ടെന്ന് തന്നെ വീട്ടിൽ ചെന്നെത്തുന്നു. സ്കൂട്ടറിൽ നിന്നും കുട്ടയുമെടുത്ത് വീട്ടിലേക്ക് ഓടിക്കയറുന്നു. വീട് പൂട്ടിയിട്ടില്ലായിരുന്നു. പെട്ടെന്ന് അടുക്കളയിലേക്ക് ഓടിപ്പോയ അയാൾ, പച്ചക്കറി അരിയുന്നു, തൊലിയോടൊപ്പം മാംസവും വെട്ടി കളയുന്നു, ശേഷം കിട്ടിയ ചെറിയ ഭാഗങ്ങളെല്ലാം ഒരു ചട്ടിയിലിട്ട് വയ്ക്കുന്നു. കവറിൽ കുമിളകൾ ഊതിവിട്ടിരിക്കുന്ന അയല മീനിനെ, കവറിൽ നിന്ന് പുറത്തെടുക്കുന്നു. ശ്വാസം കിട്ടാതെ പിടയാൻ തുടങ്ങിയ അയല മീനിനെ രണ്ടാക്കാനായി കത്തിവീശിയ അയാൾക്ക് പെട്ടെന്ന് എന്തൊ തോന്നുന്നു.

മീനിന്റെ കണ്ണുകളിലേക്ക് അയാൾ നോക്കുന്നു, എന്തൊ പ്രത്യേകതയുള്ളതായി തോന്നുന്നു. പെട്ടെന്ന് ഒരു മൊന്തയിൽ വെള്ളമെടുത്ത്, മീനിനെ അതിലേക്കിടുന്നു. പെട്ടെന്ന്, മറ്റൊരു ബുദ്ധി അയാൾക്ക് തോന്നുന്നു, അടുക്കളയുടെ അടിഭാഗത്ത്

കൂനിക്കൂടി കിടന്ന പാത്രങ്ങൾ വകഞ്ഞുമാറ്റി എന്തൊ കാര്യമായി തിരയുന്നു. തിരച്ചിൽ അവസാനിപ്പിച്ചത് കറ പിടിച്ചിരിക്കുന്ന ഒരു ഗ്ലാസ് ഭരണി കിട്ടിയപ്പോഴാണ്. അയാൾ ആ ഭരണി വൃത്തിയാക്കി, വെള്ളം നിറച്ച ശേഷം, മീനിനെ അതിലേക്ക് മാറ്റുന്നു. ഭരണിയോടെ കയ്യിലെടുത്ത് തന്റെ കിടപ്പുമുറിയിൽ, കട്ടിലിനോട് ചേർന്നുള്ള മേശപ്പുറത്ത് കൊണ്ടുവയ്യ്ക്കുന്നു.

വീണ്ടും വസ്ത്രം ധരിച്ച്, സ്കൂട്ടറുമെടുത്ത് എങ്ങോട്ടൊ പോകുന്നു, പെട്ടെന്ന് തിരിച്ച് വരുന്നു, കയ്യിലൊരു പൊതിയുണ്ട്, മീനിന്റെ ഭക്ഷണം എന്ന് പൊതിയുടെ പുറത്ത് എഴുതി വച്ചിട്ടുണ്ട്. അയാൾ മീനിന്റെ അടുത്ത് ചെന്ന്, പൊതി തുറന്ന് ഭക്ഷണം നൽകുന്നു. ശേഷം കട്ടിലിൽ കിടന്ന് മീൻ ഭക്ഷണം കഴിക്കുന്നത് നോക്കി കിടക്കുന്നു. അൽപ്പസമയം മയങ്ങിയ ശേഷം, മീനിന്റെ അടുത്തിരുന്ന് ഏതൊ പുസ്തകം വായിക്കുന്നു, ഭരണിയിൽ ഉമ്മ വയ്യ്ക്കുന്നു. വീണ്ടും ഭക്ഷണം കൊടുക്കുന്നു. മീൻ ആർത്തിയോടെ ഭക്ഷണം കഴിക്കുന്നത് കണ്ടിട്ട് അയാളും മീൻഭക്ഷണം അൽപ്പം വായിൽ വച്ച് നോക്കുന്നു, ശേഷം ഒരു പിടി വാരി കഴിക്കുന്നു.

സമയം രാത്രിയാകുന്നു. മണിക്കൂറുകളായി അയാൾ മീനിന്റെ അടുത്തിരുന്ന് എന്തൊക്കെയൊ സംസാരിക്കുകയാണ്, ഒരു ഭ്രാന്തനെ പോലെ. പിന്നീട് ഭരണി എടുത്തോണ്ട് അടുക്കളയിൽ പോയി, വെള്ളം ചോർത്തിക്കളഞ്ഞ് പുതിയ വെള്ളം നിറയ്ക്കുന്നു, എന്നിട്ട് വീണ്ടും മുറിയിലേക്ക് ചെല്ലുന്നു, വീണ്ടും എന്തൊക്കെയൊ പറയുന്നു, ഭരണിയിൽ ഉമ്മ വയ്യ്ക്കുന്നു, ഭക്ഷണം വിതറുന്നു “ഗുഡ് നൈറ്റ്” പറഞ്ഞ് മീൻ ഭരണിക്ക് അടുത്തായി കിടക്കുന്നു.

കൂർക്കം വലിച്ച് ആസ്വദിച്ചുറങ്ങുന്ന അയാൾ, ഭരണിയിൽ കിടക്കുന്ന മീനിന്റെ അസ്വാഭാവിക പെരുമാറ്റം കാണുന്നില്ല,

അത് വെപ്രാളം പിടിച്ച് ഭരണിക്ക് ചുറ്റും ഓടുന്നു, ശേഷം ചാടാൻ ശ്രമിക്കുന്നു, തന്റെയെല്ലാ കരുത്തുമെടുത്ത് ചാടിയ മീൻ, കൂർക്കം വലിക്കുന്ന അയാളുടെ വായിലേക്ക് വീഴുന്നു. മീൻ തൊണ്ടയിൽ കുരുങ്ങി ശ്വാസം കിട്ടാതെ അയാൾ കാലിട്ടടിക്കുന്നു. അയാളുടെ ചലനം നിലയ്ക്കുന്നു, തന്റെ വായിൽ നിന്ന് പുറത്തേക്ക് വന്നിരുന്ന മീനിന്റെ വാൽ ചെറുതായി അനങ്ങുന്നു.

www.ingramcontent.com/pod-product-compliance
Lightning Source LLC
LaVergne TN
LVHW100310210926
848480LV00003B/1080
9798903625543